आपल्या स्नेहीजनांना पुस्तके भेट द्या

म्हणे कबीर दिवाणा

I0631730

ओशो

अनुवाद
भारती पांडे

मेहता पब्लिशिंग हाऊस

MHANE KABIR DIWANA

Published by Mehta Publishing House

Marathi Language Translation Copyright© 2004
Osho International Foundation
Copyright © 1975, Osho International Foundation

Originally Published in Hindi under the title :
KAHAI KABIR DIWANA (Chapters 1-5)
Licence of the Marathi Translation with Mehta Publishing House
Translated into Marathi Language by Bharati Pande

म्हणे कबीर दिवाणा

अनुवाद : भारती पांडे
१५-अे/८, एरंडवणे, पुणे - ४११००४.
प्रकाशक : सुनील अनिल मेहता, मेहता पब्लिशिंग हाऊस,
१९४१ सदाशिव पेठ, माडीवाले कॉलनी, पुणे - ३०.
अक्षरजुळणी : पीसी-नेट, नारायण पेठ, पुणे - ३०.
मुखपृष्ठ : चंद्रमोहन कुलकर्णी
प्रथमावृत्ती : जानेवारी, २००४
पुनर्मुद्रण : जानेवारी, २००७ / फेब्रुवारी, २०१३
ISBN 81-7766-349-6

प्रस्तावना

कबीरावरील प्रवचनांच्या पुस्तकाच्या या आवृत्तीला प्रस्तावना लिहिण्याचा प्रस्ताव, जेव्हा ओशो कम्यूनतर्फे करण्यात आला तेव्हा मी एकदम चकित झालो. थोडा वेळपर्यंत एका सुखद आश्चर्यभावनेमध्ये बुडून गेलो. जणू एखाद्या स्वप्नामधून जागा झालो आहे किंवा एखादी अघटित घटना घडली आहे. परंतु ही गोष्ट कितीही अनपेक्षित असली तरी अघटित नक्कीच नव्हती. अघटित असती तर घडून आलीच नसती.

तर, असे वाटले की दूर कोठूनशी, वाट चुकलेली एक सुगंधी झुळूक आली आणि माझ्या घ्राणेंद्रियाला स्पर्श करून गेली किंवा दूर कोठेतरी कोणत्याशा फुलांच्या दरीमध्ये असा एक सखा भेटला ज्याची जन्मजन्मांतरीची ओळख आहे, ज्याच्या विरहामध्ये खूप दिवस गेले आहेत.

आता माझ्यापुढे असे संकट आहे की ओशो हे मला न सुटलेले एक कोडे ठरू पाहात आहेत. हे कोडे मी जेवढे सोडवण्याचा प्रयत्न करतो तेवढे तेवढे ते अधिक गुंतागुंतीचे होऊन जाते. मी संभोगापासून सुरुवात केली आणि समाधीपर्यंत पोचलो. परंतु, तुम्हाला सत्य सांगतो, की एक विलक्षण मस्ती, एक खळबळ, प्रक्षोभ, जगाचे विस्मरण, भूतभविष्याच्या चिंतांपासून मुक्ती आणि अशाच प्रकारच्या इतर काही भावनांमध्ये मी आपादमस्तक बुडून जात असे की माझ्या आजूबाजूला काही घडते आहे हेही मी विसरून जात असे. मुले क्रिकेट खेळण्यात दंग झालेली आहेत, पत्नी सिनेमाला जाण्याच्या गडबडीत आहे की नोकर भाजी आणायला निघाला आहे. फक्त एवढेच जाणवत राही की ओशो आहेत आणि मी आहे आणि हेच सर्वात मोठे सत्य आहे. बाकी कोणत्याही गोष्टीला महत्त्व नाही. परंतु पुस्तक हातातून बाजूला ठेवले गेले की वाटे मी ज्या पंखांच्या आधाराने आकाशात उडत चाललो होतो ते पंख धारदार शस्त्राने कापले गेले आहेत आणि मी सरळ तोंडघशी पडलो आहे. एक स्वप्न पाहात होतो, ते भंगून गेले आहे आणि आता पुन्हा त्याच भानगडी, तोच प्रपंच, तीच गडबड, त्याच साऱ्या समस्या तोंड वासून मला गिळून टाकण्यासाठी उभ्या आहेत. तीच धावपळ जीवनाचे सारे सुख पिळून काढून पळून चालली आहे. यातून सुटण्याचा काहीही मार्ग दृष्टीला दिसत नसे.

ओशोंचे साहित्य एवढ्या मोठ्या प्रमाणात आणि इतक्या विविध आयामांमध्ये विस्तारलेले आहे की त्याच्या संपूर्ण अवलोकनासाठी एक पूर्ण आयुष्य हवे. लेखक म्हणून इतक्या ग्रंथांशी त्यांचे नाव जोडले गेलेले आहे की ते स्वत: एक जिवंत ग्रंथालय निर्माण करण्यास समर्थ आहेत. पुरातन आणि आधुनिक ज्ञान-विज्ञानाचे असे एकही क्षेत्र नाही, जेथे त्यांच्या उपस्थितीची जाणीव होत नाही. या अर्थाने

त्यांचे साहित्य गुणात्मकतेने एका विश्वकोशासारखे आहे. परंतु आकाराने ते इतके प्रचंड आहे की कित्येक विश्वकोश त्यामध्ये सामावले जातील. एवढे सारे साहित्य एकाच व्यक्तीने कसे निर्माण केले असावे याचे आश्चर्य वाटते. विलक्षण कार्यक्षमतेबद्दल आजच्या युगामध्ये कंप्यूटरचे फार महत्त्व आहे. परंतु हा मानवी मेंदूचा कंप्यूटर तर त्यालाही लहान करून टाकतो. पूर्व आणि पश्चिमेकडील असा कोणताही धर्म, मतवाद, तत्त्वज्ञान नाही जेथे त्यांची सूक्ष्म दृष्टी पोचलेली नाही, ज्यावर त्यांनी काही प्रकाश टाकलेला नाही, ज्याचे विवेचन केलेले नाही. कदाचित, काही विशेष कारणाने त्यांनी एखादा विषय सोडून दिलाही असेल, परंतु या जगामध्ये जेवढे धर्म आणि मते आहेत त्या सर्वांचा समन्वय त्यांच्या विचारांमध्ये दिसून येतो. कृष्ण, बुद्ध, महावीर, शंकर आणि जीझस यांच्यापासून ते काण्ट, हीगल आणि श्रीअरविंदांपर्यंत सर्वांची चर्चा ते करतात आणि गीता, उपनिषदांपासून ताओ, झेन, तंत्रापर्यंत सर्व तत्त्वज्ञान तळहातावरील आवळ्याप्रमाणे त्यांच्या दृष्टीसमोर हजर असते.

ओशोंचे साहित्य अप्रतिम आहे. तत्त्वज्ञान आणि काव्य यांचे अपूर्ण मीलन ओशोंच्या प्रवचनांमध्ये जसे दिसते तसे इतर ठिकाणी दिसणे कठीण आहे. तसे पाहिले तर, ओशोंचे सारे वाङ्मय, काही व्यक्तिगत पत्रव्यवहाराखेरीज, लिखित स्वरूपामध्ये उपलब्ध झालेले नाही. ते सारे जिज्ञासू साधक आणि अंतरंग साधकांच्या समक्ष बोलले गेलेले आहे किंवा त्यांच्या प्रश्नांना दिलेली उत्तरे या रूपामध्ये आहे. तरीही त्यामध्ये शास्त्रांची दुर्बोधता किंवा तत्त्वज्ञानाची शुष्कता यांचा सूपर्ण अभाव आहे. उलट, एका अत्यंत प्रखर तर्कनिष्ठ आणि सर्वस्पर्शी समीक्षकाचे हे चिंतन असूनही विषयवस्तू आणि त्यावरील कारागिरी अशी कोमल, रसपूर्ण आणि कमनीय आहे की हे वाङ्मय ऐकताना किंवा वाचताना एखादी कादंबरी वाचत असल्यासारखा आनंद मिळतो. प्रवाह एवढा वेगवान आहे की एकापाठोपाठ एक विचार येतात. त्यांमध्ये कोणताही अडथळा येत नाही. निरूपण शैलीमध्ये एवढी स्फूर्ती आहे की आरंभापासून अंतापर्यंत कोठेही शिथिलता येत नाही. ज्या ताजेपणाने, सुगंधितपणाने एखाद्या प्रवचनाचा किंवा पुस्तकाचा प्रारंभ होतो तो ताजेपणा शेवटपर्यंत कायम राहतो. कोठेही थकवा किंवा कंटाळा येण्यासारखी परिस्थिती निर्माण होत नाही.

मला तर असे वाटते की ओशो जरी साहित्याच्या क्षितिजावर एक तत्त्वज्ञ, चिंतक, गुरू आणि द्रष्टा ज्ञानी अशा रूपांमध्ये प्रसिद्ध झाले असले तरी त्यांचे शब्दसौष्ठव आणि विषयाची मांडणी उच्चरवाने सांगत आहे की ते एक महान कवी, कथाकार आणि कलाकार आहेत. परंतु साहित्यकारांप्रमाणे त्यांची कविता किंवा कथा स्वतंत्र रूपामध्ये अभिव्यक्त न होता चिंतन-मनन अशा तत्त्वज्ञानाच्या शैलीमध्ये प्रकट झाली आहे. याचा परिणाम इतका विलक्षण आणि कल्याणकारी झाला की जगाला आंब्याच्या गोड स्वादामध्ये कडूनिंबाची आरोग्यदायी देणगीही प्राप्त झाली. विनोद

आणि हास्य यांचा विचार केला तरी मुल्ला नसरुद्दीनच्या रूपाने असे काही उत्कृष्ट, मौलिक आणि सर्वस्वी अद्वितीय असे चित्र सामोरे येते की हसता हसवताना अशी एखादी गोष्ट टोचणी लावून जाते की प्रथम तिचा पत्ताच लागत नाही आणि मन मात्र हाताबाहेर होते. एखाद्याने एखाद्या काल्पनिक तत्त्वज्ञानी पुरुषाचे नाव ऐकलेही असेल - जो हसत हसवत राहतो — परंतु अशा महापुरुषाला प्रत्यक्ष पाहण्याचे, ऐकण्याचे भाग्य मात्र जे लोक त्यांच्याजवळ राहण्याइतके भाग्यशाली असतात त्यांनाच लाभते. नाचणाऱ्या, गाणाऱ्या, हसत खेळत असलेल्या शब्दचित्रांची एक आकर्षक मिरवणूक, पूर्वी कधीही न ऐकलेल्या रागिणीचा, मन आनंदित करून टाकणारा स्वर एखाद्या कुशल वादकाने जीवनाच्या महान क्षणांसाठी सुरबहारावर आणावा. ओशोंच्या साहित्याचा कोणताही अंश कोठूनही उचलावा, त्यामध्ये सगळीकडे एकच प्राणधारा खळाळत वाहताना आढळते. आपण क्षीरसागराच्या हंसधवल लाटांमध्ये नखशिखांत नाहून निघत असल्याचा अनुभव घेतो आणि मोकळ्या आवाजाने म्हणू लागतो — रसो वै सः।

साहित्य जगतामध्ये ओशो अद्वितीय आहेत तसेच कबीरही अद्वितीय आहेत हे सांगण्याची आवश्यकताच नाही. दोघांची जोडी विलक्षण आहे. दोघेही एकाच काळात जन्मले असते आणि समोरासमोर बसून एकमेकांशी बोलत असते तर त्यांनी काय करून दाखवले असते, कल्पनाच करवत नाही. दोघे एकमेकांशी बोलले असते तरी की नाही? की दोघे एकमेकांकडे डोळे भरून पाहात राहिले असते आणि डोळ्यांनीच बोलले असते,

मन मस्त हुआ तो क्या बोले?
सुरति कलारि भई मतवारी, मदवा पी गई बिन तौले ।

ओशोंचे असोत की कबीरांचे, शब्दांचे बाण लागतील, मनाला विंधतील, जिवाची तडफड होईल. पण तुम्ही हसत राहा. खळखळून हसत राहा. प्रश्न विचारा, प्रवचन ऐका. वादविवाद करू नका. तर्कामध्ये तुम्ही त्यांच्याशी जिंकू शकणार नाही. त्यांनी मनात आणले तर दिवसा तारे दाखवून देतील आणि रात्री सूर्याला उगवणे भाग पाडतील. ही जादूच अशी आहे की जी डोक्यावर चढून बसते. तुम्ही तुमचा भाव अभाव होऊ देऊ नका. कबीराच्या या वचनाचे स्मरण ठेवा.

यह तो बाडी प्रेम की, खाला का घर नाय ।
सीस उतारे भुई धरे, सो आवे एहि ठांय ।
तर — सुनो भाई साधो !
आता येथेच थांबतो.

आरसी प्रसाद सिंह

(Abridged)

राजेंद्र नगर रोड नं १३ / बी.
पाटणा.

सहा

अनुक्रम

जब मैं भूला रे भाई, मेरे सतगुरु जुगत लखाई ।
किरिया करम अचार मैं छाड़ा, छाड़ा तीरथ नहाना ॥
सगरी दुनिया भई सयानी, मैंही इक बौराना ॥
ना मैं जानूं सेवा बंदगी, ना मैं घंट बजाई ।
ना मैं मूरत धरि सिंहासन, ना मैं पुहुप चढ़ाई ॥
ना हरि रीझै जबतप कीन्हे ना काया के जारे ।
ना हरि रीझै धोति छाड़े ना पांचों के मारे ॥
दाया रखि धरम को पाले जगसूं रहै उदासी ।
अपना सा जिव सबको जाने ताहि मिले अविनासी ॥
सहे कुसबद बाद को त्यागे छाड़े गरब गुमाना ।
सत्य नाम ताहि को मिलिहै कहै कबीर दिवाना ॥

प्रवचन १ ले
मैं ही एक बौराना

एखाद्या अंधाऱ्या रात्रीसारखं आहे तुमचं जीवन — जिथे सूर्याची किरणं पोचणं तर अशक्यच आहे पण एखाद्या छोट्याशा पणतीची ज्योतही नाहीये. हे इतकच असतं तरी काही हरकत नव्हती पण कायमचंच अंधारात राहण्याची सवय झाल्यामुळे तुम्ही आता अंधारालाच प्रकाश समजू लागला आहात. आणि जेव्हा एखादा माणूस प्रकाशापासून दूर असतो, अंधारालाच प्रकाश समजू लागतो तेव्हा सारा प्रवासच थांबतो. मी अंधारात आहे एवढी जरी जाणीव शिल्लक राहिली तरी मग माणूस प्रकाशासाठी तडफडू लागतो, तहानेला होतो, प्रकाश शोधू लागतो, धुंडाळू लागतो. पडतो, उठतो, मार्ग शोधतो, गुरु शोधतो. पण जेव्हा तो अंधारालाच प्रकाश समजू लागतो तेव्हा ही सगळी धडपड, यात्रा संपूनच जाते. कोणी मृत्यूलाच जीवन समजू लागलं तर जीवनाचं दार बंदच झालं.

एक खूप जुनी ग्रीक कथा आहे. एका सम्राटाला ज्योतिषांनी सांगितलं — या वर्षी जन्माला येणाऱ्या बालकांपैकी एक जण तुझा मृत्यू आहे.

अशा कहाण्या जगातल्या सगळ्या देशांमध्ये आहेत. कृष्णाच्या चरित्रामध्येही अशी एक कथा जोडली गेलेली आहे. आणि येशूच्या चरित्रातही. परंतु या ग्रीक कथेची बरोबरी करेल अशी एकही कथा नाही.

सम्राटाने त्या वर्षी जन्मलेल्या सर्व बालकांना तुरुंगात टाकलं - मारलं नाही. त्याला वाटलं, 'यांच्यापैकी कोणीतरी एकजण हत्या करणार आहे आणि मी या सगळ्यांचीच हत्या केली, तर ते तर महापातकच ठरेल.' मग ती लहान लहान बाळं मजबूत साखळदंडांनी बांधून जन्मभरासाठीच्या तुरुंगवासात टाकली गेली. अशा जखडलेल्या अवस्थेतच ती बाळं मोठी झाली. हातात बेड्या नाहीत असा एखादा क्षण आपल्या आयुष्यात कधी होता याची त्यांना आठवणही राहिली नाही.

त्या साखळ्या त्यांच्या आयुष्याचा एक भागच बनून गेल्या. आपण कधी स्वतंत्र होतो याची आठवण तरी कुठे राहिली होती त्यांना? गुलामगिरी हेच जीवन त्यांना ठाऊक होतं. आणि म्हणून ते डाचतही नव्हतं. कारण तुलना असेल तिथेच त्रास असतो. तुलनेचा काही मार्गच नव्हता. ते गुलाम म्हणूनच जन्मले होते आणि गुलाम म्हणूनच मोठे झाले होते. गुलामी हेच त्यांचं सर्वस्व होतं. स्वतंत्रतेशी तुलना करणं शक्यच नव्हतं. ते सगळे अगदी मजबूत साखळ्यांनी भिंतीशी जखडले होते.

आणि त्यांची दृष्टी अंधाराला इतकी सरावली होती की ते मागे वळून प्रकाशाच्या जगाकडे बघूच शकत नव्हते. प्रकाशाचा त्यांना त्रास होऊ लागला होता. अंधाराला ते इतके सरावले की प्रकाश रुचेनासा झाला होता. डोळे फक्त

अंधारातच उघडत असत. प्रकाश दिसला की बंद होऊन जात.

तुम्हालाही हा अनुभव आला असेल. भर दुपारच्या वेळी शांत थंडशा घरातून बाहेर गेलं की डोळे तळमळून जातात. तान्ही मुलं जन्म होण्याआधी नऊ महिने आईच्या पोटात अंधारात असतात - तिथं प्रकाशाचा एक किरणसुद्धा पोचत नसतो.

आणि मूल जेव्हा जन्माला येतं तेव्हाच्या डॉक्टरांच्या निर्बुद्धपणाला काही सीमाच नाही. रुग्णालयात मूल जिथं जन्माला येतं तिथे इतका प्रखर प्रकाश ठेवतात की बाळाचे डोळे दिपून जातात आणि त्याच्या डोळ्यांना कायमची इजा होते. मूल जन्माला यायला हवं मेणबत्तीच्या प्रकाशात. तिथे हजार कॅण्डल पावरच्या दिव्यांची काही जरूरी नाही. जगात आज जे इतके कमजोर डोळे दिसतात त्यांच्यापैकी पन्नास टक्के अधू डोळ्यांना रुग्णालयातला डॉक्टर जबाबदार आहे.

त्याची सोय होते अधिक प्रकाशामुळे — काय होतं आहे, काय होत नाहीये, काय करायला हवं, काय टाळायला हवं, त्याला दिसू शकतं सगळं. पण त्याची सोय बघायची नाहीये, बाळाची सोय बघायला हवी.

जे आयुष्यभर अंधारात राहिले होते — फक्त नऊ महिने नाही — सबंध आयुष्य — ते मागे वळूनसुद्धा पाहू शकत नव्हते. ते समोरच्या भिंतीकडेच पाहात राहात. रस्त्यावरून जाणाऱ्या येणाऱ्या लोकांच्या, दारा खिडक्यांच्या जवळून जाणाऱ्या लोकांच्या सावल्या समोरच्या भिंतीवर पडत असत. या सावल्या म्हणजेच सत्य असं ते समजत असत — हीच खरी माणसं आहेत. त्या सावल्यांनाच ते जग समजू लागले होते.

हिंदूनी या सावल्यांच्या जगालाच माया असं म्हटलं आहे. खरं काय ते तर दृष्टीला पडत नाही. खऱ्याचं प्रतिबिंब तेवढं दिसतं. खरं जे आहे ते पाहायला दृष्टी पाहिजे — समर्थ दृष्टी — प्रकाशात उघडू शकतील असे डोळे. सूर्यप्रकाशात समोरासमोर येऊ शकणारे डोळे. अंधाराची सवय झालेले डोळे सत्याकडे नाही पाहू शकत. सत्य कधीच झाकलेलं नसतं. सत्य नेहमीच उघड असतं, प्रकट असतं. तुमचे डोळे कमजोर आहेत म्हणून ते सत्य पाहू शकत नाहीत.

हळूहळू त्यांनी मागे वळून पाहणंच बंद करून टाकलं. वळून पाहण्याचा अर्थ होता डोळ्यांत पाणी येणं. ते तर दुःखाचं जग होतं.

तुम्ही सुद्धा सत्याकडे पाहणं बंद करून टाकलं आहे आणि कोणी तुम्हाला सत्य दाखवूनच दिलं तर तुम्हाला त्रास होतो. आनंद नाही मिळत, कष्टच होतात. कोणीही कधीही सत्य सांगितलं की कष्टच होतात.

पण एका माणसानं हिंमत केली. कारण त्याला संशय येऊ लागला होता

— या सावल्या सावल्या नाहीयेत कारण यांच्याशी बोललं तर त्या उत्तर देत नाहीत. यांना स्पर्श केला तर हाती काहीसुद्धा लागत नाही. त्यांना पकडायला जावं तर पकडता येत नाहीत. एका माणसाला संशय येऊ लागला. एक कोणी विचारवंत, एक कोणी बुद्ध.

त्या माणसाने हळूहळू मागे बघण्याचा प्रयत्न सुरू केला. वर्षं लागली, खूप त्रास झाला. जेव्हा कधी मागे बघत असे तेव्हा डोळे तळमळून जायचे, दिपून जायचे. डोळ्यांतून पाणी वाहात असे. पण त्यानं अभ्यास चालू ठेवला. मोठी तपश्चर्याच होती ती. मग हळूहळू डोळे तयार होऊ लागले.

आणि मग तो चकितच झाला — आपणच तर एका कारागृहात पडलो आहोत आणि आपण या सावल्यांना सत्य समजत राहिलो आहोत. त्याला मागे बघण्याची शक्ती प्राप्त झाली. त्याची मान वळू लागली आणि डोळे बाहेरचे रंग, वृक्ष, वृक्षांवर फुललेली फुलं, रस्त्यावरून जाणारे लोक हे सगळं बघू लागले. मोठं रंगीत जग होतं. सावल्या अगदी रंगहीन होत्या, उदास होत्या. बाहेर उत्सव होता. सावल्यांमध्ये कसलाच उत्सव पकडता येत नव्हता. मुलं नाचत होती, गात होती. सावल्या मूक होत्या. तिथे वाणी नव्हती, बोलकेपणा नव्हता. बाहेर - लपून असलेलं खरं जग मागे होतं.

त्या माणसानं हळूहळू या विषयाची चर्चा दुसऱ्या कैद्यांबरोबर करायला सुरुवात केली. बाकीचे कैदी हसू लागले — तुझं डोकं फिरलंय - हे जे समोर दिसतं आहे तेच सत्य आहे असं आम्ही आजपर्यंत ऐकत आलो आहोत आणि आम्ही मागे वळून पाहतो तेव्हा अंधाराखेरीज दुसरं काहीसुद्धा आम्हाला दिसत नाही. डोळे बंद असतात तेव्हा अंधाराशिवाय दुसरं काही दिसत नाहीच.

म्हणजे तिथे अंधारच असेल असं नाही. आपलेच डोळे बंद असतील असंही असेल. पण कोणीही स्वत:कडे दोष घेत नाही. माझे डोळे बंद असतील म्हणून मला अंधार दिसतो आहे असं कुणीही कबूल करणार नाही. लोक म्हणतात अंधार आहे, म्हणून अंधार आहे. माझे डोळे? आणि बंद असतील? शक्य तरी आहे का? आपण नेहमीच आपले डोळे उघडे आहेत असं समजत असतो. आपला आत्मा सतत जागृत आहे अशी आपल्याला खात्री असते. इथेच तर सर्व चुकांचं मूळ आहे.

पण कैद्यांची संख्या खूप होती आणि तो एकटा होता. लोकशाही कैद्यांच्या बाजूची होती. त्यांचं बहुमत होतं. त्यांनी म्हटलं, 'असं म्हणतोस? तर चला - सर्वांचं मत घेऊ.' त्या माणसाला एकही मत मिळालं नाही. सगळे त्याला खूप हसले. त्याची खूप टिंगल केली सगळ्यांनी. हळूहळू त्याला वेडाच समजू लागले.

हेच तर कबीर सांगताहेत.

'सारं जग झालं शहाणं — मी तेवढा वेडाच राहिलो'

'सगरी दुनिया भई सयानी — मै ही एक बौराना'

त्या माणसाला जर कबीराचं हे पद माहीत असतं तर त्यानंही हेच म्हटलं असतं. 'सगळे लोक शहाणे — मीच एकटा वेडा.' खरं तर तोच एकटा शहाणा होता. परंतु आंधळ्यांच्या गर्दीमध्ये डोळस माणूस वेडा ठरतो. मूर्खांच्या गर्दीमध्ये बुद्धिवान वेडा ठरतो. जिथे रोगीपणालाच आरोग्य समजलं जातं तिथे निरोगी माणसाला पकडून औषध पाजलं जाणारच.

बरोबरच आहे. कारण लोक स्वत:वरून निकष ठरवतात. आणि वर जेव्हा बहुमत त्यांच्या बाजूचं असतं — बहुमत नव्हे — सर्वांचंच मत त्यांच्या बाजूनं असतं तेव्हा — त्या एका माणसाला वगळून बाकी सारे जण त्यांच्या बाजूचे होतात. मग शंका निर्माणच कुठून होणार? लोक हसले, टिंगल केली, त्याला वेडा ठरवलं, त्याचा तिरस्कार केला, त्याची अवहेलना केली.

हळूहळू लोकांनी त्याच्याशी बोलणंच बंद केलं कारण तो अस्वस्थता निर्माण करत होता. अस्वस्थता निर्माण होत होती कारण कधीकधी त्यांच्याही मनात संशय उत्पन्न व्हायचा - कदाचित हा खरंही बोलत असेल. हा माणूस जर खरं बोलत असेल तर आपलं सारं आयुष्य फुकटच गेलं. मोठाच पेच आहे. हा माणूस खोटा ठरायलाच हवा — नाही तर त्यांचं सगळं आयुष्य खोटं, चुकीचं ठरणार होतं.

आणि आपलं सगळं आयुष्य फुकट गेलं हे सिद्ध व्हावं असं कुणालाही वाटत नाही. कारण त्याचा अर्थ असा होतो — तुम्ही फुकटच जगलात — तुम्ही संधी गमावल्यात — तुम्ही मूर्ख आहात — अज्ञानी आहात — बेशुद्धावस्थेत आहात. अहंकार हे मान्य करायला तयार होत नाही. अहंकार म्हणत असतो - माझ्याहून अधिक ज्ञानी कोण असणार? माझ्याहून अधिक बुद्धिमान कोण असू शकेल? असं रक्षण करत असतो अहंकार अज्ञानाचं ! अज्ञानाचं संरक्षण करणारा अहंकारच असतो. जोवर अहंकार आहे तोवर अज्ञानाचा गड नाही सर करता येणार — त्याला जिंकता नाही येणार!

हळूहळू त्यांनी त्या माणसाकडे दुर्लक्ष करायला सुरुवात केली. कारण त्याच्याशी नुसत्या बोलण्यानंही बेचैनी वाढत असे. कारण तो नेहमी रंगांविषयी बोलत असे. यांनी तर कुणीच रंग कधी बघितले नव्हते. तो नेहमी मागे वाजत असलेल्या संगीताबद्दल बोलायचा — यांनी कोणीच कधी संगीत ऐकलेलं नव्हतं. त्यांची सारी इंद्रियं अपंग अधू होऊन गेली होती. आणि हळूहळू तो माणूस त्यांना सांगू लागला. तुम्ही ज्यांना अलंकार समजता आहात, त्या बेड्या

आहेत. कैद्यालाही अखेर काहीतरी आश्वासक लागतं ना — मग तो बेड्यांनाच अलंकार समजू लागतो. त्यालाही जगायचं असतंच ना — मग तो तुरुंगालाच घर समजू लागतो. नुसतं समजू लागतो असं नव्हे तर आतून सजवूही लागतो — मनाची पक्की खात्री पटावी - हे आपलं घरच आहे अशी - म्हणून.

त्या बेड्यांवर कैद्यांनी फुलं-पानं काढली होती. आपापल्या बेड्या ते घासून पुसून चमकदार करत असत. ज्याची बेडी अधिक चमकदार तो अधिक श्रीमंत समजला जात असे. ज्याची बेडी अधिक मजबूत तो अधिक श्रीमंत मानला जात असे. ज्याची बेडी वजनदार तो साहजिकच अधिक श्रीमंत. बेडी कमजोर होते आहे असं वाटलं तर ते तिच्यामध्ये लगेच सुधारणा करून घेत. कारण बेडी हेच त्यांचं आयुष्य होतं आणि त्यांनी बेडीला बेडी कधी मानलंच नव्हतं. तो तर एक अलंकार होता. त्यांच्या शरीरावरचं एकमेव आभूषण होतं ते. सजण्यासाठी दुसरं काही नव्हतंच.

हळूहळू या माणसाच्या लक्षात येऊ लागलं की हा अलंकार नाही, बेडी आहे. कारण त्याला स्वातंत्र्याची, बाहेरच्या जगाची थोडीशी झलक मिळायला सुरुवात झाली होती. एक किरण उतरून आला होता अंधारामध्ये. सूर्याचा निरोप आला होता. आता या अंधाऱ्या घरात या कारागृहात राहणं कठीण होऊन गेलं. हळूहळू त्यानं बेड्या तोडून काढायला सुरुवात केली.

खरा प्रश्न आहे तो आतली बेडी तोडण्याचा. बाहेरची बेडी अगदी कमजोर असते. तुम्ही बंधनात असाल तर ते आतल्या बंधनात. आतलं बंधन आहे बेडीला अलंकार समजण्याचं. एकदा का हे समजलं की हा अलंकार नाही, की अर्धी मुक्ती मिळालीच. त्या दिवसापासूनच त्यानं आपल्या बेड्या घासणं बंद करून टाकलं, पुसणं बंद करून टाकलं, बेड्या सजवणं बंद करून टाकलं. लोकांना वाटू लागलं - त्याला जगण्याचा कंटाळा आला आहे.

कोणीही संन्यासी दिसला की संसारी लोकांना बहुतेक वेळा असंच वाटतं — कंटाळला बिचारा ! त्यांच्या मनात संन्याशाबद्दल एक प्रकारची कीव असते — आयुष्यात हार पत्करावी लागली — कदाचित द्राक्षं आंबट वाटली असतील - फार मोठा घास घेतला असेल — पचवता आला नसेल — दुर्बळच होता — आम्हाला आधीपासूनच ठाऊक होतं की हा दुर्बळ आहे. आज नाही तर उद्या थकून जाणार आहे आणि आपणच या संघर्षातून बाहेर पडणार आहे. भित्रा आहे. हे एवढे अलंकार — बेड्या — त्यांना सजवणं बंदच करून टाकलं आहे. असाच काही सजावट न करता राहतो आहे. आजूबाजूची भिंत साफ ठेवणंही बंद करून टाकलं आहे — आता अगदी पार वेडा झाला म्हटलं पाहिजे.

परंतु हळूहळू त्या माणसानं बेड्या तोडण्याचे उपाय शोधून काढले. आतली बेडी तुटली की बाहेरचा तुरुंग कोसळलेलाच असतो. अर्धा तर पडूनच जातो. पाया तर हललाच — आता मागच्या जगाचा, लपलेल्या जगाचा सांगावा आला तर... तेव्हा अनंताची हाक त्याला बोलावू लागली — त्याच्या रोमारोमामध्ये एक विलक्षण तहान भिनू लागली — खऱ्या जगामध्ये प्रवेश करायचा आहे.

त्यानं बेड्या तोडल्या. तहान असह्य झाली की अगदी दुर्बळ माणूससुद्धा शक्तिवान होऊन जातो. तहानच कमी असते तेव्हा अगदी कमकुवत बेड्यासुद्धा खूप मजबूत वाटू लागतात.

तहान वाढतच गेली. मागचं जग अधिकाधिक स्पष्ट दिसू लागलं. डोळे जितके स्वच्छ होऊ लागले तितकं तितकं सत्याचं जग स्वच्छ दिसू लागलं. एके दिवशी त्यानं बेड्या तोडल्या आणि तो कारागृहातून बाहेर पळाला. त्याच्या आनंदाला सीमा राहिली नाही. तो नाचत सुटला. सूर्य, पक्षी, झाडांवर उमललेली फुलं आणि खरे लोक — सावल्या नव्हेत. संगीत! रंग! सुगंध! तो खूप आनंदात होता. नाचत होता.

परंतु कारागृहामध्ये अफवा पसरली होती — आम्हाला माहीत होतं — आज नाही तर उद्या — जीवनाच्या लढाईतून पळ काढणार हा — एस्केपिस्ट — पलायनवादी — पळपुटा ! संसारी माणूस संन्याशाबद्दल नेहमी हेच बोलत असतो. आणि हे तो एखाद्या सामान्य संन्याशाबद्दल बोलतो असं नव्हे — महावीर आणि बुद्धालाही पळपुटाच म्हटलं आहे — पळून गेले.

ही स्वतःला वाचवण्याची युक्ती आहे. ही स्वतःची समजूत घालण्याची युक्ती आहे — की आम्ही भित्रे नाही आहोत — तुम्ही भित्रे आहात. तुम्ही भित्रे आहात म्हणून तर आत्ता आहात त्या जागी पोचला आहात. हे स्वतःला समजावणं आहे. आम्ही काही पलायनवादी नाही — आम्ही तर आयुष्याची लढाई लढतो आहोत.

आणि तुम्हाला अजून जीवन म्हणजे काय याची कल्पनाच नाहीये. ज्याच्याशी तुम्ही लढता आहात ते तर केवळ एक सावलीचं जग आहे. खरे लढणारे जीवनाशी लढतात. तुम्ही ज्याच्याशी लढता आहात, झुंजता आहात ते तर स्वप्नांहून अधिक मौल्यवान नाहीये. त्याचं अस्तित्व तुमच्या झोपेवर अवलंबून आहे. इतर कोणत्याही ठिकाणी त्याचं अस्तित्व नाही. ते तुमचं स्वप्न आहे. तो तुमचा अंधार आहे. ती तुमची गाढ निद्रा आहे. तुमची मूर्च्छा आहे.

परंतु सगळे लोक झोपी गेलेले आहेत आणि एकाला जाग आली — मग भले ते झोपलेले लोक भयंकर स्वप्न का पाहात असेनात — नरकात सडतो आहोत — भयंकर यातना भोगतो आहोत असं स्वप्न असलं तरीही — ते

झोपलेले लोक म्हणणार - पळपुटा - पळून गेला — जीवनाच्या लढाईतून पळून गेला. कूस पालटतील आणि पुन्हा आपल्या स्वप्नात दंग होऊन जातील.

थोडे दिवस चर्चा झाली. मग लोक विसरून गेले. परंतु त्या माणसाच्या आयुष्यात मात्र एक नवीच बेचैनी सुरू झाली. बाहेरच्या जगातली मुक्ती आणि आनंद त्याला जाणवू लागला, सत्याचा अनुभव येऊ लागला तसतशी त्याच्या मनात एक नवी महा-करुणा, एक दुर्दम्य करुणा निर्माण होऊ लागली — जावं परत तुरुंगामध्ये आणि हे सगळं सांगावं त्या लोकांना - थोडे दिवस त्यानं स्वत:लाच समजावलं की ते लोक ऐकणार नाहीत - त्यांचं बहुमत आहे. ते पुन्हा आपल्याला हसतील, आपल्यावर विश्वास ठेवणार नाहीत. कारण अंधारात राहून राहून लोक श्रद्धा विसरूनच जातात. श्रद्धा हे प्रकाशित झालेल्या चित्ताचं लक्षण आहे. अंधारात राहणारे लोक शंका घेण्यात तरबेज होऊन जातात. संदेह हा अंधाराचा भाग आहे. श्रद्धा हा प्रकाशाचा भाग आहे. म्हणून तर सर्व ज्ञानी व्यक्तींनी श्रद्धेला सेतू मानलं आहे. अंधारातून प्रकाशाकडे यायचं असेल तर श्रद्धेच्या सेतूवरूनच यावं लागतं.

एक विश्वास असायला हवा. जे मला ज्ञात नाही ते अस्तित्वात असू शकतं एवढाच विश्वासाचा अर्थ आहे. तुम्हाला जर वाटलं की आपल्याला जेवढं माहीत आहे तेवढंच ज्ञान आहे तर मग पुढच्या प्रवासाचा प्रश्नच उरत नाही. गोष्ट संपूनच जाते. प्रत्यक्ष बुद्धानं तुमच्यासमोर डोकं आपटून सांगितलं की तुमच्याहून थोडं अधिक ज्ञान मी मिळवलं आहे तरी तुम्ही ते मान्य करणार नाही.

सत्य काय आहे ते मला माहीत आहे असं मानणं म्हणजे संदेह. मला जे ज्ञान झालं आहे तेवढंच अंतिम सत्य आहे. माझा अनुभव म्हणजेच सत्य असं मानणं हा संदेहाचा अर्थ आहे. श्रद्धेचा अर्थ असा — माझा अनुभव लहान आहे. सत्य याहून खूप मोठं असू शकतं. माझं अंगण छोटंसं आहे. हे अंगण म्हणजे संपूर्ण आकाश नव्हे. आकाश याहून मोठं आहे. माझी खिडकी छोटी आहे. परंतु खिडकीची चौकट म्हणजे आकाशाला घातलेली चौकट नव्हे. मी खिडकीतून बाहेर पाहू शकतो हे खरं असलं तरीही खिडकी म्हणजे आकाश नव्हेच.

हे एवढं ज्याला जाणवलं, ज्याला आपल्या मनातल्या संदेहाबद्दल शंका आली, तो श्रद्धावान बनतो. ही शंका, हा संदेह सर्वात मोठा संदेह आहे हे ध्यानात घ्या. ज्याला आपल्या मनातल्या संदेहाबद्दल संशय येतो, जो आपल्या संदेहाच्या प्रवृत्तीसंबंधी विचलित होतो त्याच्या जीवनामध्ये श्रद्धा प्रकट होते.

श्रद्धेचा अर्थ आहे — अजून खूप ज्ञान शिल्लक आहे. समुद्रकिनाऱ्यावरून मी थोडेसे दगडगोटे गोळा केले आहेत पण म्हणजे समुद्रकिनारा संपून गेला असं नव्हे. मी मूठभर रेती उचलली आहे परंतु समुद्रकिनाऱ्यावर अजून अनंत

रेती शिल्लक आहे. माझ्या मुठीला मर्यादा आहे, सागराला मर्यादा नाही. माझ्या बुद्धीला सीमा आहे, सत्याला सीमा नाही. मी कितीही मिळवत गेलो तरी मिळवण्याचं, प्राप्त करून घेण्याचं काहीतरी बाकी राहीलच.

हाच तर अर्थ आहे परमात्म्याला अनंत म्हणण्याचा. तुम्ही कितीही मिळवा — परमात्मा बाकी राहतोच मिळवण्याचा. तुम्ही घेऊन घेऊन थकून जाल पण तो शिल्लक राहील. तुमचं भांडं भरून वाहू लागेल पण त्याचे मेघ वर्षतच राहतील.

आपण कणभर आहोत. जेव्हा या कणाला वाटू लागतं की आपणच सर्व काही आहोत तेव्हा तिथेच श्रद्धा संपून जाते. अज्ञानाच्या दिशेनं पाऊल उचलण्याचं धाडस म्हणजे श्रद्धा, अज्ञातामध्ये प्रवेश, अनोळखी प्रदेशात प्रवेश; मी जिथे कधीही गेलो नाही, मी कधीही जो झालो नाही — तेही घडू शकतं.

त्या माणसाच्या मनामध्ये पुन्हा पुन्हा करुणा जागृत होऊ लागली — आनंदाचं अत्यावश्यक लक्षण आहे करुणा !

बुद्धांना कुणीतरी प्रश्न केला - समाधीची पूर्ण परिभाषा काय आहे? तेव्हा त्यांनी सांगितलं, 'मला परिभाषा ठाऊक नाही — परंतु दोन गोष्टी निश्चित — महाज्ञान आणि महाकरुणा!

प्रश्नकर्त्यानं विचारलं, 'महाज्ञान एवढंच म्हटलं तर पुरेसं नाही का?' बुद्धांनी उत्तर दिलं, 'नाही - ते अर्धवट - अपूर्ण होईल. महाज्ञान ही नाण्याची एक बाजू आहे. दुसरी बाजू आहे महाकरुणा!'

ज्ञानाचा जन्म होतो तेव्हा करुणाही जन्म घेते. का? कारण आत्तापर्यंत जी जीवनशक्ती वासनेच्या रूपामध्ये होती ती ऊर्जा कुठे जाणार? ऊर्जा कधीच नष्ट होत नाही. आत्तापर्यंत ती शक्ती पैशाच्या मागे धावत होती, उच्चपदाच्या मागे धावत होती — अनेक महत्त्वाकांक्षा होत्या. तऱ्हातऱ्हांच्या उपभोगांची इच्छा होती. त्यावर सारी शक्ती केंद्रित झालेली होती. प्रकाश आला. ज्ञानाचा उदय झाल्याबरोबर तो सारा अंधार, ते उपभोग, ती लालसा, महत्त्वाकांक्षा सारं नाहीसं होऊन जातं — दिवा लावल्याबरोबर अंधकार नाहीसा होतो तसं !

या जीवनशक्तीचं, या ऊर्जेचं काय होईल? जी ऊर्जा कामवासना बनली होती, जी ऊर्जा संताप बनली होती, जी ऊर्जा ईर्ष्या, मत्सर बनली होती, त्या ऊर्जेचं, त्या शुद्ध शक्तीचं काय होईल? ती सारी शक्ती करुणेमध्ये रूपांतरित होते. महाकरुणेचा जन्म होतो आणि ती करुणा तुमच्या कामवासनेपेक्षा अधिक दुर्दम्य असते. कारण तुमच्या कामवासनेबरोबर इतरही अनेक वासना असतात. महत्त्वाकांक्षा असते, पैसा कमवायचा असतो. तुम्ही कामवासनेला दडपूनही ठेवू शकता — थांब दहा वर्षं — भरपूर पैसा कमावून घेऊ आणि मग करू लग्न!

पैसा मिळवण्याची इच्छा एकटी नसते. उच्चपद मिळवण्याचीही इच्छा असते. पदप्राप्तीसाठी तुम्ही पैशाचाही त्याग करू शकता. निवडणुकीमध्ये खर्च करता — कसंही करून एकदाचं मंत्रीपद हाती लागू दे परंतु मंत्रीपदाची इच्छाही पूर्ण वासना नसते. मंत्री झाल्यानंतर तुम्ही स्त्रियांच्या मागे धावू लागता. त्यासाठी मग मंत्रीपदही पणाला लावता.

तुमच्या साऱ्या इच्छा अपूर्ण, अधुऱ्या असतात. हजारो इच्छा, वासना असतात आणि त्या सगळ्यांमध्ये ऊर्जा वाटली गेलेली असते. परंतु जेव्हा साऱ्या कामना नाहीशा होऊन जातात तेव्हा सारी ऊर्जा मुक्त होते. एका दुर्दम्य ऊर्जेचा स्त्रोतच बनून जाता तुम्ही. एक प्रचंड शक्ती ! या शक्तीचं काय होणार?

ज्या क्षणी आनंदाचा उद्भव होतो, समाधीचा जन्म होतो, सत्याचं आकाश सापडतं त्याच क्षणी तुम्हाला जाणवतं की जे मागे राहून गेले आहेत त्यांनाही या मोकळ्या आकाशात आणायला हवं. आणि मग तुमचं सारं आयुष्य जे बंदी आहेत त्यांना मुक्त करण्याच्या कार्याला वाहून टाकलं जातं. जे कारागृहामध्ये आहेत त्यांना मोकळं आकाश मिळवून देण्यासाठी खर्ची पडू लागतं. ज्यांच्या पंखांना गंज चढला आहे त्यांना पुन्हा उडता यावं म्हणून त्यांचे पंख पुन्हा पहिल्यासारखे करण्याच्या कामामध्ये गढून जातं. ज्यांचे पाय थिजून गेले आहेत त्यांच्या पायांमध्ये पुन्हा शक्ती आणण्याच्या कामात गुंतून जातं. लंगडे चालू शकावेत आणि आंधळे पाहू शकावेत, बहिरे ऐकू शकावेत म्हणून.

आणि तुम्ही लंगडे आहात. तुम्ही चाललाच नाही आहात कधी. फिरला आहात खूप, परंतु जोवर तीर्थयात्रा घडत नाही तोवर कोणतंच फिरणं यात्रा होत नाही. तुम्ही बहिरे आहात. ऐकलं आहेत पुष्कळ, परंतु वासनेच्या स्वराखेरीज दुसरा कोणताही स्वर तुम्ही ऐकलेला नाही आणि वासना हे काय संगीत आहे? वासना म्हणजे तर एक गोंगाट आहे — त्यात संगीत कणभरही नाही, वासना म्हणजे एक विसंगीत आहे. संगीताच्या अगदी उलट असा गोंधळ — त्याच्यामुळे तुम्ही तणावाखाली जाता, चिंता करू लागता, बेचैन, अस्वस्थ होऊन जाता. संगीत म्हणजे जे तुम्हाला त्या अनंत आनंदानं भरून टाकतं — सारी बेचैनी अस्वस्थता हरपून जाते, सुखाची बासरी वाजत असते, ते खरं संगीत आणि बासरीसुद्धा अशी की जिचं संगीत कधीही संपत नाही.

तुम्ही आंधळे आहात. तुम्ही पाहिलं आहे पुष्कळच, पण जे काही पाहिलं आहे ते सगळं वरवरचं — बाह्याकार आहे. आतलं सत्य तुम्ही पाहू शकला नाहीत. शरीर दृष्टीला पडतं, आत्मा नाही. पदार्थ दिसतो, परमात्मा नाही दिसत. जे दृश्य असतं ते दिसू शकतं. जे अदृश्य असतं ते दिसू शकत नाही आणि हे जे अदृश्य असतं तेच तर दृश्याचा आधार असतं. पदार्थाचा आधार परमात्माच

तर असतो. आणि आत्म्याखेरीज शरीर क्षणभरही जिवंत राहू शकत नाही. पक्षी इथून उडाला की लोक निघालेच शरीर जाळण्यासाठी. तरीही तुम्ही फक्त शरीरच पाहिलं आहे, आत्मा पाहिलेला नाही. आंधळे आहात तुम्ही, लंगडे, अपंग आहात.

ज्याच्या आयुष्यात समाधी उमलते, तो धावत निघतो — झोपलेल्यांना जागं करण्यासाठी. परंतु त्याच्या समोरही अडचणी असतातच.

काही दिवस त्यानं स्वत:ला रोखलं. कारण त्याला माहीत होतं लोक आपल्याला हसणार आहेत. त्याला माहीत होतं की लोक आपलं सांगणं ऐकणार नाही आहेत. कारण त्याला हेही माहीत होतं की जे आजवर घडत आलं आहे तेच आजही घडणार आहे. फुलांचे हार नाही मिळणार, दगड धोंडे आणि काटेच मिळणार आहेत आपल्याला. परंतु करुणा दुर्दम्य असते. तिला नाही अडवता येत.

अशी एक कथा सांगतात, बुद्धांना जेव्हा ज्ञानप्राप्ती झाली तेव्हा ते सात दिवस मौन धारण करून बसून राहिले. फार गोड कथा आहे. काय करत होते गप्प बसून? खूप वेळा ही अदम्य करुणा हृदयामध्ये उफाळून आली की जावं — खूप लोक वाट चुकून भटकत आहेत. सगळेच वाट चुकले आहेत. जे मला मिळालं आहे ते त्यांच्यामध्ये वाटून द्यावं. पण काहीतरी त्यांना अडवत होतं — थांबवत होतं.

बुद्धांसारखी व्यक्तीही धैर्य गोळा करू शकली नाही. तुमच्या समोर बुद्धांनीही हार मानली. बुद्धांनादेखील भय वाटलं. ज्याला आता कसलंही भय राहिलं नाही, ज्याला मृत्यूचंही भय राहिलं नाही, तोही तुम्हाला घाबरला. जो यमाला भीत नाही तो तुम्हाला भ्याला.

सात दिवसपर्यंत बुद्ध स्वत:ला विरोध करत राहिले. खूप तऱ्हांनी स्वत:ला समजावलं की नको — जे जागृत होणार आहेत ते माझ्या मदतीशिवायही जागृत होतीलच आणि जे जागे होणारच नाही आहेत त्यांच्यासमोर मी कितीही डोकेफोड केली तरी ते ऐकणार नाहीच आहेत. मग मी एवढी मेहनत कशासाठी करू?

पुढची कथा अशी आहे, आकाशातले देवदेवता काळजीत पडले. त्यांच्या मनात मोठी अस्वस्थता निर्माण झाली. अस्वस्थता अशासाठी की कोटी कोटी वर्षांमध्ये कधीतरी एखाद्याला बुद्धत्व प्राप्त होतं आणि तोच जर गप्प राहिला तर जे वाट चुकलेले आहेत त्यांचं काय होईल? जे न कळतच अंधारात प्रतीक्षा करत आहेत की कुणीतरी येईल आणि मार्ग दाखवील त्यांचं काय होईल? मार्ग दाखवणाऱ्याचं स्वागत करतील दगड-धोंड्यानीच पण अनंत काळापासून शोधत तरी होते ना — आत आत कुठेतरी एक बीज लपून बसलं आहेच. त्याला कोंब फुटला नसेल. योग्य अशी जमीन मिळाली नसेल, त्याची निगराणी ठेवणारं

कुणी भेटलं नसेल, परंतु बीज तर आहे ना तिथं — त्याचं काय होईल?

पुढे असं म्हणतात — आकाशातले देव खाली उतरून आले. बुद्धांच्या चरणांवर मस्तक ठेवून म्हणाले, 'नाही - आता गप्प राहू नका, उठा — आधीच खूप उशीर झाला आहे.'

देवता म्हणजे अत्यंत शुभ असा परिणाम घडवून आणणारी चेतना. ज्या चेतनांमधून जे काही अशुभ ते सारं गळून गेलं आहे, फक्त शुभ तेवढंच शिल्लक राहिलं आहे अशा चेतना, आणि तरीही त्या पूर्ण मुक्त नसतात. जेव्हा शुभही गळून जाईल तेव्हा त्या खऱ्या मुक्त होतील. देवता म्हणजे अतिशुद्ध चेतना — संपूर्णपणे मुक्त चेतना नव्हे. सुरुवातीला अशुद्धीखाली दबलेल्या चेतना आहेत. त्यांना आपण राक्षस म्हणू, असुर म्हणू. नरकामध्ये पडलेले लोक म्हणू. यानंतर शुद्ध चेतना आहेत. त्या चेतना स्वर्गामध्ये आहेत, शांत आहेत. यांचा परिणाम शुभ असा आहे. या चेतना कुणाचंही वाईट चिंतीत नाहीत. सर्वांचं भलं व्हावं अशीच इच्छा करतात — परंतु इच्छा करतातच. नरकामध्ये जे पडले आहेत त्यांच्या हातांतील बेड्या लोखंडी आहेत. स्वर्गामध्ये जे आहेत त्यांच्या हातांतील बेड्या सोन्याच्या आहेत. त्या बेड्यांवर हिरे, माणके जडवली आहेत पण बेड्या आहेतच.

मुक्त कोण — ज्याच्यामध्ये शुभही नाही आणि अशुभही नाही. ज्याच्या हातातल्या लोखंडाच्या आणि सोन्याच्या सर्वच बेड्या तुटून गेल्या आहेत. मुक्त तो — ज्याच्या मनातलं द्वंद्व संपून गेलं आहे, ज्याच्या आत द्वैत राहिलं नाही, शुभ-अशुभ, चांगलं वाईट, दिवस रात्र, स्वर्ग नरक, सुख दुःख सगळंच हरपून गेलं आहे.

'देवता'चा अर्थ आहे शुद्ध, सुखी अशा चेतना. साहजिकच त्यांच्याच हृदयामध्ये अनुकंपा निर्माण होणार हे निश्चित होतं. कारण मुक्त पुरुषाच्या सर्वात निकट देवता असतात, नरकात पडलेल्या लोकांना तर कोणी बुद्ध झाला आहे या गोष्टीचा पत्ताही नव्हता.

पृथ्वीवर जे लोक आहेत ते या दोघांच्या मधोमध आहेत. ते ना स्वर्गात आहेत ना नरकात. ते त्रिशंकूसारखे आहेत. शुभ आणि अशुभ यांच्यामध्ये हेलकावे खात असतात. सकाळी देवमाणूस आणि तासाभरानंतर सैतान. पुन्हा तासानंतर पाहाल तर चांगले हसताहेत — चांगला सज्जन माणूस दिसतोय — थोड्या वेळानंतर कुणाचा गळा कापायलाही पुढेमागे बघणार नाहीत. पृथ्वीवर जे लोक आहेत — ज्ञानी लोकांनी पृथ्वीला मध्यलोक असं म्हटलं आहे, हे पृथ्वीवरचे लोक स्वर्ग आणि नरक यांच्यामध्ये फिरत असतात. एक पाय स्वर्गात तर दुसरा नरकात. कोणत्याच एका ठिकाणी नसतात ते. त्यांचं अस्तित्वच

नसतं कुठेही. म्हणूनच तर तुम्ही कोण आहात हे तुम्हाला उमजतच नाही. नरकातल्या लोकांना बरोबर ठाऊक असतं ते कोण आहेत ते. स्वर्गातल्या लोकांनाही बरोबर ठाऊक असतं ते कोण आहेत ते. कारण सगळे एकाच नावेतले प्रवासी असतात.

जे शुभ अशा नावेमध्ये बसलेले होते ते घाबरले. त्यांचे प्राण थरथरा कापू लागले. कारण बुद्ध मूक होते. ते बोललेच नाहीत तर काय होईल?

देवतांनी पायांवर डोकं टेकलं. स्वत: ब्रह्माने सांगितलं, 'नाही - आपण काहीतरी बोलावं. आणखी वेळ गेला तर आपली वाणी हरवून जाईल. आपण स्वत:च्या अंतरात बुडून जाऊ नका. आपणाला प्राप्ती झाली आहे. परंतु ज्यांना नाही झाली त्यांच्यावर करुणा करावी.'

असं म्हणतात, बुद्धांनी उत्तर दिलं - ज्यांना हे मिळवायचं आहे, जे ही धडपड करताहेत, त्यांना ते मिळणारच. मला मिळालं तेव्हा त्यांनाही ते मिळणारच. तेही माझ्यासारखेच आहेत. थोडा वेळ लागेल कदाचित परंतु या अनंत काळामध्ये वेळ काय आणि उशीर काय? घडीभर इकडे घडीभर तिकडे. या जन्मी नाही तर पुढच्या जन्मी — काय फरक पडतो? मला या त्रासामध्ये का ढकलताहात?

आणि ज्यांना हे प्राप्त होणारच नाही आहे — माझ्या आधी खूप बुद्ध पुरुष होऊन गेले आहेत, ह्या साऱ्यांनी त्यांची दारं ठोठावली आहेत परंतु दार उघडलंच नाही. दार उघडलंच नाही एवढंच नव्हे तर ते लोक नाराजसुद्धा झाले— 'आमची झोपमोड का करताहात? आमची शांती का नष्ट करताहात? आम्ही आहोत तसे ठीक आहोत. आम्हाला अस्वस्थ का करताहात? कोणत्या जगातल्या आहेत या गोष्टी? हे जग म्हणजेच सारं काही आहे. दुसरं कोणतंही जग अस्तित्वातच नाही.' त्यांनी श्रद्धा ठेवली नाही. ते नाही ऐकणार. 'हजारो बुद्ध त्यांच्यापुढे हरले आहेत. मीही हरेन. तुम्ही मला का त्रास देताहात?'

सर्व देवता चिंतन करू लागल्या, विचार करू लागल्या. बुद्धांना स्वत:मधून बाहेर आणण्याचा काहीतरी मार्ग शोधलाच पाहिजे. पूर्ण विचार करून ते सारे देव बुद्धांजवळ आले आणि म्हणाले, 'तुम्ही योग्य तेच बोलत आहात. काही जण असे आहेत, जे आपल्याशिवायही प्राप्ती करून घेतील आणि काही जण असे आहेत की जे आपल्या मदतीनेही प्राप्ती करून घेऊ शकणार नाहीत. परंतु या दोघांच्या मध्ये असेही काही लोक आहेत जे आपल्याशिवाय प्राप्ती करून घेऊ शकणार नाहीत पण आपल्या मदतीने मात्र प्राप्त करून घेऊ शकतील. या लोकांची संख्या अगदी कमीही असेल. असं समजा की कदाचित एखादाच माणूस प्राप्ती करून घेऊ शकेल — तरीही - तरीही त्याला मदत करणं योग्यच होईल. कारण एका व्यक्तीला जरी बुद्धत्व प्राप्त झालं तरी ती महान

घटना ठरेल. म्हणून आपण शांत राहू नये.

बुद्धांना मान्य करावं लागलं. देवतांच्या तर्कसंगत बोलण्यामुळे नव्हे तर या तर्कसंगत बोलण्यामुळे आतली विरोधाची भिंत ढासळूनच गेली. मग आतमध्ये करुणेचा झरा बाहेर वाहण्यासाठी तयारच होता.

त्या माणसालाही त्रास झाला. मन बेचैन होऊ लागलं. तुरुंगामध्ये ज्यांना सोडून आला होता त्यांची आठवण येऊ लागली. ते सगळेजण असे बंधनामध्येच संपून जाणार का? अशा अंधारात त्यांचं जीवन सुरू झालं — तशाच अंधारात ते हरवून जाणार का? त्यांच्या डोळ्यांना प्रकाश कधी दिसणारच नाही का? भिंतीवरील सावल्याच पाहात राहणार का ते जन्मभर? बेड्यांना अलंकार मानत राहणार का? त्यांना मुक्तीचे पंख कधीच लाभणार नाहीत का?

नाही. त्याचं मन जड होऊ लागलं. ढगामध्ये पाणी भरलं, ते जड झाले की बरसून जातात तसा त्याचा प्राण जड होऊ लागला. वर्षाव करण्यासाठी आतुर झाला. फुलामध्ये सुगंध काठोकाठ भरला की फूल उमलतं आणि आपला सुगंध चारही लोकांमध्ये दाही दिशांना उधळून देतं. तसा त्याचा प्राण उमलण्यासाठी आतुर झाला. कोणतीतरी शक्तिवान प्रेरणा त्याला परत खेचून नेऊ लागली.

त्याला ठाऊक होतं — तिकडे त्याचं स्वागत होणार नाही. तरीही तो कारागृहामध्ये परत आला. लोक हसू लागले. म्हणू लागले, 'आम्ही आधीच सांगितलं होतं — तिथे काहीही नाहीये. तू जिथं जायला निघाला आहेस तिथं फक्त सावल्या आहेत. आलास परत? सुचला शहाणपणा? मार्गावर आली बुद्धी? आणि वर आम्हाला शिकवत होता — चला माझ्याबरोबर असं. आम्हालाही मूर्ख बनवण्याचा बेत होता काय? आता तरी अक्कल आली? चल ये आता परत. चढव आपले अलंकार. हे एवढं एकच जग आहे आणि भिंतीवर पडणाऱ्या सावल्याच सत्य आहेत.

'रंगांची, प्रकाशाची ही सगळी स्वप्नं आहेत, साऱ्या कल्पना आहेत. आणि तू एकटाच नाहीयेस बरं — आमच्यातल्याही कित्येकांनी ही स्वप्नं पाहिली आहेत, अशा कल्पनाही केल्या आहेत. ही सगळी बाष्कळ बडबड आहे. मूर्ख लोकांचं शोषण करण्याचे हे उपाय हुशार लुच्च्या लोकांनी शोधलेले आहेत.'

त्या माणसाला केवढा धक्का बसला असेल. दार बंद आहे — यांना मुक्त करण्यासाठी तो आला आहे पण हे लोक तर आपल्या तुरुंगालाच आपलं जग समजताहेत. तरीही त्यानं प्रयत्न केला. जे आजपर्यंत घडत आलं आहे तेच पुन्हा घडलं. लोक त्याच्या विरोधात जाऊ लागले. तो जेवढे प्रयत्न करू लागला तेवढी त्यांची नाराजी वाढू लागली.

तसं पाहिलं तर त्यांची नाराजीसुद्धा साहजिकच होती असं वाटू लागतं.

जन्मभर जोपासलेल्या त्यांच्या श्रद्धेला तुम्ही उखडून टाकायला निघाला आहात. साठ वर्षं व्यर्थ जगलात असं तुम्ही त्यांना सांगत आहात. 'तुम्ही इतके मूर्ख आहात की साठ वर्षं अंधारात जगलात आणि तरीही हा अंधार आहे हे तुम्हाला कळलं नाही असं तुम्ही त्यांना सांगता आहात. बेड्यांमध्ये अडकून सडत राहिलात पण तुम्हाला एवढंही कळलं नाही की या बेड्या आहेत? मूर्ख! आणि तुम्ही या बेड्यांना अलंकार समजताहात? भिंतीवर पडलेल्या सावल्या पाहात राहिलात आणि त्यांनाच सत्य समजत राहिलात?'

हे सहन होण्यासारखं नाही. कारण हा माणूस जर खरं बोलत असेल तर मग कारागृहातली सगळी माणसं खोटी ठरतात.

बुद्ध सत्य असेल तर गर्दी खोटी ठरते. मी खरा असेन तर तुम्ही खोटे ठरता. तुम्ही खरे ठरण्याचा एकच उपाय आहे आणि तो म्हणजे मी खोटं ठरण्याचा. हा उपाय तुम्हाला सहज जमण्यासारखा आहे. गर्दी तुमची आहे. संख्येचं बळ तुमच्याकडे आहे.

तो माणूस एकटा होता — अनोळखी, अपरिचित लोकांमध्ये. त्याची भाषा बदलली होती. त्यांची भाषा वेगळी होती. त्या दोघांच्या मध्ये आता कोणताही संवाद घडून येणंही कठीण होतं. त्यानं लोकांना समजावण्याचे असंख्य प्रयत्न केले. परंतु कोणी समजून घेण्यास तयारच नव्हतं. हळूहळू त्याचं समजावून सांगणंही लोकांना एक ओझं वाटू लागलं आणि मग जे नेहमी घडत आलं आहे तेच घडलं. लोकांनी दगडांच्या आणि बेड्यांच्या प्रहारांनी त्या माणसाला मारून टाकलं.

तुम्ही येशूशी असेच वागला आहात. तुम्ही सॉक्रेटिसबरोबर असेच वागला आहात. तुम्ही मन्सूरशीही असेच वागला आहात.

ही कथा अतिप्राचीन आहे आणि अगदी नवीनही आहे. जुन्याहून जुनी आणि नव्याहून नवी. पूर्वीही हे असं घडलं आहे, आजही घडतं आहे आणि पुढेही घडत राहणार आहे. ही एक चिरनूतन आणि चिरपुरातन अशी कथा आहे. ग्रीसचे एक महान विचारवंत प्लेटो यांनी या कथेच्या काही भागाचा आपल्या ग्रंथांमध्ये उल्लेख केलेला आहे. परंतु ही कथा प्लेटोपेक्षाही प्राचीन आहे. माणसाचा जन्म झाला तेवढी जुनी ही कथा आहे. आणि जोपर्यंत एक तरी माणूस या जमिनीवर बंधनात राहील तोपर्यंत ही कथा जिवंत राहील.

आता तुम्हाला कळले की कबीर स्वत:ला स्वत:च वेडा म्हणतो आहे, ते का? जग किती अडाणी असतं - प्रज्ञावंताला पागल म्हणतं आणि मूर्खाला ज्ञानी! ज्यांना काहीही कळलेलं नाही, ज्यांनी शब्दांचा कचरा गोळा करून ठेवला आहे आणि डोक्यात शास्त्रं भरून ठेवली आहेत त्यांना ज्ञानी, पंडित

समजलं जातं.

कबीर जन्मभर काशीमध्ये राहिले — पंडितांचं जग! साहजिकच त्या सर्व पंडितांनी कबीरांना 'वेडा आहे झालं' असं म्हटलं असणार! काशी...! तिथे तर आंधळ्यांची सर्वात जास्त गर्दी आहे. तिथे तर शब्दांची जाळी पसरणाऱ्या मूर्खांनाच सर्वात जास्त मान दिला जातो. वेद, उपनिषदं आहेत, गीता आहे, पुराणं आहेत. त्यांना, या विद्वानांना गीता, पुराणं, वेद, उपनिषदं सारं काही तोंडपाठ आहे. शब्दांखेरीज दुसरं काही त्यांनी समजावूनच घेतलेलं नाही. भिंतीवरच्या सावल्यांना त्यांनी गोळा करून ठेवलं आहे. — खूप मेहनतीनं, खूप श्रम घेऊन, मोठ्या कौशल्यानं. ते सगळे तर्कशास्त्रात, शब्द वापरण्यात अगदी पारंगत आहेत. कारण शब्द ही सत्याची सावली असते आणि तर्क म्हणजे तर फक्त धीर देणं आहे.

म्हणूनच कबीर स्वत:च स्वत:ला म्हणतात.

'कहै कबीर दीवाना ।'

एक एक शब्द ऐकण्याचा, समजून घेण्याचा प्रयत्न करा. कारण कबीरासारखे वेडे फार क्वचित भेटतात, हाताच्या बोटांवर मोजता येतात आणि त्यांचं वेडही असं आहे की त्यांच्या सुरईतल्या मद्याचा एक थेंब जरी तुमच्या वाट्याला आला तरी तुम्ही स्वत:चं अहोभाग्य समजा. त्यांच्या वेडेपणाचा तुम्हाला किंचितसा स्पर्श जरी झाला तरी तुम्ही निरोगी, शांत होऊन जाल. त्यांच्या वेडेपणानं तुम्हाला थोडं जरी वेडं केलं, तुम्हीही कबीरासारखे नाचू लागलात, गाऊ लागलात तर त्याहून मोठं कोणतंच भाग्य नसेल तुमचं. तेच परम सौभाग्य आहे. फार सुदैवी लोकांनाच हे भाग्य लाभतं.

'जब मैं भूला रे भाई मेरे सतगुरु जुगत लिखाई ।
किरिया करम अचार मैं छाड़ा, छाड़ा तीरथ नहाना
सगरी दुनिया भई सयानी मैं ही इक बौराना ।

'जब मैं भूला रे भाई' — काय विसरलं आहे? काय विसरला आहेस तू? तुला सगळं आठवतं आहे, तू फक्त स्वत:ला विसरला आहेस. वेद तोंडपाठ आहेत, सिद्धांत, शास्त्रं सगळं काही लक्षात आहे. फक्त एकच गोष्ट विसरला आहेस — तुला स्वत:ला! आणि ते जाणून घेतल्याखेरीज बाकी सर्व ज्ञान व्यर्थ आहे. ज्यानं त्या एका गोष्टीला जाणून घेतलं त्याला सारं ज्ञान प्राप्त झालं. त्या एका गोष्टीच्या ज्ञानानं सारे वेद, कुराण, बायबल सगळं समजून येतं. ती एक गोष्ट विसरली की बाकी सगळंच विसरलं जातं.

कारण तुमच्या अंतरातील चैतन्याचा तोच तर एक स्रोत आहे. त्या एकानेच तुम्ही परमात्म्याशी जोडले गेला आहात. तो तुमच्या अंतरात उतरून आलेला

परमात्मा आहे. जसं तुमच्या घराच्या खिडकीतून आत आलेलं आकाश तुमच्या घरात भरून राहतं, तसं तुमच्या त्या एकामध्ये आलेलं आकाश - परमात्मा तुम्हाला भरून राहतो. त्याच एकाला तुम्ही विसरून गेला आहात.

त्याच्याकडे पाठ आणि साऱ्या जगाकडे दृष्टी केली आहे तुम्ही. धावून धावून ज्ञान गोळा करत राहता, धन जमा करत राहता, पण एक गोष्ट विसरून जाता — ज्याच्यासाठी तुम्ही हा संग्रह करता आहात तो कोण आहे? जो संग्रह करतो आहे तो कोण आहे? शास्त्रांचा अभ्यास करतो आहे तो कोण आहे? शास्त्रं लक्षात राहतात — शास्त्रांचा अभ्यास करणारा तो कोण आहे? सर्वांच्या जीवनाचा साक्षीदार असलेला असा तो कोण आहे? तुमच्या अंतरातील चैतन्याचा स्रोत आहे, तो कोण आहे?

'जब मैं, भूला रे भाई मेरे सतगुरु जुगत लिखाई ।' कबीर म्हणतात, 'जेव्हा मी विसरून गेलो —' विस्मरण हे अज्ञान आहे. तुम्ही ज्ञानाने अज्ञानाचा नाश करू शकणार नाही — स्मरणाने नाश करू शकाल. हे नीट समजून घ्या. विस्मरण हे अज्ञान आहे. तुम्ही कोण आहात हे तुम्ही विसरून गेला आहात. याची पुन्हा एकदा आठवण करायला हवी. पुन्हा एकदा स्मरण करायला हवं. ज्ञानानं हे होणार नाही. याचं कारण असं की तुमच्याकडे माहितीची कमतरता नाही. माहिती वाढवली की ज्ञानप्राप्ती झाली असं नाही. आता तुमच्याकडे हजार प्रकारची माहिती आहे. ती दहा हजार प्रकारची होईल. पण यामुळे तुमचं अज्ञान दूर होणार नाही. तुम्ही महापंडित व्हाल, परंतु तुमची मूढता तशीच्या तशीच राहील. कारण मूढतेचा नाश करणं आणि पांडित्य यांचा काहीही संबंध नाही. मूढता म्हणजे विसरून जाणं, विस्मरण. म्हणून स्मरणानेच तुम्हाला स्वतःची ओळख आठवेल — मी कोण आहे.

म्हणून कबीर समजून घेण्यासाठी दोन शब्द पुरेसे होतात — विस्मरण आणि स्मरण. कबीरांनी याला सुमिरन म्हटलं आहे, सुरति म्हटलं आहे. 'सुरति' हा स्मृती या संस्कृत शब्दाचा अपभ्रंश आहे. स्मृती येऊ दे, सुरति येऊ दे, सुमिरन येऊ दे. पण लोक मोठे विलक्षण असतात. कबीरांना मानणाऱ्या लोकांनाही मी ओळखतो. ते जपमाळ घेऊन फिरवत बसतात. त्यांना विचारा, तुम्ही काय करता आहात? ते उत्तर देतात, सुमिरन करतो आहोत. स्मरणाला त्यांनी जप बनवून टाकलं आहे.

सुमिरनचा अर्थ आहे स्मरण. याला गुर्जिएफनं सेल्फ रिमेंबरिंग म्हटलं आहे — आत्मस्मृती. बुद्धांनी याला सम्यक् स्मृती म्हटलं आहे — राईट माईंडफुलनेस. महावीरांनी याला म्हटलं आहे विवेक. स्मरण.

परंतु तुम्हाला आठवण होणार कशी? तुम्ही तर विसरून गेला आहात.

तुम्हाला कुणीतरी आठवण करून दिली तरच आठवण होणार. स्वत:ला, आपली आपण आठवण कशी होणार?

रात्री तुम्ही झोपता. सकाळी पाच वाजता उठून ट्रेन पकडायची आहे — काय करता? काहीतरी युक्ती केली पाहिजे. घड्याळाचा गजर लावता. गजर ही ती युक्ती आहे. तुम्ही आपले आपण उठू शकत नाही. तुम्हाला कुणीतरी उठवायला लागतं. घड्याळही उठवू शकतं. एक साधं यंत्र! पण तुम्ही आपले आपण नाही उठू शकत. किंवा मग शेजारी पाजारी कुणाला तरी सांगून ठेवता — तुम्हाला जागं करा असं !

कोणी जागा असेल तो तुम्हाला जागं करू शकेल. एखाद्या झोपी गेलेल्या माणसाला नका सांगू तुम्हाला जागं करायला. तो आधीच घोरतो आहे आणि तुम्ही जाऊन त्याला सांगा अरे भाई ऐक — पाच वाजता मला उठव बरं का. त्याचा काहीच फायदा होणार नाही. त्यानं काही ऐकलेलंच नाहीये. त्याला स्वत:लाच कोणीतरी जागं करायला हवं आहे. कोणीतरी जागा असलेला माणूसच हवा.

संपूर्ण योगाचा अर्थ आहे 'जुगत'. अगदी गोड शब्द आहे हा — जुगत!

इंग्रजी भाषेत त्याचा अर्थ आहे डिव्हाईस. युक्ती. हजारो प्रकारच्या युक्त्या वापरल्या गेल्या आहेत माणसाला जागं करण्यासाठी. पण तुम्ही स्वत:च करतो म्हणाल तर ते धोक्याचं आहे.

अमेरिकेतला एक फार मोठा शास्त्रज्ञ एडिसन विसरभोळा होता असं मी ऐकलं आहे. विसरून जात असे. जे लोक खूप विचार करतात ते बहुतेक विसरभोळे असतात. विचार इतके जास्त असतात की ते सगळे लक्षात ठेवणं कठीण होऊन बसतं. तर तो प्रत्येक गोष्टच... विसरभोळाच झाला... आणि त्यानं एक हजार शोध लावले आहेत. म्हणजे मोठाच तीक्ष्ण बुद्धीचा माणूस होता. कधी एखादी गोष्ट अर्धवटच पूर्ण करत असे... कधी सोडूनच देत असे. एखादी गोष्ट अर्धवट केली, एखादा शोध अर्धवट केला. मग खूप काळपर्यंत विसरूनच जात असे. मग खूपच नुकसान होऊ लागलं.

मग त्याला कुणीतरी सुचवलं — तू असं का नाही करत — प्रत्येक गोष्ट लिहून ठेवत जा म्हणजे लक्षात राहील. त्यानं लिहून ठेवायला सुरुवात केली. वेगळ्या वेगळ्या कागदांवर लिहून ठेवू लागला. ते कागद हरवून जाऊ लागले. कुठे ठेवला हा कागद? कोणीतरी म्हटलं, तूसुद्धा वेडाच आहेस — वेगवेगळ्या कागदांवर कशाला लिहितोस? डायरी का नाही करत? त्यानं एक डायरी करून घेतली. डायरीही हरवून गेली.

माणूस विसरभोळाच असेल तेव्हा या गोष्टींनी काय फरक पडणार? तुम्ही कागदावर लिहा नाही तर डायरीत लिहा. त्यानं काय फरक पडणार आहे?

कारण माणूस तर मुळात तोच आहे. एक दिवस तो डायरी विसरून गेला. मग म्हणाला, यापेक्षा कागदच बरे होते. एक कागद हरवला तरी दुसरे तरी सापडू शकतात. हे तर सगळंच गेलं. डायरीतच सगळं लिहिलं होतं. आता डायरी कुठे आहे?

माणूस आपला आपणच प्रयत्न करेल तर तो आपल्या मूळ स्वभावाच्या पलीकडे जाऊ शकत नाही. म्हणून आध्यात्मिक जीवनात गुरुची अतिशय आवश्यकता आहे. गुरु याचा अर्थ एवढाच आहे — जागा झालेला. जो तुम्हाला विसरू देणार नाही. जो तुम्हाला फटके मारत राहील. तुम्हाला हलवत राहील. कूस पालटून पुन्हा स्वप्नात रंगून जाऊ देणार नाही असा माणूस.

तुमचा सारा भूतकाळ झोपेच्या तयारीत गेला आहे. गुरु लाभला तरी तुम्ही जागे व्हालच याची खात्री नाहीये. परंतु गुरु नसेल तर जागे होणं शक्यच नाही हे मात्र निश्चित आहे. हां — असं होऊ शकेल की तुम्ही झोपेतच जागं झाल्याचं स्वप्न पाहू लागाल. असंही घडू शकतं. तुम्हीही असं स्वप्न पाहिलं असेल की आपण जागे झालो आहोत.

म्हणून गजरही फारसा उपयोगाचा नाही. गजर होतो आहे. तुम्ही झोपलेले आहात. तुम्ही एक स्वप्न निर्माण करता — मंदिरात प्रार्थना सुरू आहे. घंटा वाजताहेत. बस् तुम्ही घड्याळाचा फज्जा उडवलात. तुम्ही युक्ती शोधून काढलीत. झोपेनं मार्ग शोधून काढला. कारण गजर झाला हे मान्य केलं तर उठावं लागेल. म्हणून झोपेनं एक स्वप्न निर्माण केलं. झोप म्हणाली, 'आहा! किती सुंदर आरती चाललीये. देवाच्या देवळात किती गोड वाजते आहे घंटा. बस आता तू झोपू शकतोस.' गजराचा प्रश्नच उरला नाही! झोपेत तुम्ही गजर बंदही करू शकता, कूस पालटू शकता. घड्याळ तर निर्जीव आहे.

यासाठी नुसते विधी उपयोगाचे नाहीत. गुरूच हवा. विधी तर उपलब्ध असतातच. पतंजलीचं योगशास्त्र योगसूत्र उपलब्ध आहे. त्यात सर्व विधी लिहिलेले आहेत. परंतु ग्रंथ वाचून तुम्ही तसे वागलात तर ते विधी घड्याळासारखे होतील — यंत्रवत्! आणि विधी केलेत तरी करणारे तुम्हीच असाल ना — झोपलेला माणूस! कबीर म्हणतील स्मरण करा. तुम्ही सुमिरन कराल — जपमाळ फिरवत बसाल.

जिवंत गुरु हवा. सर्व धर्म मरून जातात. ज्या दिवशी त्यांचा जिवंत गुरु मरून जातो त्याच दिवशी मरून जातात.

जोपर्यंत शीख धर्माचे दहा गुरु जिवंत होते तोपर्यंत शीख धर्म जिवंत होता. ज्या दिवशी गुरु गोविंदसिंहानी ठरवून टाकलं की यानंतरचा गुरु ग्रंथसाहिबच असेल, आता कोणीही जिवंत गुरु असणार नाही, त्याच दिवशी शीख धर्म

मरून गेला. दहा गुरु असताना शीख धर्मामध्ये जे वैशिष्ट्य होतं ते काही वेगळंच होतं. तेव्हा यंत्र नव्हतं. जिवंत माणूस होता.

जैनांचे चोवीस तीर्थंकर जोपर्यंत होते तोपर्यंत एक जिवंत प्रवाह होता. मग जैन लोकांनी निर्णय घेतला की आता चोवीसहून अधिक तीर्थंकर नकोत. महावीरां-नंतर त्यांनी दरवाजा बंद करून टाकला. मरून गेला. तेव्हापासून जैन धर्म एक प्रेत बनला. इस्लाम जिवंत होता मोहम्मदाच्या साथीनं. कुराणाच्या सोबतीत प्रेत आहे. कुराण मोहम्मदानं लिहिलेलं असलं तरीही — काही फरक पडत नाही त्यामुळे.

मी इथे एक काठी घेऊन उभा आहे. तुम्ही झोपलेले आहात. मी काठीनं ढोसून तुम्हाला उठवतो आहे. काठी नाही उठवत, मी उठवतो आहे. तुमचे डोळे उघडतात. मी तर तुम्हाला दिसत नाहीये. काठी तुम्हाला दिसते आहे. तुम्ही मोठ्या आदरानं काठीला धरून ठेवता — 'केवढे उपकार झाले माझ्यावर — मला जागं केलंत.'

आता तुम्ही ही काठी आपल्या मुलांच्या हाती द्याल की, सांभाळून ठेवा. ही जागं करते. युक्ती मरून गेली. काठी नव्हती जागं करत तुम्हाला — काठीच्या पाठी कोणीतरी जिवंत हात होता. काठी कशी जागं करू शकेल? काठी एकटी काय करणार? शेवटी गजराचं घड्याळच राहून जातं. तेच सांभाळत बसा तुम्ही. शेवटी गजरही होत राहील आणि तुम्ही झोपूनही राहाल.

सगळी शास्त्रं ही अशा काठ्या होऊन बसतात. तुम्ही त्यांची पूजा करता, ती शास्त्रं तोंडपाठ करून ठेवता आणि असंही नाही की त्यांच्यामुळे लोक जागे झाले नाहीत— झाले होते. पण त्या वेळी कोणता तरी जिवंत हात त्या शास्त्रांच्या पाठीशी होता. — कोणी नानक पाठीशी होता. काठीमधलं जे कंपन होतं ते त्या काठीचं कंपन नव्हतं. त्या जिवंत हाताचं कंपन होतं. त्या काठीमध्ये जो जीवनप्रवाह वाहात होता तो जीवनप्रवाह नानकचा होता. आता तुम्ही जा. पाचही कामं पूर्ण करत राहा. केस बांधा, कंगवा लावा, कट्यार ठेवा, काचा नेसा, जे काही करायचं ते करा, पण या सगळ्या काठ्या आहेत. आता यांच्याकडून काही होणं शक्य नाही.

कोणतीही युक्ती जिवंत कधी असते, जेव्हा तिच्या पाठीशी एक जागृत हात असतो तेव्हाच. आत्ता मी आहे, तोवर तुम्ही माझ्या काठीचा उपयोग करून घ्या. मी मेल्यानंतर तुम्ही करा पाहू सक्रिय ध्यान — काही होणार नाही. आणि तुम्ही असंच करणार मेल्यानंतर हेही मला पक्कं ठाऊक आहे. यात काही शंकाच नाही. कारण ही तुमची जुनी सवयच आहे.

असं का होतं? हे असं होतं याचं कारण असं की या विधींचं तुम्हाला

काही भय वाटत नाही. त्यांच्यापासून तुमच्या झोपेला काही धोका नाही. म्हणून ही सगळी कर्मं करायला तुम्ही तयार असता, तुम्हाला भीती वाटते ती गुरूची. धोका आहे. कारण जिवंत माणसासमोर तुम्ही किती वेळ झोपून राहू शकाल? तुम्हाला झोपेचा त्याग करावाच लागेल. तो करायला लावेल.

जागा झालेला माणूस किती वेळ तुमची झोपेतली अवस्था पाहू शकेल? तुमचा उदास चेहरा, डोळ्यांत जमलेली चिपडं, तोंडातून गळलेली लाळ! तुम्ही मेल्यासारखे पडलेले, शिवाय झोपेतली तुमची निरर्गल बडबड. कधी घाबरता, कधी थरथर कापता, कधी आनंदात दिसता, चेहऱ्यावर हसू पसरतं. पण हे सगळं झोपेत घडत असतं. सगळं स्वप्नात घडत असतं. सगळं खोटंच असतं ते. तुम्हाला झोपेतून जागं करायलाच हवं.

'जग मैं भूला रे भाई, मेरे सतगुरु जुगत लिखाई।' तर माझ्या गुरुनं मला जागं केलं. मला युक्ती सांगितली. काही विधी दिले. आणि जे विधी दिले...।

जेव्हा एखादा जिवंत गुरु काही विधी, रीती देतो तेव्हा साहजिकच सगळे जुने विधी निरर्थक होऊन जातात. कारण आता त्या जुन्या विधींचं काही कामच उरलेलं नसतं. मग तुम्ही सगळं जुनं सामानसुमान फेकून देता. जर अत्तापर्यंत तुम्ही तुमच्या घरामध्ये एक देवघर बनवून त्यात शंकराची पूजा करत बसत असाल तर आता ते सगळं गुंडाळून सागरार्पण करून येता. आता त्याची काही आवश्यकता राहिली नाही. आजपर्यंत तुम्ही रोज देवळात जाऊन घंटा वाजवत होतात. आता हे नाटक बंद होतं. जाग्या झालेल्या माणसाला गजराच्या घड्याळाची जरूरच काय? काय बसून त्याची पूजा करायची आहे? तो ते घड्याळ दुसऱ्या कुणाला तरी देऊन टाकतो, दान करतो, नाही तर नदीत फेकून देतो.

'जब मैं भूला रे भाई मेरे सतगुरु जुगत लिखाई ।

ही युक्ती कोणती? जिच्यामुळे 'किरिया करम अचार मैं छाडा', सर्व कर्मं सोडून दिली, सर्व क्रिया सोडून दिल्या. सर्व प्रकारचं आचरण सोडून दिलं.

'छाड़ा तीरथ नहाना'

आणि तीर्थक्षेत्री जाऊन स्नान करणंही सोडून दिलं. आता गंगा ही एक सामान्य नदी होऊन गेली. आता तीर्थक्षेत्र असं राहिलंच नाही.

कर्मकांडाचा अर्थ आहे — ज्यांच्या पाठीशी असणारा जिवंत हात निघून गेला आहे अशा युक्त्या. आता या सगळ्या युक्त्या कर्मकांड बनून राहिल्या आहेत.

तुम्ही माझ्याबरोबर ध्यान करा, एक गोष्ट झाली. तुम्ही माझ्याशिवाय ध्यान करा - ते कर्मकांड होईल. तुम्ही कराल ते सगळं नीटपणे. बरोबर श्वास घ्याल, नीट उडी माराल पण ते सगळं नाटक असेल. तुम्हाला त्याचीही सवय होऊन

जाईल. ते व्यायाम करणं होईल. त्यामुळे शरीराचा जो काही थोडा फार फायदा होईल तो होईल. पण तुम्ही जागे नाही होणार.

'किरिया करम अचार मैं छाड़ा ।'

आणि साधूनं केलं पाहिजे ते सर्व आचरण मी सोडून दिलं. म्हणजे रात्रीचं जेवण सोडून देणं. पाणी गाळून पिणं, हे न खाणं, ते न पिणं, हे कपडे घालणं, ते कपडे न घालणं, नग्न राहणं, कपडे न घालणं, शरीरावर भस्म लेपणं, उन्हात बसणं, आग पेटवून उन्हाळ्यामध्ये शरीराला अधिक तापवणं, जाळणं, वितळवणं, काटे पसरून त्यावर झोपणं, नाही. किरिया करम आचार मैं छाड़ा, छाड़ा तीरथ नहाना । सगळं सोडून दिलं. हे सगळं आपोआपच मागे पडतं. सोडावं लागतच नाही.

सद्गुरु भेटला की हे सारं गळून पडतं. म्हणून सगळे धर्म सद्गुरूच्या विरोधी असतात. कारण सर्व धर्म पुराणी कर्मकांड, जुने विधी, जुनी तीर्थक्षेत्रं, जुनी मंदिरं, पूजाअर्चा यांवरच उभे असतात. ज्या क्षणी सद्गुरु प्रकट होईल त्या क्षणी सारे धर्म त्याला प्रतिकूल होतील.

कारण जे कोणी त्या सद्गुरूबरोबर चालू लागतील, त्यांची कर्मकांडं गळून पडू लागतील. ते तीर्थक्षेत्रांना जाणं बंद करतील. एक नवं तीर्थक्षेत्र निर्माण झालं आहे आणि तेही जिवंत. आता त्या मेलेल्या तीर्थक्षेत्रांकडे कोण जाईल? आता एक नवा विधी मिळाला आहे, तोही जिवंत. ज्या विधीमध्ये अजून आग आहे, अंगार आहे, त्याची अजून राख झालेली नाही असा नवा विधी.

मग आता जुन्या विधींना कोण शोधत बसणार? त्यांच्यामधली आग तर केव्हाच विझून गेली आहे. एके काळी होती. आता नाही. आता फक्त राखेचे ढिगारे शिल्लक आहेत. त्या ढिगाऱ्यांमध्ये थोडीशी उष्णताही शिल्लक राहिलेली नाही. अगदी थंडगार होऊन गेलेले राखेचे ढिगारे. त्यात काहीही चैतन्य शिल्लक नाही आता. त्यांना तर तुम्ही सोडून देणारच. सोडून द्यावं लागतच नाही, आपोआप सुटून जातात.

म्हणूनच एक गोष्ट लक्षात ठेवा की जेव्हा कधीही एखादा सद्गुरु पैदा होईल तेव्हा सगळे धर्म त्याच्या विरोधात जातात. खरं हे उलटं व्हायला हवं कारण या साऱ्या धर्मांनी एके काळी जे केलं होतं तेच तो आत्ता करतो आहे आणि म्हणून सगळे धर्म त्याच्या बाजूला उभे राहिले पाहिजेत. परंतु असं होत नाही. उलट सगळे धर्म त्याचे शत्रू आहेत. असंच वाटू लागतं.

नानक पैदा झाला की एक वेगळा शीख धर्म निर्माण होतो. हिंदू या धर्माचा स्वीकार करायला तयार होत नाहीत, मुसलमान स्वीकार करायला तयार होत

नाहीत, जैनही तयार होत नाहीत. कारण न जाणो नानकची शिकवण मान्य करून एखादा नग्न जैन साधू कपडे घालायला सुरुवात करेल. नग्नता सोडून देईल. नानकचं सांगणं मान्य करून एखादा हजचा यात्रेकरू यात्रा अर्धी सोडून परत फिरेल. नानकचं म्हणणं पटून कोणी जपमाळ फेकून देईल. कोणी पूजाअर्चा बंद करून टाकेल. सगळेच शत्रू होतील — मंदिरही आणि मशीदही.

पण आता पुन्हा तेच होणार आहे. नानकच्या काळात हिंदुधर्म, इस्लाम आणि जैनधर्म जितके प्रेतवत् होते तितकाच आज नानकचा धर्मही मृतप्राय झाला आहे. आज जर एखादा सद्गुरु पैदा झाला तर नानकला मानणारे लोक त्याच्या विरोधात उभे राहतील. कारण त्या सद्गुरुचं सांगणं ऐकून कोणी गुरुद्वारामध्ये जाणं सोडून दिलं तर! कोणी ग्रंथसाहिब बंद करून ठेवून दिला तर! सर्व संप्रदायांच्या दृष्टीनं सद्गुरु हा नेहमीच शत्रूच्या स्वरूपात असतो. तो धर्माचा शत्रू नसतो, उलट तो तर धर्माची पुन्हा एकवार स्थापना करत असतो. परंतु तो संप्रदायाचा मात्र शत्रू असतो.

संप्रदाय याचा अर्थ आहे मेलेला धर्म. संप्रदायाचा अर्थ आहे - तुमचे वडील अतिशय चांगले होते. जिवंत होते तेव्हा तुम्ही त्यांची सेवा करत होतात. आता ते मरण पावले. आता तुम्ही काय करणार? संप्रदायाचा अर्थ आहे पित्याचं प्रेत घरात आणून ठेवा आणि त्याची पूजा करा. शहाणा माणूस असं करत नाही. वडील अगदी चांगले होते, कबूल आहे. तो शहाणा माणूस रडेल, खूप रडेल, अगदी छाती पिटून रडेल. खूप दिवस ती दु:खाची जखम भरून येणार नाही. हे सर्व योग्यच आहे. पण तो तिरडी सजवतो. रडतरडत वडिलांना घेऊन स्मशानात जातो. प्रेमळ होते, संबंध जवळिकीचे होते. परंतु मरण पावले - विषय संपला.

ज्या दिवशी जगातले लोक खरोखरच थोडे अधिक विचारी होतील त्या दिवशी, धर्म मरून गेला, संप्रदाय बनला की ताबडतोब त्याच दिवशी त्याची तिरडी सजवून त्याला स्मशानात घेऊन जातील आणि निरोप देतील. म्हणजे जेव्हा केव्हा नवा सद्गुरु पैदा होईल तेव्हा त्याची शिकवण ऐकण्यासाठी लोक हजर असतील. जुन्या बंधनांनी बांधले गेलेले लोक असे हजर नाही होऊ शकत. जुन्या विचारांनी ग्रस्त असलेले लोक असे हजर नाही होऊ शकत.

'जबसे मैं भूला रे भाई —' कबीर म्हणतात.

'मेरे सतगुरु जुगत लिखाई ।

किरिया करम आचार मैं छाड़ा । छाड़ा तीरथ नहाना।

सगरी दुनिया भई सयानी, मैंही इक बौराना ॥'

आणि सद्गुरुचं सांगणं मान्य केल्यावर स्थिती अशी झाली की सगळं जग

शहाणं आहे असं वाटू लागलं, मीच एकटा वेडा झालो.

हे असंच नेहमी घडणार आहे. माझ्या संन्याशाला वेडं व्हावंच लागेल. जिथे जाईल तिथे त्याला लोक हसतील. लागलं वेड? तूसुद्धा सापडलास त्या जाळ्यात? - तुझ्यासारखा बुद्धिमान माणूस?

साहजिक आहे. हे स्वत:चा बचाव करणं आहे. हे दुसऱ्या व्यक्तीचं रक्षण करणं आहे. हा त्याचा डिफेन्स आहे. तो असं म्हणतो आहे की आम्ही काही इतके मूर्ख नाही. तो असं सांगतो आहे की आम्हालाही बरंच कळतं. असं सहजासहजी फसणार नाही आम्ही. तुम्ही मंत्रमुग्ध झाला आहात असं वाटतंय. कुणीतरी तुमच्यावर मोहिनी घातली आहे. आम्हाला नाही कुणी मोहिनी घालू शकत.

तो स्वत:चा बचाव करत असतो. तो तुम्हाला हसत नाहीये. स्वत:साठी रडावं लागू नये म्हणून तो तुम्हाला हसतो आहे. त्या हसण्यामागे तो स्वत:साठी रडण्याची शक्यता दाबून टाकतो आहे. स्वत:बद्दल पश्चात्ताप करावा लागू नये म्हणून तो तुमची टिंगल करतो आहे.

पण आतमध्ये त्याला ठाऊक आहे की जीवन हातून निसटून चाललं आहे. आतमध्ये त्याला ठाऊक आहे की सगळं कर्मकांड नीट करतो आहे, सर्व आचरण पार पाडतो आहे. पण काहीच घडत नाहीये. कोणताच दिवा लागत नाहीये. कोणतीच बासरी वाजू लागत नाहीये, कोणतंच नृत्य निर्माण होत नाहीये. त्याला माहीत आहे, तो रोज नियमानं मंदिरात जातो आहे, रोज गीता वाचतो आहे पण गीत निर्माण होत नाही. रोज गीता वाचतो. पण गीत पैदा होत नाहीये. ती धून कानावर पडत नाहीये. आनंदानं नाचू लागेन, उत्सवी वृत्तीनं भरून जाईन असा सुगंध — जीवन म्हणजे परमात्म्याचा परम आशीर्वाद आहे असं वाटू लागेल — एक आशीर्वाद — असं घडत नाहीये. त्याला ठाऊक आहे. त्याला सगळं ठाऊक आहे.

कसं ठाऊक नसेल? त्याचं जीवन म्हणजे एक वाळवंट आहे हे त्याला ठाऊक आहे आणि त्यात कुठेही हिरवळ नाही आहे. जेव्हा तो तुमच्या जीवनातलं हास्य पाहील, त्यात लहानशी हिरवळ उगवताना पाहील तेव्हा तो तुम्हाला म्हणेल, 'अरे, तूही वेडा झालास?' असं म्हणताना त्याला खरं म्हणजे असं म्हणायचं आहे की ही तुझी हिरवळ खोटी आहे. कारण जर तुमची हिरवळ खरी असेल, जर तुम्हाला खरोखरच थंड पाण्याचा झरा सापडला असेल, तुम्ही हिरवे होऊ लागला आहात, तुमच्यामधून फुलं उगवण्याचा संभव निर्माण झाला आहे. तर मग माझं काय होईल? तो तुमचं अस्तित्व पुसून नष्ट करू पाहतो आहे. म्हणजे तुम्ही त्याच्या मनात दु:खाचं, वेदनेचं एक बीज अंकुरित होऊ

देणार नाही. तो तुम्हाला हसेल, तुमची टिंगल करेल, तुमची उपेक्षा करेल, तुमचा अपमान करेल, तिरस्कार करेल आणि तुम्ही जर तुमचा हट्ट कायम राखलात, आपल्या वेडेपणाला चिकटून राहिलात, कसलीही काळजी केली नाहीत, चिंता केली नाहीत तर तो हळूहळू तुम्हाला विसरून जाण्याचा प्रयत्न करेल — जणू तुम्ही कधी अस्तित्वातच नव्हतात, असं वागण्याचा प्रयत्न करेल. तो तुम्हाला समाजात वाळीत टाकेल. तुम्हाला पाहूनही दुसरीकडे पाहील, नमस्कारही करणार नाही. तुमच्याजवळ येणार नाही. तुम्ही अस्पृश्य ठराल.

पण हे होईलच. कारण हे सगळे त्याचे स्वसंरक्षणाचे उपाय आहेत. तो आपलं दारिद्र्य लपवतो आहे, दडवून ठेवतो आहे. आपल्या मूर्खपणावर पांघरूण घालतो आहे. तुमच्या हिरवळीला खोटं ठरवून तो स्वत:च्या आयुष्यातील वाळवंटाला धीर देतो आहे की सर्वांच्याच जीवनात वाळवंट असतं, हिरवळ नसतेच कधी. म्हणून माझ्या जीवनात हिरवळ नाही यात काहीच विशेष नाही. सगळ्यांची हीच स्थिती आहे. तुम्ही हसता आहात हे स्वीकारणं त्याला कठीण जातं. तो म्हणेल तुम्ही वेडे आहात किंवा हे तुमच्या कल्पनेचे खेळ आहेत. मोठी गमतीची गोष्ट आहे ही.

एका तरुणाने संन्यास घेतला. त्याचे वडील त्याला घेऊन माझ्याकडे आले. त्याआधी त्यांनी सगळे उपाय करून बघितले होते. पण तो तरुण खरोखरच तरुण होता. तो हसतच राहिला. तो नाराज झाला नाही, भांडला झगडला नाही, त्यानं काही सूड घेण्याचा प्रयत्नही केला नाही. जसा होता तसाच राहिला. हसत राहिला, प्रसन्न राहिला. रागावलाही नाही.

वडील अस्वस्थ होऊ लागले. नक्की मुलाच्या डोक्यात काहीतरी बिघाड झाला असावा. कारण यापूर्वी तो मुलगा वडिलांनी काही सांगितलं की त्यांच्याशी भांडायला उभा राहात असे. हे वागणं योग्यच होतं. स्वाभाविक होतं. शिव्या द्या, अपमान करा, तर तोही शिव्या द्यायला, अपमान करायला सरसावत असे. पण आता कोणी शिवी दिली तर तो हसतो. नक्कीच काहीतरी गडबड आहे. अस्वाभाविक आहे हे. याच्या डोक्यात काही फरक तर नाही पडला? शेवटी वडील माझ्याकडे आले. सांगू लागले की, 'मला फार शंका येतेय की याच्या डोक्यात काहीतरी बिघाड झालेला असावा. तो हे ध्यान वगैरे जे करतो आहे ते बरोबर नाही. कारण आम्ही नाराज झालो तरी तो हसतो. आम्ही तरी वेडे आहोत किंवा हा तरी वेडा झाला आहे. दोघांपैकी कोणीतरी एकजण नक्कीच वेडा असला पाहिजे. कारण हे हसणं काय प्रकारचं आहे? आणि या हसण्यानं आम्हाला खूप आश्चर्य वाटतं, त्रास होतो. या हसण्यापेक्षा तो नाराज झाला, आमच्यावर तुटून पडला, भांडला तरी चालेल. ते आम्ही समजू शकतो. ती

भाषा आमच्या ओळखीची आहे. याला काहीतरी झालंय.' वडील खरोखरच दु:खी होते. म्हणू लागले — 'काही करा पण याला बरं करा.'

ही बेचैनी, अस्वस्थता कुठे आहे? तुमचा मुलगा हसत राहावा असं नाही वाटत तुम्हाला? आपला मुलगा अपमान झाला तरी हसत राहावा अशी तुमची इच्छा नाही? ही तर जगण्याची कला आहे. पण नाही, बापाला वाटतं आहे तो भांडला तरी चालेल, शिव्या दिल्या तरी चालेल, झगडा केला तरी चालेल.

तुम्ही याला स्वाभाविक म्हणता? तुम्ही आपल्या आंधळेपणाला आपल्या रोगाला स्वाभाविक मानलं आहे? तुम्ही आपल्या अंधाराला नैसर्गिक समजता आहात? बाप मुलाला घेऊन आला आहे की याला सुधारा. तो आधी जसा होता तसाच पुन्हा व्हायला हवा.

मी त्यांना सांगितलं, तुम्हीच याच्यासारखे झालात तर ते अधिक चांगलं होईल. ते म्हणाले — 'आता या सत्तरीच्या वयात...'

सत्तर वर्षांची गुंतवणूक आहे. सत्तर वर्षांचं आयुष्य एका धंद्यात खर्ची घातलं आहे आणि एकदम एक दिवस समजून यावं की हा धंदा तर अगदीच कुचकामी होता. त्यात काही अर्थच नव्हता. ज्या बँकेत तुम्ही पैसे जमा करत होतात ती बँक अस्तित्वातच नाही. आता सत्तर वर्षांच्या वयाला कळलं की आपलं बँक- बुक नकली आहे, तर मोठाच त्रास होतो. आता जो काही भ्रम होता, जसा असेल तसा असो, एकदा शांतपणे मरण येऊ दे, असाच विचार माणूस करतो.

ते सांगू लागले — 'या वयात - सत्तर वर्षांच्या वयात आता माझ्यात बदल होणार नाही. माझं आयुष्य तर जगून झालं.'

तेव्हा मी म्हटलं, 'आता कृपा करून यालाही जगू द्या नव्या पद्धतीनं. तुम्हाला काहीतरी मिळालं. हा मुलगा तुमच्या पद्धतीनं जगला तर त्याला काही मिळेल असं वाटतं का तुम्हाला? तुमचे वडीलही असेच जगले. त्यांचे वडीलही असेच जगले. तुम्हीही असेच जगता आहात. बंधनातून थोडं मोकळं होऊन जगण्याचा प्रयत्न हा मुलगा करतो आहे. तुम्ही एवढे अस्वस्थ का होता?

अस्वस्थता आहे याचं कारण असं की तेही चूक, त्यांचे वडीलही चूक आणि त्यांच्या वडिलांच्या वडिलांचे वडीलही चूक. आणि हा मुलगा — आत्ता वय फक्त तीस - आणि हा बरोबर? कठीण आहे. अहंकार हे नाही मान्य करू शकत.

म्हणून कबीर म्हणतात — जेव्हा मी कर्मकांड सोडून दिलं —

'सगरी दुनिया भई सयानी, मैंही इक बौराना'

बुद्धांनी सहा वर्षं मोठी कठोर तपश्चर्या केली असा त्यांच्या जीवनामध्ये

उल्लेख आहे. ज्या ज्या लोकांनी जे जे सांगितलं त्या सर्व सूत्रांचं पालन केलं. गुरूनी जे जे अनुशासन सांगितलं होतं ते सर्व पूर्ण केलं. अशी वेळ येई की गुरु थकून जात. कारण त्यांना जेवढं सांगणं शक्य होतं, ते सर्व सांगितलं आणि बुद्ध त्या गोष्टी इतक्या निष्णात पद्धतीनं करत, इतक्या तत्परतेनं आणि मनापासून करत की तू हे नीटपणे केलं नाहीस म्हणून काही घडत नाहीये असं म्हणण्याचा बहाणाही गुरूच्या जवळ शिल्लक राहात नसे.

गुरूच्या जवळ ती युक्ती असते — जे खरेखुरे गुरु नाही आहेत त्यांच्याजवळ — कारण ते ज्या गोष्टी करायला सांगतात त्या तुम्ही पूर्ण करू शकतच नाही कधी. त्यामुळे ते जे काही सांगताहेत त्यात काही अर्थ आहे की नाही हे कधी तपासून बघितलंच जात नाही. एखादा गुरु सांगतो, तुम्ही नव्वद दिवस उपवास करा म्हणजे तुम्हाला आत्मज्ञान होईल. आता आली का पंचाईत? नव्वद दिवसांचा उपवास काही तुम्ही करणार नाही आणि तुम्हाला आत्मज्ञान काही होणार नाही. तुम्ही एक दिवस आधी जरी उपवास सोडलात तरी गुरु म्हणणार हे अपूर्ण राहिलं. म्हणून तर तुम्हाला तपासण्याची संधी कधीच मिळत नाही.

गुरूना योग्य शिष्य मिळाले तरच त्यांची खरी परीक्षा होते.

बुद्ध असाच शिष्य होता. त्यानं अनेक गुरूना खोटं पाडलं. ते एखाद्या गुरूकडे गेले आणि गुरूनं त्यांना पंधरा दिवस उपवास करायला सांगितलं तर त्यांनी पंचेचाळीस दिवस उपवास करून दाखवला. तू पूर्ण केलं नाहीस असं म्हणण्याची जागाच गुरूला ठेवली नाही. शेवटी गुरु त्यांच्यापुढे हात जोडत. आम्हाला जे सांगणं शक्य होतं तेवढं आम्ही सांगितलं. याच्यापुढे काय ते आम्हालाही माहीत नाही. तू दुसरीकडे कुठेतरी जा. कारण बुद्धांमुळे इतर शिष्यांच्या मनातही शंका उत्पन्न होऊ लागे. एवढं करूनही या माणसाला काही मिळालं नाही तर आम्हाला काय मिळणार? बुद्धांमुळे इतर शिष्यही पळून जाऊ लागले.

बुद्धांनी साऱ्या गुरूची चाचपणी केली. आणि नेहमी होतं त्याप्रमाणेच खरा गुरु तर क्वचितच एखादा असतो. शंभरात एखादा! उरलेले नव्व्याण्णव तर खोटे, फसवे गुरु असतात. आपण शेतात उभी केलेली बुजगावणी बघतो तसे. हंडी लावली आहे, कपडे चढवले आहेत, एका काठीवर उभं केलं आहे. पक्ष्यांना हाकलण्यासाठी ठीक आहे. असे असतात तुमचे गुरु. अज्ञानी लोकांसाठी ठीक, कमजोर लोकांसाठी ठीक, नपुंसकांसाठी ठीक. ज्यांना काही करायचंच नाहीये, फक्त डोकं हलवून जे म्हणतात — बरं बरं करू कधीतरी, त्यांच्यासाठीही ठीक. पण कोणी करणारा आला तर मात्र पंचाईत होते.

बुद्धांनी अशी पंचाईत करून टाकली. सगळं केलं. अशी परिस्थिती आली की लोक बुद्धांच्या मागे जाऊ लागले. एवढं सगळं बुद्धांनी केलं आणि तरीही

म्हणताहेत मला काहीच ज्ञान मिळालं नाही. हे सगळं करणं फुकट गेलं आहे तरीही त्यांना मानणारे लोक पैदा झाले.

एक गुरु — एक शेवटचा गुरु — अलारकालामला जेव्हा त्यांनी सोडलं तेव्हा त्यांचे पाच शिष्य बुद्धांचे शिष्य बनले. या गुरूपेक्षा बुद्ध चांगले असं त्यांनी ठरवून टाकलं. त्या काळात बुद्ध रोज फक्त तांदुळाचा एक दाणा भोजन म्हणून खात होते. अगदी कृश झाले होते. त्यांची ही स्थिती दर्शविणारी फक्त एक मूर्ती उपलब्ध आहे. कदाचित तुम्ही त्या मूर्तीचं चित्र पाहिलंही असेल. त्यात बुद्धांची पाठ आणि पोट एक झालेलं दिसतं. शरीर अस्थिपंजर झालं आहे. एक एक हाड मोजता येईल. सारं मांस झडून गेलं आहे. रक्त सुकून गेलं आहे. फक्त डोळ्यांत जिवंतपणाचं लक्षण आहे. सारा चेहरा खप्पड झाला आहे. अगदी हाडंकातडं झाले आहेत.

असे बुद्ध गवताची एक काडी खाऊन जगत होते. इतके कमजोर झाले की बुद्ध गयेजवळ निरंजना नदी पार करू शकले नाहीत. इतके अशक्त झाले होते. आणि नदीसुद्धा लहानशीच आहे. अशी काही फार मोठी नदी नाहीये. जास्तीत जास्त गळ्याएवढं पाणी असेल. कारण ज्या ठिकाणाहून बुद्धांनी ही नदी ओलांडली त्या ठिकाणी मीही अनेक वेळा जाऊन पाहिलं आहे. एखादा क्षयरोगीही ती नदी पार करू शकेल. कर्करोगाचा रोगीही ओलांडू शकेल. बुद्ध नाही ओलांडू शकले. त्यांची स्थिती खरोखरच फार कमजोर झाली असणार. फार दयनीय झाली असणार. नदीची शक्ती जास्त आहे असं वाटलं असणार. नदीच्या किनाऱ्यावर चढू शकत नव्हते. म्हणून मग एका वृक्षाची फांदी पकडून लटकत राहिले.

त्या क्षणी त्यांना उमगलं की हे मी काय करतो आहे? शरीर नष्ट करतो आहे. यामुळे आत्म्याची प्राप्ती कशी होईल? आत्म्याची प्राप्ती आणि शरीर नष्ट करणं यांचा काय संबंध आहे? हे कोणत्या प्रकारचे तर्कशास्त्र आहे, कोणत्या प्रकारचं गणित आहे? आणि मी इतका दुर्बल झालो आहे की ही लहानशी निरंजना नदी ओलांडू शकत नाही आणि भवसागर पार करण्याचा विचार करतो आहे. हे होणं शक्य नाही.

आणि त्या क्षणी निरंजना नदीमध्ये पडल्या पडल्या, वृक्षाची फांदी पकडून लटकताना त्यांना कळलं की हे सगळं करणं व्यर्थ आहे. कोणतंही कर्मकांड आपल्याला कुठेही घेऊन जाऊ शकत नाही. आधी मी संसाराचा, जगाचा त्याग केला. आता मी हा त्याग, ही तपश्चर्या हे सर्व सोडून देतो आहे. त्या दिवशी त्याग पूर्ण झाला. त्या दिवशी सांभाळून ठेवण्यासारखं, पकडून ठेवण्यासारखं काहीच शिल्लक राहिलं नाही. सगळं गळून गेलं. मूठ उघडी झाली.

बुद्ध कसेबसे बाहेर आले. ज्या वृक्षाच्या खाली त्यांना हे ज्ञान झालं होतं

त्या वृक्षाच्या खाली बसले. एका खेडवळ मुलीनं — तिचं नाव आहे सुजाता — त्या वृक्षाच्या देवतेला काहीतरी नवस केला असावा की तिची इच्छा पूर्ण झाली तर ती खिरीनं भरलेली थाळी वृक्षासमोर नैवेद्य म्हणून ठेवेल. पौर्णिमेची रात्र होती. त्या रात्री ती खिरीचा नैवेद्य घेऊन आली. तिची इच्छा पूर्ण झाली होती.

पौर्णिमेच्या त्या निर्जन रात्री निरंजनेच्या एकांत तटावर वृक्षाच्या खाली तिनं बुद्धांना पाहिलं — अशक्त, पिवळे पडलेले. तिला वाटलं — भोळीभाबडी, श्रद्धाळू तरुणी — तिला वाटलं वृक्षाची देवता स्वतःच खीर खाण्यासाठी प्रकट झाली आहे. दुसरा एखादा दिवस असता तर बुद्धांनी खीर घेतली नसती कारण ते गवताचं एक पातं खाऊन राहात होते. दुसरा एखादा दिवस असता तर बुद्धानी गवताचं ते पातंही घेतलं नसतं कारण रात्री ते काहीच घेत नसत. दुसरा एखादा दिवस असता तर त्यांनी त्या मुलीची जातपात विचारली असती — की ही स्त्री कोण आहे?

नक्कीच ती शूद्र असणार. तिचं नाव आहे सुजाता — त्यावरूनच कळतं की ती शूद्र असणार. कारण उच्च जातीत जन्मलेल्या मुलीचं नाव सुजाता नक्कीच ठेवणार नाहीत. काही जरूरच नाही. म्हणून खूप वेळा तुम्हाला दिसेल की कुरूप स्त्रियांचं नाव असतं सुंदरबाई. सुंदर स्त्रीला कोण सुंदरबाई नाव ठेवेल? हे ठीक नाही वाटत, योग्य नाही वाटत. नक्कीच ती मुलगी शूद्र असणार. आणि शूद्रच तर वृक्षांची वगैरे पूजा करतात. ब्राह्मणांना मंदिरं असतात. जैनांची तर विशाल मंदिरं आहेत. त्यांना वृक्षांची वगैरे पूजा करायला कुठे जावं लागत नाही. जे मंदिर बनवू शकत नाहीत, देवतांची प्रतिष्ठापना करू शकत नाहीत, दीन-दरिद्री आहेत तेच वृक्षांची पूजा करतात. शूद्रच असणार ती.

परंतु त्या रात्री बुद्धांनी विचारलंच नाही. विचारण्याचं कारणच राहिलं नव्हतं. त्या दिवशी त्यांनी सगळंच सोडून दिलं. जे होईल ते होईल. आत्ता हे घडतं आहे की ही मुलगी अचानक एवढ्या रात्री न मागता खीर घेऊन आली आहे, त्यांनी स्वीकार केला. ही बातमी त्यांच्या पाचही शिष्यांना मिळाली. ते दुसऱ्या वृक्षांखाली ध्यान करत होते. बुद्धांची तपश्चर्या बघून जे त्यांच्या पाठीमागे आले होते तेच पाच शिष्य. ते सगळे म्हणू लागले, हा आता भ्रष्ट झाला. शूद्र मुलगी इतक्या रात्री आणि हा रोज फक्त गवताचं एक पातं खाणारा. हा गौतम आता भ्रष्ट झाला. त्यांनी त्याच क्षणी गौतमाला सोडून दिलं, त्याचा त्याग केला.

अशीच अवस्था कबीराचीही झाली असणार.

'किरिया करम अचार मैं छाडा, छाडा तीरथ नहाना ।
सगरी दुनिया भई सयानी मैंही इक बौराना ॥'

बुद्धांचे पाच शिष्य त्यांना सोडून निघून गेले — हा आता भ्रष्ट झाला म्हणून, कारण तुमच्या दृष्टीने धर्माचा अर्थ कर्मकांड असा आहे. तुम्हाला धर्म समजलेलाच नाही. तुम्ही धर्माच्या नावाने मृत विधी तेवढे समजावून घेतले आहेत. आत्तापर्यंत हा बुद्ध ज्ञानी होता, मानण्याजोगा होता, पूजा करण्यायोग्य होता. आता हा भ्रष्ट झाला. खीर खाण्यानं माणूस भ्रष्ट झाला. रात्री जेवल्यामुळे भ्रष्ट झाला.

मी एका घरी पाहुणा म्हणून गेलो होतो. जैन माणसाचं घर होतं. त्या गावातले सर्वांत प्रतिष्ठित असे वृद्ध जैन गृहस्थ मला भेटायला आले. त्यांनी माझं 'साधनापथ' हे पुस्तक वाचलं होतं आणि ते खूप प्रभावित झाले होते. माझी खूपच स्तुती करत होते. इतकी स्तुती की जणू काही मी पंचविसावा तीर्थंकरच आहे. तेवढ्यात घरातल्या गृहिणीनं येऊन सांगितलं की, 'आता आपण या. रात व्हायला लागली आहे, भोजन करून घ्यायला हवं. जैन लोक रात्री जेवत नाहीत.' परंतु ते वृद्ध गृहस्थ इतके रंगून गेले होते की मी म्हटलं, 'थोडा उशीर झाला तरी हरकत नाही. मी यांच्याशी बोलणं आधी संपवतो.'

मग रात्र झालीच. गृहिणी पुन्हा आली. पुन्हा म्हणाली, 'खूप उशीर व्हायला लागलाय.' आता तीसुद्धा बेचैन होऊ लागली होती. रात्री मी भोजन करेन का? शिवाय मी म्हटलं, 'बस, स्नान करून घेतो आणि आलोच.' जे वृद्ध गृहस्थ इतका वेळ माझे पाय धरून बसले होते ते तत्क्षणी माझे पाय सोडून दूर झाले आणि म्हणाले 'काय? तुम्ही रात्री भोजन करता?'

मी उत्तर दिलं, 'भुकेला काय कळणार दिवस आहे की रात्र आहे? आणि महावीरांच्या जमान्यात वीज नव्हती. नव्वद टक्के लोक अंधारात जेवण करत असत. दहा टक्के लोकांकडे सुद्धा पणत्याच लावलेल्या असत. त्या दिव्यांचाही उजेड फारसा पडत नसे. उलट त्या दिव्यांमुळे किडे, पतंग घरात येत असत. आता या एअर कंडिशन्ड घरामध्ये किडे, पतंग येण्याचा संभवच नाही. दिवस असो की रात्र, सूर्य तर एका बटन दाबण्यानं उगवतो आणि मावळतो. पेटतो आणि विझतो. यात काही अडचण नाहीये. काही हरकत नाही, तुम्ही तुमचं बोलणं पुरं करा. आपण वृद्ध आहात, इतक्या दूर चालत आला आहात.'

ते म्हणाले, 'मग मला आपल्याला एक गोष्ट सांगावी लागेल. मी काहीतरी शिकण्यासाठी आलो होतो. पण मी चुकीच्या माणसाकडे आलो, काही शिकण्याऐवजी मी तुम्हाला एवढं शिकवू इच्छितो — मी वृद्ध आहे, पंचाहत्तर वर्षांचं वय आहे माझं — मी एवढं तुम्हाला शिकवू शकतो — रात्रीचं भोजन वर्ज्य आहे एवढंही ज्ञान ज्याला नाही त्याचं सगळं ज्ञान वृथा आहे. त्यात काही अर्थ नाही.'

सरळ आहे — सगरी दुनिया भई सयानी मैंही इक बौराना. कर्मकांड सगळं

सोडून दिलं असेल कबीरांनी, लोकांनी म्हटलं असेल, झाला भ्रष्ट हा !

बुद्धांना जेव्हा ज्ञान प्राप्त झालं त्या रात्री, जेव्हा शिष्य सोडून गेले, तेव्हा त्या वृक्षाच्या खाली पहिल्या प्रथमच अगदी निश्चिंतपणे झोपी गेले. ना जगाची चिंता, ना बाजाराची, राज्याची, साम्राज्याची, ना मोक्षाची चिंता, स्वर्गाची चिंता ना परमात्म्याची चिंता. त्या रात्री अगदी निश्चिंतपणे झोपले. चिंता शिल्लकच राहिली नाही. आता मिळवण्यासारखं काही बाकी राहिलंच नाही. सगळं व्यर्थ होतं. सर्व इतकं संपूर्णपणे व्यर्थ होऊन गेलं की चिंता उरलीच नाही. स्वप्न पडलं नाही. मनात कोणती उद्विग्नताही उमटली नाही. झोप आली, झोपून गेले. सकाळी पाच वाजता जाग आली. तशी शुद्ध जाग कुमारी नजर जेव्हा उघडते तेव्हाच सत्याची ओळख पटते. कसलाही विचार नाही, कसलीही चिंता नाही, कोणतंही मत नाही, धारणा नाही. काय बरोबर, काय चूक, काय करू नये, काय करावं, कसलीच चर्चा नाही.

साधी सरळ निष्पाप नजर. शेवटचा तारा विझत होता आणि बुद्धांना परमज्ञानाची प्राप्ती झाली. त्या मावळत्या ताऱ्याबरोबरच जुना माणूस संपून गेला. नव्याचा जन्म झाला. जुनी चेतना विरून गेली. नवी चेतना जन्माला आली.

त्या क्षणी बुद्धांना जाणवलं की काही केल्यानं सत्य प्राप्त होत नाही, फक्त डोळे उघडावे लागतात. फक्त शुद्ध यावी लागते, स्मरण - जागृती ! पहिली आठवण आली, त्यांना सोडून गेलेल्या पाच शिष्यांची. इतके दिवस बिचारे माझ्याबरोबर होते. अवेळी माझ्याबरोबर होते. जेव्हा माझ्याजवळ देण्यासारखं काही नव्हतं तेव्हा माझ्या मागे आले. माझ्याजवळ काही नव्हतंच तेव्हा मला गुरु मानलं आणि आता माझ्याजवळ देण्यासारखं काही आहे तेव्हा मला सोडून निघून गेले आहेत.

म्हणून बुद्ध त्यांना शोधायला निघाले. त्यांना पकडू शकले थेट सारनाथमध्ये. एका लहानशा उंचवट्यावर बसले होते ते. त्यांनी दुरूनच बुद्धांना येताना पाहिलं, आणि ठरवलं, हा भ्रष्ट गौतम येतो आहे. याला आपण ना नमस्कार करायचा ना आदरानं उठून उभं राहायचं. एवढंच नाही, तर आपण त्याच्याकडे पाठ फिरवूनच बसू. यायचं असेल तर त्याला स्वतःला येऊ दे. बसायचं असेल तर बसू दे. 'बस' असंही म्हणायचं नाही आपण. साध्या सामान्य अतिथीशी जसं वागतो तसंही वागायचं नाही आपण याच्याशी. हा गौतम भ्रष्ट आहे. याने नियम सोडून दिले, तप सोडून दिलं, आचार सोडून दिले. आचरण भ्रष्ट! आता याच्याबद्दल कसलाच आदर नाही.

परंतु जसजसे बुद्ध जवळ येऊ लागले तसतशी या पाच जणांच्या मनातली बेचैनी वाढू लागली. बुद्ध जवळ आले, अगदी जवळ आले, तेव्हा प्रथम

एकजण उठून उभा राहिला — त्यांच्या पावलांवर कोसळला, मग दुसरा, तिसरा — पाचही जण. मग बुद्धांनी विचारलं, 'तुम्ही काहीतरी वेगळाच निर्णय घेतला होता — तो निर्णय का बदललात? जो निर्णय घेऊ त्यावर माणसानं टिकून राहिलं पाहिजे.'

त्या सर्वांनी उत्तर दिलं, 'आम्ही निर्णय बदलला असं म्हणणं योग्य होणार नाही. तुमचं सान्निध्य, तुमचं जवळ असणं आणि आम्ही तुम्हाला आदरानं वागवलं असं म्हणणंसुद्धा बरोबर होणार नाही. कारण आम्ही तर ठरवलं होतं की तुमच्याशी आदरानं वागायचं नाही. तुमच्या असण्यानं तो आदर एखाद्या चुंबकानं खेचून घ्यावं तसा तुमच्यापाशी आला.'

ज्यांच्यामध्ये थोडीशीही क्षमता असते ते एखाद्या चुंबकाप्रमाणे सद्गुरूंच्याजवळ खेचले जातात. कोणत्याही कर्मकांडामुळे नव्हे, कोणत्या योग, तपश्चर्येमुळे नव्हे की कोणत्याही संप्रदायामुळे, शास्त्र-सिद्धांतांमुळे नव्हे. ज्यांच्यामध्ये आत्मा असण्याची थोडीशीही शक्यता आहे ते सद्गुरूकडे ओढले जातात - मग जगामध्ये कितीही विरोध होवो. मग सगळ्या जगानं वेडं म्हटलं तरी हरकत नाही. ते वेडेपण सारखं भासतं. ते वेडेपण शुभ वाटू लागतं.

'ना मैं जानूं सेवा बंदगी, ना मैं घंट बजाई ।
ना मैं मूरत धीर सिंहासन, ना मैं पुहुप चढाई ।।'

सगळं गळून गेलं. फुलं वाहणं दगडावर — कारण ज्याला आपल्या आत्म्याची उमललेली फुलं परमात्म्याला वाहणं जमलं आहे तो ही फुलं तोडून दगडावर कशाला वाहील? शिवाय झाडांवरची उमललेली फुलं जिवंत असतात. त्यांना तोडायचं म्हणजे ठार मारायचं आणि ती तुम्ही वाहणार दगडांवर. झाडांवर होती तेव्हा परमात्म्याला वाहिलेली नव्हती? झाडांवर होती तेव्हाच नीटपणे वाहिलेली होती, पूर्णपणे वाहिलेली होती, जिवंतपणी वाहिलेली होती. तुम्ही त्यांना मारून मग वाहिलंत.

खरं सांगायचं तर संप्रदाय मेलेला असतो आणि मेलेल्या गोष्टीच करवून घेत असतो. फूल जिवंत होतं. परमात्म्याला वाहिलेलंच होतं. कारण परमात्म्याशिवाय दुसऱ्या कोणाला वाहिलं जाणार? त्या फुलामधून दरवळत होता तो सुगंध परमात्म्याचाच सुगंध होता. रंग उमलले होते ते परमात्म्याचेच होते. त्या उमललेल्या पाकळ्या परमात्म्याच्याच होत्या. ते फूल परमात्म्याचंच रूप होतं. त्याचंच गीत होतं ते. तुम्ही ते तोडलंत आणि दगडावर वाहून आलात.

तुम्ही ते तुमच्या परमात्म्यावर वाहिलंत. तुमचा परमात्मा खोटा आहे. तो तुम्हीच निर्माण केलेला परमात्मा आहे. ती मूर्ती तुमच्या हातांनी बनवली आहे. आपल्या हातांनी बनवलेली मूर्ती — बाजारातून विकत आणलेली मूर्ती —

आणि काही पंडित, पुजारी तेही तुम्ही बाजारातूनच आणलेले — त्या पुजाऱ्यांनी खूप गोंगाट करून, घंटांचा आवाज करत, धूर करत त्या मूर्तीला खऱ्या परमात्म्याची प्रतिष्ठापना करावी तसं स्थापन केलं आहे. तुम्हाला माहीत आहे आणि त्यांनाही माहीत आहे आणि फुलं मात्र बिचारी नाहक बळी जातात. त्यांचा काही दोष नाही. या सगळ्या त्रासामध्ये त्यांचा काही हात नाहीये.

जबलपूरमध्ये असताना मी एक मोठा बगीचा तयार केला होता, माझ्या अवतीभोवती आणि मोठ्या अडचणीत आलो होतो. कारण जवळच मंदिर होतं. धार्मिक लोक सकाळी सकाळी तिथून निघत आणि सरळ बगीचात घुसत. एक वेळ अधार्मिक माणसाला कसली भीती वाटेल पण धार्मिक माणसाला कसलीच भीती वाटत नाही. आम्ही फुलं तोडू शकतो का असं विचारण्याचीही जरूर त्यांना वाटत नाही — ते तर पूजेसाठी फुलं तोडत असतात ना ! पूजेसाठी फुलं घेऊ नका असं कोण म्हणू धजेल?

शेवटी मला एक पाटी लावावी लागली की पूजेसाठीही फुलं तोडण्याची मनाई आहे. दुसऱ्या कोणासाठी तोडत असलात तर चालेल कारण पूजेचा आणि फुलांचा काय संबंध? आणि ते इतक्या रुबाबात माझ्या बागेत घुसायचे, तोंडानं रामनामाचा जप चालू — म्हणजे जणू काही हा त्यांचा हक्कच आहे. आम्ही तर पूजेसाठी तोडतोय ना फुलं — ते मला सांगायचे - स्वत:साठी थोडीच तोडतोय?

फुलं झाडांवर किती शोभताहेत, का त्यांना तोडून दगडांवर वाहाताहात? फारच वाटलं तर दगड आणून फुलांना वाहा. निदान मेलेल्याना जिवंतपणावर वाहिलंत असं होईल. पण संप्रदाय उलटंच शिकवत असतो.

ज्या दिवशी कबीरानं सगळं सोडून दिलं—

'ना मैं जानू बंदगी, ना मै घंट बजाई
ना मैं मूरत धीर सिंहासन, ना मैं पुहुप चढाई
ना हरि रीझै जपतप कीन्हे ना काया के जारे ।'

राम राम असं घोकत राहून कुणाला परमात्मा भेटला आहे का? असं जपत राहून परमात्मा प्रसन्न होणार आहे का? उलट कंटाळून जाईल तो.

मी असं ऐकलं आहे की एक माणूस मेल्यावर स्वर्गात गेला. तिथे गेल्यावर जे काही दिसलं त्यामुळे तो अगदी नाराज झाला. त्याच्या घरासमोर राहणारा एक पापी माणूस परमात्म्याच्या शेजारी बसला होता. तो तर नरकात असायला हवा.

हा माणूस म्हणाला, 'हा अन्याय आहे. हे मी काय पाहतो आहे? इथेसुद्धा लाचलुचपत चालू आहे, घराणेशाही चालू आहे. हे आहे तरी काय? हा माणूस

इथे कसा काय बसला आहे? हा पापी आहे आणि मी कायम तुझं गुणगान करत आलो आहे. मला कष्टांखेरीज आयुष्यात दुसरं काहीच मिळालं नाही आणि आता तूही मला दु:खच देतो आहेस — या पापी माणसाला स्वर्गात बसलेलं पाहायला लावून — मग माझ्या पुण्याचा अर्थ काय?'

परमात्म्यानं उत्तर दिलं — 'नशीब समज की तू स्वर्गात आहेस. माझा विचार तर तुला नरकात पाठवण्याचाच होता.'

त्या माणसानं म्हटलं, 'काय? आणि मी रामनामाचा जप करत राहिलो — फक्त दिवसाच नाही — रात्रीसुद्धा झोपेत, जागेपणी रामनाम जपत राहिलो.'

परमात्म्यानं उत्तर दिलं, 'म्हणूनच तर! तू मलाही झोपू दिलं नाहीस. माझं डोकं खाल्लंस तू. एक रात्रही शांतपणे झोपू दिलं नाहीस. तुला इथे येऊ दिलंय हेच तुझं नशीब समज आणि हा माणूस इथे आहे कारण यानं मला काहीच त्रास दिला नाही. यानं ना कधी प्रार्थना केली, ना पूजा केली. हा तर कधी देवळातही गेला नाही. जग याला पापी समजत होतं. कारण जग ज्याला पुण्य समजतं ते खरं पुण्य नाहीच आहे. देवळात जाणं यात कसलं पुण्य आहे?

'पण या माणसानं दीनदुबळ्यांची सेवा केली आहे. इथे दुकानात पैसे कमावले, तिथे गरीबांना वाटून दिले. हे पैसे देतानाही त्यानं काही तमाशा, आरडाओरड केली नाही. पत्रकारांना बोलावून आपल्या कामाचं वर्णन लिहिलेले कागद वाटले नाहीत. छायाचित्रकार तयार ठेवले नाहीत. गुपचुप जाऊन लोकांच्या घरात ठेवून आला. त्यांना पत्ताच लागला नाही. याचे आभार मानण्याची संधीही त्यानं त्या लोकांना दिली नाही. हा मंदिरात गेला नाही ही खरी गोष्ट आहे त्यानं पूजा केली नाही हेही खरं आहे. पण हा मला प्रिय आहे.'

'ना मैं मूरत धरि सिंहासन ना मै पुहुप चढाई

ना हरि रीझै जपतप कीन्हे, ना काया के जारे ।'

शरीराला कष्ट देता, जाळता आणि असं समजता की परमात्मा प्रसन्न होईल? तुमचा आत्माही प्रसन्न होणार नाही तिथे परमात्मा काय प्रसन्न होणार? तुमच्या अंतरात्म्याला विचारा. तो परमात्म्याचा प्रतिनिधी आहे तुमच्या अंतरातला. त्याला त्रास होतो. त्रासाला कधी पूजा मानता येईल का? उत्सवालाच फक्त पूजा म्हणता येईल.

तुम्ही जेव्हा आनंदी असता, तुमचं सारं शरीर प्रफुल्लित असतं, शांत असतं, जेव्हा तुमच्या कणाकणातून, रोमारोमातून जीवनप्रवाह वाहात असतो, जेव्हा तुम्ही नाचू शकता तेव्हाच तुमचा आत्मा प्रसन्न असतो. आणि या गोष्टींमुळे आत्मा प्रसन्न होतो तीच परमात्म्याची पूजा असते. आपल्या आत्म्याचा आवाज ऐका, परमात्म्याचा आवाज ऐकाल. आत्म्याचं सांगणं ऐकलं नाहीत तर

तुम्ही परमात्म्याचे शत्रू बनाल.

गुराजेल्फ म्हणत असे, जगातले सगळे धर्म परमात्म्याचे शत्रू आहेत. बरोबरच होतं त्याचं म्हणणं. का? या धर्मांपैकी कोणताही धर्म तुम्हाला तुमच्या आत्म्याचा आवाज ऐकायला शिकवत नाही. त्यांचे जे बंदिस्त नियम असतात ते पाळणं आवश्यक असतं. जर तुमचा आत्मा याच्या उलट काही सांगत असेल तर त्याची गळचेपी करा. स्वत:ला मारून टाका. स्वत:चाच गळा घोटा. ते सगळे धर्म आत्मघात करून घेणारे आहेत.

'ना हरि रीझै धोती छाडे'

नागवं होण्यानं हरीला प्रसन्न करून घेऊ शकेल का कोणीही?

'ना पांचो के मारे'

आणि पाचही इंद्रियांनाही मारून टाका. आपले डोळे फोडून घ्या. कानात लोखंडी सळई खुपसून घ्या म्हणजे संगीत कानावर पडायलाच नको, वासना निर्माण व्हायलाच नको. डोळ्यांना कोणतेही रूप दिसायलाच नको. वासना निर्माण व्हायलाच नको. पाचही इंद्रियांना मारून टाका, नष्ट करून टाका. हेच तर तुमचे साधू संन्यासी करताहेत.

परमात्मा निर्माण करतो, तुम्ही नाश करता. तुम्ही त्याचे मित्र कसे बनू शकाल? परमात्मा डोळे देतो, तुम्ही ते फोडून टाकता. परमात्मा कान देतो, तुम्ही बहिरे होण्याची इच्छा करता. परमात्म्याने जे दिलं आहे ते नष्ट करू नका. ते नीट सांभाळा. त्यावर चांगले संस्कार करा, त्याला संवेदनशील बनवा.

डोळे इतके संवेदनशील होऊ देत की रूप तर दिसेलच पण त्यामागचं अरूपही स्पष्ट दिसू लागेल. कानांना अशी गहन श्रवणशक्ती प्राप्त होऊ दे की संगीत तर ऐकू येईलच, शिवाय सर्व संगीतामध्ये जे एक शून्य लपलेलं असतं तेही ऐकू येऊ लागेल. स्वर तर असतातच संगीतामध्ये, एक शून्यताही असते. स्वर हे वरचं आवरण आहे. शून्य हा अंतरातला प्राण आहे. रूप तर आहेच फुलामध्ये, अरूपही आहे. सुंदर स्त्रीकडे रूप तर असतंच, सुंदर पुरुषाकडेही — अरूपही असतं. आकारही स्पष्ट दिसावा आणि निराकारही दिसावा असे डोळे हवेत.

तुम्ही डोळे फोडून घेताहात कारण रूपाला घाबरला आहात — रूप बघून वासना जागृत होऊ नये म्हणून रूप दृष्टीलाच पडू नये असं वाटतंय तुम्हाला ठीक आहे. रूप दृष्टीला पडलं तर वासना निर्माण होते. डोळे फोडून घेतले की रूप दिसणारच नाही. उगाच भ्रमात राहू नका. आंधळ्या लोकांच्यामध्येही वासना असते, भयंकर वासना असते आणि तुम्ही तर काहीही करू शकता. तो तर बिचारा काहीच करू शकत नाही. म्हणून ही वासना मोठी असहाय आहे. अगदी

विकृत, पर्व्हर्टेड.

खरंच आहे, रूप नजरेला पडलं तर वासना निर्माण होते. याचा अर्थ असा आहे, अजून थोडं खोलवर बघ. अरूप दिसू शकलं तर करुणा निर्माण होईल. रूप दृष्टीला पडलं तर कामवासना निर्माण होते. अरूप दृष्टीला पडलं तर प्रेम निर्माण होतं. दृष्टी वाढवा, स्वाद वाढवा. स्वादाला नाकारू नका. जीभ भाजून घेणं अगदी सोपं आहे. काय कठीण आहे त्यात? स्वादाला घाबरू नका. स्वादामध्ये परम स्वाद लपलेला आहे. आपल्याला अस्वाद नको आहे, परमस्वाद उपलब्ध हवा आहे. तेव्हा तुम्ही परमात्म्याच्या प्रवाहात वाहात असाल. तेव्हा तुम्हाला काहीही करावं लागणार नाही, असं प्रवाहातून वाहात जात तुम्ही पोचाल. प्रवाह चालला आहे सागराच्या दिशेनं — तुम्ही फक्त त्या प्रवाहात एकरूप होऊन जा.

'दाया रखि धरम को पाले जगसूं रहै उदासी
अपनासा जिव सबको जाने ताहि मिले अविनासी ।'

दोन शब्द — दया, करुणा. ज्याच्या मनात करुणा जागी झाली, सगळं जागं झालं.

धर्म — धर्माचा अर्थ असा घेऊ नका — हिंदू धर्म, मुसलमान धर्म, ख्रिश्चन धर्म — नाही. कारण ते सगळे तर कर्मकांड सांगणारे आहेत. धर्माचा खरा अर्थ आहे, स्वभाव! स्वत:ला ओळखा. आपण म्हणतो आगीचा धर्म आहे उष्णता, पाण्याचा धर्म आहे शीतलता. तुमचा — मनुष्याचा धर्म काय आहे? काय गुण आहे तुमचा? तुमच्या स्व-चा? चैतन्य, ज्ञान, बुद्धत्व. जो प्रज्ञा जागृत करेल आणि करुणेला... जो स्वत: जागा होईल आणि करुणावान होऊन जाईल...

'दाया रखि धरम को पाले जगसूं रहै उदासी'

तो आपला आपणच हे जे सगळीकडे पसरलेलं स्वप्न आहे त्याच्यासंबंधी उदासीन होतो. परंतु ही उदासीनता घृणेची नाही, कारण घृणा कधी उदासीन नसते.

जगामध्ये तीन प्रकारचे लोक असतात. एक - जगाच्या प्रेमात पडलेले — ते उदासीन नसतात. दुसरे जगाबद्दल वैराग्य निर्माण झालेले असतात — तेही उदासीन नसतात. प्रेमाचं रूपांतर घृणेमध्ये झालं. मैत्रीचं रूपांतर शत्रुत्वामध्ये झालं. ज्या दिशेकडे पाहात होते तिच्याकडे पाठ फिरवली. पण उदासीन नाही झाले.

उदासीन कोण — जो या दोन्हींतून मुक्त झाला — अनुराग आणि विराग या दोन्हींतून जो मुक्त झाला तो उदासीन आहे. महावीराने याला वीतराग असं म्हटलं आहे — जो उदासीन आहे. उदासीन म्हणजे उदास नव्हे — म्हणजे

पत्नी रागावली आहे आणि तुम्ही उदासपणे बसला आहात — धंदा नीट चालला नाही म्हणून तुम्ही उदास झाला आहात - ही उदासीनता नाही. हा तर अनुराग आहे. अनुराग असफल झाला आहे म्हणून तुम्ही उदास झाला आहात.

तुमचा आनंदही खोटा आहे. आज धंदा खूप चांगला झाला, तुम्ही ग्राहकांना भरपूर लुटलंत आणि मोठ्या प्रसन्न मनानं तुम्ही घरी येता. अगदी जमिनीवर पाऊल ठरत नाहीये तुमचं, जणू आकाशातच उडता आहात. हा आनंदसुद्धा आनंद नाही. हाही अनुरागच आहे. अनुराग आणि विराग हे दोन्ही जेव्हा संपून जातील. जगाबद्दल, संसाराबद्दल मनात प्रेमही नाही आणि घृणाही नाही. द्वेषही नाही, प्रेमही नाही. तेव्हा उदासीन.

उदासीनता हा परम अनुभव आहे. उदासीनतेहून मोठं असं या जगात दुसरं काही नाही. उदासीनता म्हणजे दु:ख नाही हे लक्षात ठेवा — कारण तसं तुमच्या शब्दकोशांमध्ये लिहिलेलं आहे. उदासीनता हा परमोच्च आनंद आहे. जेव्हा स्वत:बद्दल परमानंद प्राप्त होतो तेव्हाच जगाबद्दल उदासीनता निर्माण होते. परमात्म्यामध्ये नृत्य सुरू होतं तेव्हाच जगासंबंधी उदासीनता जागृत होते.

जसं — एक लहान मुलगा आहे. आता मोठा झालाय. आता सगळी खेळणी कोपऱ्यात पडली आहेत. तो तिकडे ढुंकूनही पाहात नाही. एके काळी या खेळण्यांसाठी वेडा झाला होता. इतका वेडा झाला होता की रात्री झोपतानाही ही खेळणी शेजारी घेऊन झोपायचा. खेळण्यांशिवाय त्याला झोप लागायची नाही. दुसऱ्या कोणी त्याची खेळणी मागितली तर हा भांडायला उठायचा. आता मोठा झालाय, शहाणा झालाय, खेळणी पडून आहेत. हळूहळू कचऱ्यात फेकून दिली जातील.

ज्या दिवशी तुम्हाला मोठ्या आनंदाची प्राप्ती होते त्या दिवशी लहानसहान आनंद आपोआपच कोपऱ्यात फेकले जातात, खेळणी होऊन जातात. ज्या दिवशी परमात्मा भेटतो त्या दिवशी संसाराबद्दल उदासीनता निर्माण होते. तुम्ही ही उदासीनता निर्माण करण्याचा प्रयत्न करू नका. नाही तर चुकीची उदासीनता हाती लागेल. ती उदासीनता वैराग्याची असेल. तुम्ही परमात्म्याला भेटण्याचा प्रयत्न करा. तेव्हा एक विलक्षण उदासीनतेचा अनुभव येईल. या उदासीनतेचं मूळ आनंदात असेल. हाही एक विलक्षण विरोधाभास आहे. जगाबद्दल चांगली किंवा वाईट - कोणतीच भावना शिल्लक राहात नाही. सर्वच भावना मावळून जातात. स्वत:मध्येच माणूस रमून गेला आहे. इतका आनंदित आहे की त्याला आता दुसरी कसली इच्छाच राहिलेली नाही. सगळं मिळालं आहे. मिळवण्यासारखं काही राहिलेलंच नाही. जगाबद्दलची उदासीनता जी आहे ती म्हणजेच परमात्म्यासंबंधीचा आनंद आहे. या एकाच नाण्याच्या दोन बाजू आहेत.

'दाया रखि धरम को पाले, जगसूं रहै उदासी
अपना सा जिव सबको जाने ताहि मिले अविनासी ॥'

आणि ज्या वेळी या दोन्ही घटना घडून येतात, दया आणि धर्म, करुणा आणि प्रज्ञा तेव्हाच हेही दिसून येतं की जी ज्योत माझ्या अंतरात तेवते आहे तीच इतर सर्वांच्यामध्येही तेवते आहे.

अहिंसा आपली आपणच जन्म घेते. मुंगीतही तेच आहे. हत्तीतही तेच आहे. वृक्षातही तेच तत्त्व आहे. लहानांत, मोठ्यांत, कणात, विराटात सर्वांच्या ठायी तेच आहे. आणि ते जे काही आहे ते मीच आहे. 'तत्त्वमसि श्वेतकेतु ।' ते मीच आहे. तो श्वेतकेतु तुम्ही आहात. एकाचा विस्तार झाला आहे अनेकांमध्ये ।

'सहे कुसबद बाद को त्यागे छांड़े गरब गुमाना ।'

तेव्हा सगळा गर्व, सगळ्या शंका, सारा अहंकार, सारी अस्मिता गळून जाते. तेव्हा कोणी शिव्या देत आहे, अपमान करतो आहे याचा त्रास होत नाही — जगाबद्दल उदासीन होऊन गेला आहे हा. कुणी शिव्या द्या कुणी ओव्या गा — सगळं समान!

'सहे कुसबद, बाद को त्यागे'

आणि त्याचा आता काही वाद शिल्लकच नाही. ईश्वरवादी असणाऱ्याचा दुसरा कोणताही वाद नसतो. ईश्वराला जाणून घेणाऱ्याचा कोणताही सिद्धांत नसतो. सिद्ध पुरुषाचा कसलाही सिद्धांत नसतो. तो स्वतःच ईश्वर असतो. तो सत्यासंबंधी चर्चा करत नाही, तो सत्यच सांगतो. तो सत्यासंबंधी बोलत नाही. त्याच्या मुखातून सत्य स्वतःच बोलत असतं.

'सहे कुसबद बाद को त्यागे छाडे गरब गुमाना
सत्य नाम ताहि को मिलिहै कहै कबीर दीवाना ।'

वेडा कबीर म्हणतो, ज्यानं हे सगळं केलं, मेलेली कर्मकांडं सोडून दिली, मनातला अखेरचा जिवंत धर्म जागृत केला, वासनेच्या ऊर्जेला करुणेमध्ये रूपांतरित केलं, ज्याच्यामध्ये कोणताही वाद, कोणतंही शास्त्र शिल्लक राहिलं नाही, जो शास्त्रशून्य, वादशून्य झाला आणि ज्याने सर्वांच्या अंतरात तेवणाऱ्या त्या एकाच ज्योतीचं दर्शन घेतलं तोच त्या अविनाशीला प्राप्त करून घेऊ शकतो. तोच प्राप्त करून घेतो.

कहै कबीर दीवाना ।

आज इतकंच !

◆

पीछे लागा जाइ था, लोक वेद के साथि ।
आगे थे सद्गुरु मिला, दीपक दिया हाथि ॥
भगति भजन हरिनाम है, दूजा दुख अपार ।
मनसा वाचा कर्मना कबीर सुमरिन सार ॥
मेरा मन सुमरे राम कूं, मेरा मन रामही आहि ।
अब मन रामही व्है रह्या सीस नवावें काहि ॥
सब रग तंत रबाब तन, विरह बजावे नित ।
और न कोई सुन सके, कै सांई के चित्त ॥
इस तन का दीवा करूं, बाती मेल्यूं जीव ।
लोही सींचौ तेल ज्यूं, कब मुख देख्यौ पीव ॥

प्रवचन २ रे
भगति भजन हरिनाम

आयुष्य संपत असतं थेंबाथेंबानं! रोज संपत असतं. हातातून वाळू जशी सरसरून गळून जाते तशी पायाखालची जमीन सरकत जाते. हे दिसत नाही कारण हे पाहण्यासाठी, दिसण्यासाठी फार सावध असावं लागतं. आणि आयुष्य इतक्या सावकाश संपत असतं की क्षणाक्षणानं मृत्यू जवळ येतो आहे हे जाणवतच नाही. कोणीही मेलं की मनात येतं मृत्यू नेहमी दुसऱ्या कुणाचा तरी होतो. मी कधीच मरत नाही - नेहमी दुसरं कुणीतरी मरत असतं. शेजारी मरतो. पण प्रत्येक मृत्यू तुमच्या मृत्यूचा सांगावा आणत असतो. जे शेजाऱ्याचं झालं ते तुमचंही होणार असतं.

शेवटच्या क्षणीही शुद्ध येत नाही. बेपर्वाईनं, निष्काळजीपणानं आपल्या हातानंच माणूस स्वत:चा शेवट करून घेतो आणि तुम्ही हे जे काही करता आहात त्याचीही अखेर किंमत किती आहे? कितीही पैसा मिळवा, कितीही उच्चपदं, प्रतिष्ठा मिळवा, मृत्यू सगळं धुवून टाकतो. मृत्यू सगळं संपवून टाकतो. तुम्ही बांधलेली सगळी घरं पत्त्याच्या घरांसारखी ठरतात. तुम्ही सोडलेल्या सगळ्या नौका कागदाच्या नावा ठरतात. सगळं बुडून जातं.

मृत्यू आहे याची जाणीव ज्याला झाली त्याच्या आयुष्यात धर्माचा किरण उगवतो. मृत्यूची आठवण होणं ही धर्माची पहिली पायरी आहे. मृत्यू नसता तर जगात धर्मही नसता. मृत्यू आहे म्हणून धर्म असण्याची शक्यता आहे. जोपर्यंत तुम्ही मृत्यू आहे या गोष्टीचा स्वीकार करत नाही तोपर्यंत तुमच्या आयुष्यात धर्माचा किरण येणार नाही.

मृत्यूला नीटपणे समजून घ्या. कारण त्याच्याच आधाराने जीवनात क्रांती होणार आहे. तुम्हाला जर समजलं की आज संध्याकाळी तुम्ही मरणार आहात तर काय दिवसभर तुम्ही नेहमीसारखे वागू शकाल? ही मृत्यूची बातमी कळण्याआधी वागत होता तसे वागाल? तसेच दुकानात जाल? तसंच ग्राहकांचं शोषण कराल? काल वागलात तसेच वागाल? एका क्षणापूर्वी होती तेवढीच पैशावर पकड राहील तुमची? मनात कामवासना जागृत होईल? सुंदर स्त्रियांचं आकर्षण वाटेल? रस्त्यावरून जाणाऱ्या मोटारीचा मोह पडेल? कोणाचं घर बघून मत्सर वाटेल? नाही — सगळंच बदलून जाईल.

आज संध्याकाळीच मला मृत्यू येणार आहे असं कळलं तर तुमच्या जीवनाचा सारा अर्थ, सारं प्रयोजन, तुमच्या जीवनाची शैली बदलून जाईल. मृत्यूचं एवढंसं स्मरणही तुम्ही आहात तसे राहू देणार नाही तुम्हाला.

आणि तुम्ही आत्ता जसे आहात ते अगदी खोटे आहात. कारण आत्ताच्या तुमच्या असण्यानं दु:खाखेरीज दुसरं कोणतंही फळ तुम्हाला मिळत नाही. फळं मिळतात हे नक्की, पण ती सारी दु:खाची फळं असतात. फळं मिळतात,

नक्कीच मिळतात. तुमच्या आशा पूर्ण होतील अशी नाहीत किंवा तुमची स्वप्नं असतात तशीही नाही मिळत. फळं मिळतात तुमच्या आशांच्या उलट, तुमच्या स्वप्नांच्या अगदी उलट,

आयुष्य संपतं तेव्हा हातात फक्त राख राहते आणि एक दुःख, एक तीव्र यातना — आणखी एक संधी गमावली याचं दुःख. म्हणूनच तर मृत्यूच्या वेळी लोक इतके दुःखी आणि वेदनेनं तळमळत असतात. नाही तर जर आयुष्य कृतार्थ झालं असेल, जीवनाच्या कृतकृत्यतेची जाणीव झाली असेल आणि जीवन हे एक गाणं झालं असेल — ज्याला कबीर सुमिरन म्हणतात — मी कोण आहे याचं स्मरण झालं असेल तर मृत्यू म्हणजे तर एक महोत्सव बनून जाईल. कारण तोच तर साऱ्या जीवनाची परिपूर्णता आहे, साऱ्या जीवनाचा अर्क, तात्पर्य आहे. तेव्हा मृत्यू मृत्यू राहणार नाही. महाजीवनातला तो प्रवेश ठरेल.

जो जाणून घेऊन जगतो त्याचा मृत्यू म्हणजे त्यानं घेतलेली समाधी असते. जो अजाणता जगत असतो त्याचं जगणंही मृत्युवत् असतं. जो पूर्ण शुद्धीमध्ये जगतो तो कधीच मरत नाही. जो बेशुद्धावस्थेत जगत असतो तो खरा जगलेलाच नसतो कधी. त्याचं जगणं म्हणजे जगण्याची चेष्टा करणंच असतं.

आणि तुम्ही ज्या लोकांमध्ये जन्मला आहात ते नैसर्गिक रीत्या असे मुडदेच आहेत आणि तुम्ही त्यांच्या मागूनच चालता आहात. कबीर म्हणतात,

'पीछे लागा जाई था, लोक वेद के साथि ।'

लोकांच्या मागे चालणं सुरू होतं. लोक जिथे चालले होते तिथे मी जात होतो. त्यांच्या पावलावर पाऊल टाकून जात होतो. माझ्याइतकेच तेही आंधळे आहेत या गोष्टीचा विचार न करताच जात होतो. ही सगळी गर्दी शेवटी कुठे पोचणार आहे याचा विचारही न करता माणूस त्या गर्दीबरोबर जात राहतो. याची कारणं खूप गहन आहेत. ती समजून घेण्याची जरूरी नाही.

समाज व्यक्तीचा शत्रू आहे. तुम्ही शेळ्या-मेंढ्यांसारखं वागावं, व्यक्तीसारखं वागू नये अशी समाजाची इच्छा असते. कारण बंडाचा आवाज व्यक्तीमधूनच उठतो. व्यक्तीबरोबरच जाणीव जागृत होते आणि जागृतीचा पहिला किरण उतरला की ताबडतोब व्यक्ती आपला स्वतःचा मार्ग शोधायला सुरुवात करते. मग ती व्यक्ती गर्दीच्या मागे जात नाही. कितीही सुंदर राजमार्ग असो, स्वच्छ असो, काटेकुटे नसलेला असो, तरीही ती व्यक्ती गर्दीच्या मागून चालत नाही. ती स्वतःचा रस्ता तयार करायला सुरुवात करते. जाणीव जागृत झाली की तुम्ही समाजापासून वेगळे झालातच. तुम्ही प्रथमच 'स्वयं' बनता. आणि 'स्वयं' होण्यात

बंड आहे, विद्रोह आहे, क्रांती आहे. म्हणूनच कोणताही समाज व्यक्तीला सहन करू शकत नाही.

जन्माच्या पहिल्या क्षणापासून मृत्यूच्या शेवटच्या क्षणापर्यंत समाज व्यक्तीला नष्ट करण्याचा, दडपून टाकण्याचा प्रयत्न करत असतो. हर तऱ्हेनं तुम्हाला मोडून टाकत असतो. तुम्हाला आत्म्याची जाणीव होऊ नये म्हणून — कारण तुम्हाला जर आत्मभान आलं तर समाजाचं तुमच्यावर नियंत्रण राहूच शकणार नाही.

आजपर्यंत कोणाही आत्मजागृत व्यक्तीवर समाजाला नियंत्रण करता आलेलं नाही. फक्त मुडद्यांनाच काबूत ठेवता येतं. जिवंत व्यक्ती म्हणजे एक आग असते. ती आग हातात बांधून ठेवणं सोपं नसतं. त्यावर कोणतंही बंधन घालणं शक्य नसतं. तुम्ही जिवंत माणसाला तुरुंगात टाकू शकता, त्याला कैदी नाही बनवू शकत. तुम्ही त्याला बेड्या घालू शकता, त्याचं स्वातंत्र्य नाही हिरावून घेऊ शकत. त्याचं स्वातंत्र्य आंतरिक आहे. जाणिवेचं स्वातंत्र्य आहे.

म्हणून सर्व समाज — एकही अपवाद नाही याला — मग तो भांडवलशाहीवादी असो, समाजवादी असो की साम्यवादी असो — सर्व समाज व्यक्तीचे शत्रू असतात. समाजात होणारी कोणीही क्रांती खरीखुरी क्रांती नसते, एक फसवणूक असते. मग ती क्रांती फ्रान्समध्ये झालेली असो, रशियात असो की चीनमध्ये, सर्व क्रांती फसवणूकच असतात. कारण क्रांती काहीच करत नाही, समाजाला एका चौकटीतून काढून दुसऱ्या चौकटीत घालते. एका गुलामगिरीची जागा दुसरी गुलामगिरी घेते. साहजिकपणेच नवी गुलामगिरी जुन्या गुलामगिरीपेक्षा अधिक प्रबळ असते कारण ती नवी असते.

जुनी गुलामगिरी जराजीर्ण होऊन गेलेली असते. तिच्यामधून बाहेर निसटण्यासाठी पळवाटा तयार झालेल्या असतात. त्या गुलामगिरीच्या भिंती पडून गेलेल्या असतात, दारं-दरवाजे कमजोर झालेले असतात, पहारेकरी आळसावलेले असतात. तुरुंगाच्या मालकाची खात्री पटलेली असते की सगळं ठीक चाललं आहे, तो झोपून जातो.

नवी गुलामगिरी जुन्या गुलामगिरीपेक्षा नेहमीच जास्त मजबूत असते. कारण तुरुंग नव्यानं बांधलेले असतात, दारं-दरवाजे मजबूत असतात आणि नव्या समाजरचनेला ठाऊक असतं की ज्या रीतीनं आपण जुन्या रचनेला मोडून टाकलं, त्याच रीतीचा उपयोग करून एखादा नवा बंडखोर आपल्यालाही मोडून तोडून टाकू शकेल. म्हणून नवी रचना जुन्यापेक्षा अधिक हुशार असते.

झारच्या काळात रशियामध्ये जेवढं स्वातंत्र्य होतं तेवढं स्टॅलिनच्या काळात राहिलं नाही आणि चँग-काय-शेकच्या राजवटीत चीनमध्ये जेवढं स्वातंत्र्य होतं

तेवढं माओच्या राजवटीत राहिलं नाही. मान अधिकच आवळली जाते. कारण खऱ्या क्रांतीपासून दूर ठेवण्याचा खोटी क्रांती हा उपाय आहे.

खरी क्रांती फक्त एकच आहे — व्यक्ती समाजापासून मुक्त होणं.

मुक्त होण्याचा अर्थ असा नाही की, रस्त्याच्या मधून चालू नका हा समाजाचा नियम असेल तर व्यक्तीनं रस्त्याच्या मधून चालायला सुरुवात करावी. ही मुक्ती नाही होणार, हा मूर्खपणा ठरेल. मुक्त होणं याचा अर्थ स्वच्छंद वागणं असा नाही. कारण जो स्वच्छंदपणे वागेल त्याला उमजलंच नाही असं म्हणावं लागेल. स्वच्छंदता म्हणजे गुलामीचंच प्रतिबिंब आहे. स्वतंत्रता म्हणजे स्वच्छंदताही नाही आणि गुलामीही नाही. या दोहोंच्या मध्यभागी असणारी एक परम जागृती म्हणजे स्वतंत्रता आहे.

तसं पाहिलं तर व्यक्ती ही समाजाची शत्रू नसते. परंतु व्यक्ती समाजाची पडछायाही नसते. जोवर समाजातल्या लहानसहान पद्धतींचा संबंध असतो तोवर व्यक्ती त्या पद्धती मान्य करायला तयार असते. कारण त्या पद्धती फारशा महत्त्वाच्या नसतातच.

रस्त्यावर चालण्याचे नियमच आहेत — भारतात डाव्या बाजूने चला, अमेरिकेत उजव्या बाजूने चला — काय फरक पडतो? हवं तर डाव्या बाजूने जा, हवं तर उजव्या बाजूने जा. एकच गोष्ट नक्की आहे की सर्वांनी एकाच बाजूने जायचं आहे — म्हणजे रहदारी सुरळीत चालेल. डाव्या बाजूने गेलं तरी चालेल, उजव्या बाजूने गेलं तरी चालेल. पण सगळे जण स्वत:ला हवे तसे डावे-उजवे जाऊ लागले तर नाही चालणार. गोंधळ होईल. हे क्षुल्लक नियम आहेत. हे काही शाश्वत नियम नाहीत आणि यांमध्ये काही नीतीही नाही. यांमध्ये परमात्म्याचा अंश कुठेही नाही. ही सरळ साधी सोय आहे.

स्वतंत्र माणूस समाजाच्या सोयी-सुविधांमध्ये अडचणी आणत नाही, उलट त्यात मदत करतो. परंतु समाजाच्या सोयीसाठी स्वत:चा आत्मा गमावून बसायला तयार होत नाही. जोवर डावी-उजवी बाजू ठरवण्याचा प्रश्न आहे तोवर त्याला मान्य असतं. पण जेव्हा समाज त्याला सांगू लागतो की तू तुझा आत्मा नष्ट करून टाक तेव्हा मात्र तो समाजाला ठोकरतो.

अर्थात समाजाला यापासून काही त्रास पोचत नाही कारण आत्मा म्हणजे काही रहदारीचा एखादा नियम नाही तिथं तुम्ही अगदी एकटे असता. तिथं दुसरं कुणी असूच शकत नाही. म्हणून तिथं समाजाच्या नियमनाची जरुरीच नसते. पण इथे समाजाला धोका असतो. धोका हा की आत्मभान आलेला माणूस कधी दडपला जात नाही. त्याला कधी नमवता येत नाही.

शिवाय आत्मजागृत माणूस संक्रमक असतो. हा आणखी मोठा धोका

असतो. कारण एखाद्या माणसाला आत्मभान आलं की त्याच्या आसपासचं वातावरण या आत्मवत्तेनं, भगवत्तेनं भारून जातं. दुसऱ्या माणसांनाही हे भान येऊ लागतं आणि जर खूप माणसं आपापले रस्ते, आपापल्या पाऊलवाटा शोधू लागली तर राजमार्गाचं जे बळ आहे तेच कमी होऊ लागेल. समाज दुर्बळ होईल. कारण आत्मजागृत व्यक्ती मूलत: अराजक असते. स्वच्छंद नाही. आणि हीच गोष्ट कोणत्याही सत्तेला पसंत नसते.

म्हणूनच तर कबीर म्हणतात, मी आता हरी होऊन गेलो आहे, तर मान कुणापुढे लववू? आत्मजागृत व्यक्तीला एके दिवशी कळून येतं की तो स्वत:च परमात्मा आहे. आता कुठे डोकं टेकायचं? कसं टेकायचं?

तो कुणी अहंकारी आहे म्हणून नव्हे. त्याचा अहंकार गळून गेलेला आहे म्हणूनच तर तो आत्मजागृत आहे. नाही, आता डोकं टेकण्यासारखं काही शिल्लकच राहिलं नाही. डोकं टेकणाराही शिल्लक नाही डोकंही शिल्लक नाही. सगळंच संपून गेलं आहे. म्हणून सत्ताधारी लोकांनाही आत्मजागृत व्यक्ती नको असते आणि तुमच्या तथाकथित धर्मांनाही पसंत नसते — तो मंदिर, मशीद सगळंच सोडून देणारा असतो.

आता डोकं कुठे आपटायचं? माणसानं बनवलेल्या मूर्तींच्या समोर डोकं आपटून काय होणार? समाजानं सगळीकडे पसरून ठेवलेली ही गुलामीची जाळी आहेत. तुरुंगही त्याचेच आहेत. ज्याला तुम्ही मंदिर म्हणता तेही समाजानं बांधलेले तुरुंगच आहेत. ज्याला तुम्ही पोलीस म्हणता तो समाजाचा नोकर असतो. आणि ज्याला तुम्ही पुजारी, पुरोहित म्हणता तोही तसाच — तेवढाच समाजाचा नोकर असतो. दोघेही पोलीसच आहेत. एक तुमच्या शरीरावर नियंत्रण ठेवतो आणि दुसरा तुमच्या आत्म्यावर — तुम्ही सुटून जाता नये.

आणि जसं मी आधी म्हटलं आहे तसं — जन्माच्या पहिल्या क्षणापासून समाजाचा हस्तक्षेप सुरू होतो — तुम्हाला मारून टाकण्यासाठी. मूल जन्माला येतंय तेवढ्यात समाज तिथे हजर असतो. मूल जन्माला आलं की — आजचे अत्याधुनिक शोध असं सांगतात की जगात सर्व ठिकाणी मूल जन्माला येताक्षणी डॉक्टर, दाया, नर्सेस मुलाची नाळ कापतात. आता अगदी अद्ययावत विज्ञानशोध असं सांगताहेत की अशी लगेच नाळ कापणं म्हणजे मुलाला कायमचं कमजोर करणं आहे. ते मूल कधीही बलवान होऊ शकणार नाही. कायमचा त्याचा ऊर्जाप्रवाह क्षीण राहणार.

यामागे कारण आहे. आईच्या पोटात असताना मूल स्वत: श्वास घेत नसतं. बेंबीशी जोडलेल्या नाळेमधून आईच बाळासाठी श्वास घेत असते. आईच्या श्वासावरच बाळ जगत असतं. मुलाचं हृदय धडधडत असतं पण मूल स्वत: श्वास घेत

नसतं. श्वास, ऑक्सिजन, वायू, प्राण बेंबीतून त्याच्यापर्यंत जात असतात. आईच्या पोटातल्या बाळासाठी ही सोय केलेली असते, आईचाच तो एक भाग असतो. आईचं एक अंग होऊन बाळ जगत असतं.

हे मूल आईच्या पोटातून बाहेर आलं की एकदम श्वास नाही घेऊ शकत. कारण नवं यंत्र चालू व्हायला थोडा वेळ लागतोच. बाळाच्या शरीराच्या आत एक मोठा बदल घडून येईल. आत्तापर्यंत बेंबीतून श्वास घेतला, आता नाकातून श्वास घेईल. एक नवी रीत चालू होईल. यामध्ये पाच-सात मिनिटं तरी लागतातच. पण आपण मुलाची नाळ ताबडतोब कापून टाकतो. अजून मूल नाळेच्या द्वारे आईकडूनच श्वास घेतं आहे — तेवढ्यात — पाच-सात मिनिटांत ही प्रक्रिया पूर्ण होईल. मूल श्वास घेऊ लागेल, त्याचं हृदय धडधडू लागेल तेव्हा तुम्ही नाळ कापा. कारण मूल आता स्वत: स्वत:ची ऊर्जा मिळवू लागलं आहे. फार वेळ नाही लागत - पाच-सात मिनिटांची गोष्ट असते. पण समाजाला एवढा धीर नसतो.

लहानशा खेड्यांमध्ये अशिक्षित दाई जे करते आहे, तेच मोठ्यात मोठ्या रुग्णालयांमध्ये आणि तज्ज्ञ, कुशल डॉक्टरांच्या कारभारामध्येही घडतं आहे. ती अशिक्षित दाई हे खेड्यामध्ये करते आहे. तिची नाळ कापण्याची पद्धत वाईट आहे. तिच्याजवळ चांगली हत्यारं नाहीत. डॉक्टर मोठ्या कौशल्याने कापतो. त्याच्याजवळ सगळ्या उत्तम सुविधा आहेत. सगळी उत्तम हत्यारं आहेत. पण दोघंही एकच काम करताहेत.

तुम्ही नाळ कापलीत की बाळाचं सारं जीवनतंत्र कापून उठतं. गडबडून जातं आणि म्हणून बाळ किंचाळतं, रडायला लागतं. कारण त्याला श्वास घेण्याची नवी पद्धत शिकायची असते. बाळ घाबरून श्वास घ्यायला लागतं आणि बाळ पहिला श्वास घेतं तो जितकं घाबरून जाऊन, गडबडीनं, कापत घेतला असेल तेवढंच भय, कंपन त्याला आयुष्यभर मिळतं. कारण श्वास म्हणजे जीवन आहे. पहिल्या श्वासाशीच भय जोडलं गेलं. आता सगळं आयुष्य हा माणूस भयभीत होऊनच घालवणार.

पाच मिनिटं थांबता येणं शक्य आहे. पाच मिनिटांनंतर आपोआप बेंबीशी जुळलेली नाळ आणि तिचं कंपन बंद होऊन जातं. पाच मिनिटांपर्यंत कंपन चालू राहतं. कारण धडधड चालू असते, श्वास चालू असतो. पाच मिनिटांत नाळ आपोआप बंद होऊन जाते. तिचं कंपन, थरथरणं नैसर्गिक रीत्याच थांबतं. तिच्यातली ऊर्जा आणि उष्णता संपून जाते. यंत्र बदललं.

आता तुम्ही कापू शकता. आता तुम्ही मेलेली वस्तू कापता आहात. पाच मिनिटांपूर्वी तुम्ही एक जिवंत वस्तू कापत होतात, आणि तुम्ही बाळाला पहिला

धक्का दिलात - बाळ अगदी कोमल आहे, अतिकोमल आहे. आईच्या पोटात नऊ महिने त्याला कसलाही त्रास झाला नाही, कसलंही दु:ख झालं नाही. कोणत्याही तऱ्हेचं दु:ख त्याला सोसावं लागलं नाही. स्वर्गातून ॲडमच्या बागेतून एकदम बाळ बाहेर आलं आहे. आणि तुम्ही त्याला पहिला धक्का दिलात. मनोवैज्ञानिकांचं म्हणणं आहे की या पहिल्या धक्क्यामुळेच आजचा माणूस इतका कमजोर आहे.

डॉक्टरला घाई आहे. कदाचित तो म्हणेल अजून पंचवीस बाळंतपणं करायची आहेत. गडबड आहे, बेचैनी आहे, त्याचं स्वत:चं शरीरही तणावाखाली आहे. त्याला जाणीवच नाहीये की तो काय करतो आहे. हे तर आता अचेतनाचा भाग बनून गेलं — मूल जन्माला आलं आणि त्याची नाळ कापून टाकली. जन्माच्या पहिल्या क्षणापासूनच आयुष्यात भय समाविष्ट झालं. आता तुम्हाला कोणीही घाबरवू शकेल. आता तुम्ही कशालाही भ्याल. पोलीसचा दंडा घाबरवू शकेल. तुम्ही नरकात जाल असा पुरोहिताचा आवाज घाबरवू शकेल. आता तुम्ही कशालाही भ्याल. आता तुम्हाला कोणीही लाच देऊ शकेल. कारण प्रलोभन हे भयाचंच दुसरं रूप आहे.

आणि समाजाची रीत अशीच चालू राहते शेवटच्या क्षणापर्यंत, शेवटच्या श्वासापर्यंत. तुम्ही जगू म्हटलंत तरी तुम्ही स्वतंत्र नाही आहात, हस्तक्षेप आहे. मरू म्हटलात तरीही हस्तक्षेप आहे. मरण्याचं स्वातंत्र्य नाही.

युरोप आणि अमेरिकेत विज्ञानाने खूपच प्रगती केली आहे. तिथे लाखो लोक रुग्णालयात पडून आहेत. ज्यांना मरायचं आहे ते सरकारला विनंती करतात की आम्हाला मरायचं आहे. काही जणांनी शंभरी गाठली आहे, आयुष्य पुरतं जगून झालं आहे, जे समजून घ्यायचं होतं ते समजून घेतलं आहे, जेवढं फिरायचं होतं तेवढं फिरून झालं आहे, बघायचं होतं ते बघून झालं आहे. आता बघण्यासारखं, जाणून घेण्यासारखं काही राहिलं नाही. आता जगण्यातही काही रस राहिला नाही.

परंतु कोणाला मरायला मदत करायची डॉक्टरांना आज्ञा नाही. एवढंच नाही तर डॉक्टरांना अशी आज्ञा आहे की माणसाला शक्य तेवढा वेळ जिवंत ठेवण्याचा प्रयत्न करा. मग लोक पडले आहेत टांगून रुग्णालयात. पाय बांधले आहेत, हात बांधले आहेत, ऑक्सिजनची नळी लावली आहे. ग्लुकोज दिलं जातं आहे. ना त्यांना कसली शुद्ध आहे, ना आयुष्य नावाची चीज आता त्यांच्यात शिल्लक आहे. त्यांना मरायचंय कारण ह्या सगळ्या यातनाच आहेत आता. पण जगाच्या पाठीवर कोणत्याही कायद्यात मरून जायला परवानगी नाही. तुम्हाला मरण्याचंही स्वातंत्र्य नाही.

आता पश्चिमेकडे एक नवं आंदोलन उभं राहातं आहे. इच्छामरणाच्या स्वातंत्र्यासाठीचं आंदोलन. 'अथनासिया' म्हणतात त्याला. जगामधल्या ज्या लोकांना मरण्याची इच्छा आहे त्यांना थांबवण्याचा कोणालाही अधिकार नाही. असताही कामा नये. आयुष्य माझं आहे. मी मरू इच्छितो. मरण्याचं स्वातंत्र्य नाही.

तुम्ही आत्महत्या करण्याच्या प्रयत्नात पकडले गेलात तर सरकार तुम्हाला मारून टाकेल. पण तुम्हाला स्वातंत्र्य नाही. ही मोठी गमतीची गोष्ट आहे. मी जर गेलो आणि डोंगरावरून उडी मारून मरण्याचा प्रयत्न केला आणि त्यात पकडला गेलो तर सरकार मला फाशी देईल. मी पण हेच करत होतो पण त्यामध्ये माझं स्वातंत्र्य अंतर्भूत होतं. ती परवानगी तुम्हाला नाही. सरकारनं ते केलं तर हरकत नाही. तुम्ही केलं तर चालणार नाही.

कारण तुम्हाला जर मरण्याचं स्वातंत्र्य मिळालं तर लौकरच तुम्ही जगण्याचं स्वातंत्र्यही मागाल. दोन्ही गोष्टी संयुक्त आहेत. दोन्ही स्वातंत्र्यं तुम्हाला दिली जाऊ शकत नाहीत.

मूल जन्माला आलं रे आलं की ताबडतोब त्यानं समाजाचं अनुकरण करावं, अनुसरण करावं, समाजाच्या पावलावर पाऊल टाकून चालावं, याचा प्रयत्न समाज सुरू करतो. नेहमी समोर बघा, एखादी पाठ दिसते आहे ना — जर एकही पाठ दिसली नाही तर एकदम तिथेच थांबा. धोका आहे. चुकीच्या रस्त्यानं जातो आहोत. जोवर समोर एखादी पाठ दिसते आहे तोवर रस्ता बरोबर आहे.

हे कबीरांचं बोलणं मोठं विलक्षण आहे. कबीर म्हणतात,
'पीछे लागा जाई था, लोक वेद के साथि ।'

समाज म्हणजे लोक आणि वेद म्हणजे शास्त्र. या दोघांच्या मागून जाणं चालू आहे. पाठ दिसत होती. मागून धक्के बसत होते, समोर पाठ होती एक जमाव चालला आहे. खूप गर्दी आहे. सुमारे चार अब्ज माणसं धरतीवर आहेत. प्रचंड मोठा प्रवाह चालला आहे. तुमच्या छोट्याशा लाटेची कोणाला चिंता आहे? भयंकर मोठं वादळ आहे. प्रचंड लाटा उठताहेत आणि पळताहेत. तुम्हीही या लाटांच्या मागे पळताहात. जोवर पाठ दिसते आहे तोवर सगळं ठीकच असणार असं समजता आहात.

मी असं ऐकलं आहे की मुल्ला नसरुद्दीन एके रात्री थोडी जास्त पिऊन मधुशालेतून बाहेर पडले. कुठे चाललो आहोत ते काही नीटसं दिसत नव्हतं. मोठ्या प्रयत्नांनी मधुशालेतल्या नोकरांनी त्यांना त्यांच्या मोटारीजवळ तर पोचवलं. मोठ्या प्रयत्नांनी अर्ध्या तासाच्या मेहनतीनंतर मुल्लानी मोटारीची किल्ली लावली. मग सवय असल्यामुळे कशीबशी मोटार चालवली देखील. पण जेव्हा प्रश्न

आला की जायचंय कुठे? घर कुठे आहे? हे गाव कोणतं आहे? मोठे तात्त्विक प्रश्न समोर उभे राहू लागले. तेव्हा एकच उपाय उरला — कुणाच्या तरी मागोमाग जावं. दुसरा काही मार्ग दिसत नाही. कुठे जायचंय? आलोय कुठून? कोण आहे? घर कुठे आहे? हीच तर चिंता असते सगळ्याच माणसांची, सोपा सरळ उपाय आहे — कुणाच्या तरी पाठीमागून चाला.

एका मोटारीच्या मागून निघाले. खुश होते. आता सगळं ठीक आहे. कुठे तरी जातोय आणि हळूहळू सावकाश गतीनं नाही, चांगल्या वेगात जातोय. चित्र प्रसन्न होतं. आणखी काय हवं? वेग हवा. नक्की पोचणार आपण. कारण केवढ्या वेगानं जातो आहोत.

आणि व्हायचं तेच झालं. शेवटी जाऊन पुढच्या मोटारीवर आदळला. मुल्लाने ओरडून म्हटलं — काय करतो आहेस काय? मोटार थांबवतो आहेस अशी खूण नको करायला? त्या माणसानं डोकं बाहेर काढून उत्तर दिलं माझ्या स्वतःच्या गॅरेजमध्ये मोटार थांबवायला खूण कशाला करायला पाहिजे?

'पीछे लागा जाई था, लोक वेद के साथि'

हीच अवस्था तुमचीही आहे. कोणाच्या तरी पाठी लागला आहात. ज्याच्या मागे जाता आहात त्याला ज्ञान झालंय म्हणून त्याच्यामागे जाता आहात असं नाही. तुम्ही त्याच्यामागे जाता आहात कारण कुठे जायचं आहे ते तुम्हाला ठाऊक नाहीये आणि जेव्हा तुम्हाला हेच माहीत नाही आहे तेव्हा तुम्ही कोणाच्याही मागे गेलात तरी कसे पोचणार? शिवाय थोडा असाही विचार करा ना की तोही दुसऱ्या कुणाच्या तरी मागे जातो आहे.

तुम्ही तुमच्या वडिलांचं सांगणं मानता - ते त्यांच्या वडिलांचं सांगणं मानत आले, ते त्यांच्या वडिलांचं ऐकत आले. तुम्ही थोडं मागे जाऊन पाहा. सगळे जण एकमेकांच्या मागून चालताहेत, कोण कुठे पोचणार?

या जगात फार थोडे लोक कुठेतरी पोचतात, हे तेच लोक आहेत जे कुणाच्याही पाठी चालत नाहीत. बुद्ध कुठेतरी पोचतात कारण ते कुणाच्याही मागे चालत नाहीत. चाललो नाही तरी चालेल. बसून राहणंही चालेल. आत्ताच ठरवून टाकीन जायचं आहे की नाही. कुठे जायचं आहे ते निश्चितपणे ठाऊक असेल तर तेथपर्यंतचा प्रवास लहानसाच असतो.

कुठे जायचं आहे याचा पत्ता नाही, आपण कोण आहोत याची कल्पना नाही, जायचं आहे की नाही हेही नक्की नाही. कुठे जायचं आहे हेही ठाऊक नाही. अशा वेळी तुम्ही कोणाच्या तरी मागून कितीही चाललात तरी तुमचा प्रवास घाण्याच्या बैलासारखाच होणार. चालाल खूप, पोचणार कुठेच नाही. चालाल खूपच कारण घाण्याच्या परिघात जेवढं हवं तेवढं चालू शकता. रोज

थकाल, सायंकाळी दमून खाली पडाल. सकाळी उठून पुन्हा लोक, वेद यांच्यामागे चालायला लागाल.

लोक म्हणजे आत्ताचा जमाव आणि वेद म्हणजे पुढे निघून गेलेला जमाव. मुडद्यांची गर्दी आहे. दोन प्रकारच्या जमावांनी तुम्हाला घेरलं आहे. जिवंत लोकांनी तर तुम्हाला पकडून ठेवलंच आहे, पण जे मेलेले आहेत त्यांचा हातही अजून तुमच्या मानगुटीवर आहे. वेद याचा अर्थ आहे — जो आता नाही आहे, त्याचं सांगणं तुम्हाला छळतं आहे. त्याला तुम्ही छातीशी कवटाळून बसला आहात. त्यांना नक्कीच काहीतरी समजलं असेल, काहीतरी उलगडलं असेल.

पण दुसऱ्याच्या डोळ्यांनी पाहिलेलं दृश्य तुम्ही कसं पाहू शकाल? दुसऱ्याने भोजन केलं म्हणून तुमची भूक भागत नाही आणि पाण्याबद्दल कितीही चर्चा केली तरी त्या चर्चेमुळे तहानेची तृप्ती होणार आहे का? कोणीतरी तुम्हाला कागदावर पाण्याची शास्त्रीय संज्ञा लिहून दिली, एच टू ओ — आणि तो कागद तुम्ही जन्मभर घेऊन फिरलात तरी तुमच्या गळ्यातली तहान भागणार नाही. त्या कागदाचा काढा करून प्यालात तरी तहान भागणार नाही. एच टू ओ ने तहान भागत नाही.

एच टू ओ म्हणजे वेद. ज्यांना ज्ञान मिळालं त्यांनी सूत्रं लिहून टाकली. पण कोणत्याही सूत्रामध्ये ज्ञान समाविष्ट होत नाही. ज्यांना जे ज्ञान मिळालं आहे ते ज्ञान कोणतंही सूत्र समजावून देऊ शकत नाही. कोणताच शब्द सत्य प्रकट करण्याच्या सामर्थ्याचा नसतो.

हाच फरक आहे सद्‌गुरु आणि वेद यांच्यामध्ये. वेद हे सद्‌गुरूचं बोलणं आहे. पण सद्‌गुरु निघून गेला आहे. आता नुसतं बोलणं शिल्लक आहे. जणू साप निघून गेला आहे, त्याची कात पडली आहे इथे. जणू बुद्ध निघून गेले आहेत, त्यांच्या पाऊलखुणा रेतीवर उमटलेल्या बाकी आहेत. त्या पाऊलखुणांवर डोकं टेकवून तुम्ही पडला आहात.

जिवंत गर्दीपासून सावध राहणं आवश्यक आहे. जे आता नाहीत त्यांच्या गर्दीपासूनही सावध राहणं जरूरीचं आहे. खरं म्हणजे जे आता नाहीत त्यांची पकड अधिक मजबूत असते. कारण ते तुम्हाला दिसतही नसतात. त्यांच्यापासून बचाव करायचा म्हणजे जायचं तरी कुठे? ते बाहेर नाहीत, तुमच्या आतच आहेत.

हिंदू जन्माला आल्याबरोबर वेदांची पूजा करायला लागतात. मुसलमान जन्माला येताच कुराणाचा पाठ करायला सुरुवात करतात. जैन जन्मल्याबरोबर महावीर पाठ करून टाकतो.

आता ह्या ज्या रेषा उठल्या आहेत जमिनीवर, त्या तुमच्या आत्म्यावर कोरल्या जातात. यांच्यामुळे तुम्ही कधी रिकामे होऊच शकत नाही. यांच्यामुळे तुम्ही कधी शून्य होऊ शकत नाही. यांच्यामुळे तुम्हाला ध्यान करणे शक्य होत नाही. आणि मजा ही की ही सारी शास्त्रं ध्यानाच्या गोष्टी करतात. शून्याच्या गोष्टी करतात. तुम्हीही शून्याच्या आणि ध्यानाच्या गप्पा मारू लागता. पण त्या गोष्टीच राहतात. गोष्टीतून गोष्ट निर्माण होत जाते पण तुम्ही कोरेच्या कोरेच राहता.

वेद तुमच्या अंतरात निर्माण होतील, तुम्हाला ते उधार घ्यावे लागणार नाहीत, तेव्हाच तुमचे जीवन समृद्ध होईल. जे वेद तुमच्या ध्यानामध्ये जन्म घेतील त्यांनाच आपण खरे वेद म्हणतो. ज्या दिवशी तुमचा वेद जन्म घेईल त्या दिवशी तुम्ही जुने वेद वाचलेत तरी तुम्हाला वाटेल की हे ठीक आहे. तुम्ही त्याचे साक्षीदार बनाल.

ही गोष्ट थोडी नीट समजून घ्या कारण ती थोडी नाजूक आहे. वेदांपासून तुम्हाला ज्ञान मिळणार नाही. पण जर तुमच्या स्वतःच्या ध्यानातून तुम्हाला ज्ञान मिळालं तर तुम्ही वेद खरं तेच सांगत आहेत याचे साक्षीदार बनाल. तुम्हालाही तसंच ज्ञान मिळालं आहे. ऋषींनी जे सांगितलं आहे तेच ज्ञान तुम्हाला मिळालं आहे. परंतु ऋषींनी जे सांगितलं आहे ते तोंडपाठ करून कधीही कोणतंच ज्ञान प्राप्त होत नाही. ज्ञानप्राप्तीनंतर ऋषींनी जे सांगितलं आहे ते योग्य आहे, संपूर्ण आहे याची प्रचीती येते. तेव्हा सर्वच शास्त्रं सत्य होऊन जातात.

आणि यातला फरकही नीट समजावून घ्या. तुम्ही वेद पाठ केले तर कुराण चुकीचं ठरेल. ते सत्य होऊच शकणार नाही. कारण सत्य काय आहे हे तुम्हाला ठाऊकच नाही. तुम्हाला शब्द ठाऊक आहेत. वेद एक शब्द वापरतात. कुराण दुसरा शब्द वापरतं. या दोन शब्दांचा मेळ बसणार नाही. बायबलमध्ये आणखीनच वेगळे शब्द वापरले आहेत. तालमुदमध्ये त्याहून वेगळे शब्द आहेत. त्यांचाही ताळमेळ बसणार नाही. मग तुम्हाला वाटेल वेद सत्य आहेत, सर्व चूक, बाकी सगळे चूक, महावीर बरोबर तर कृष्ण चूक, कृष्ण बरोबर तर बुद्ध चूक.

सगळे बरोबर आहेत हे तुम्हाला कळत नाही. म्हणून तुम्ही शास्त्रांच्या बंधनात अडकून पडता. ज्या दिवशी तुमचा वेद जन्म घेईल, तुमचं कुराण अंतरात जागं होईल, तुमच्या प्राणांचं गीत निर्माण होईल, तुमची गीता जन्म घेईल, तीच भगवद्गीता आहे. तुमचा भगवान गाऊ लागेल, तीच भगवद्गीता. त्या दिवशी अचानकपणे तुमच्या लक्षात येईल की फक्त वेद खरे आहेत असं नाही तर कुराणही अगदी खरं आहे. बायबल, तालमुद, सर्व अगदी एकत्रितपणे

खरे आहेत.

सत्य इतकं मोठं असतं की ते सर्व शब्दांना सामावून घेतं. सत्य इतकं मोठं असतं की सगळी शास्त्रं त्यामध्ये मिसळून जातात. एक होऊन जातात. सत्य तर सागरासारखं आहे. ज्याच्यामध्ये सर्व नद्या एकत्र मिळतात. गंगाच सागरात जाते असं नाही. सिंधूही तिथेच जाते. गंगाच सागरापर्यंत पोचते असं नाही. गोदावरीही पोचते आणि गोदावरी, गंगेसारख्या नद्या सोडून द्या. छोटे छोटे नाव नसलेले नालेही पोचतात. अनामिकही पोचतात.

सारं पाणी जिथून आलं तिथेच पोचतं. आज नाही तर उद्या, सर्व आपल्या मूळ रूपाकडेच जातात. ज्याला सत्याचं ज्ञान झालं त्याने सर्व वेदांची, सर्व शास्त्रांची सत्यता जाणून घेतली.

कबीर म्हणतात,

'पीछे लागा जाई था, लोक वेद के साथि'

हे जे दिसताहेत लोक त्यांच्यामागेही जात होतो आणि ती जी न दिसणाऱ्या, भूतकाळातल्या लोकांची गर्दी आहे त्यांच्यामागूनही जात होतो. शास्त्रं, सिद्धांत, शब्द, मान्यता, धारणा यांनी भरून गेलो होतो. त्यांच्यामागून जात होतो.

'आगे थे सतगुरु मिला, दीपक दिया हाथि'

हे फार महत्त्वाचं, सूक्ष्म वचन आहे. कबीर म्हणतात, आजपर्यंत तर लोकांच्या पाठीपाठी चालत होतो. गुरु अशा रीतीनं नाही भेटत. गुरु समोरून येऊन भेटला. समोरासमोर भेटला. सन्मुख होऊन भेटला.

गुरु जेव्हा कधी भेटतो, तो समोरासमोर भेटतो आणि कोणताही सद्गुरु तुम्हाला पाठीमागून यायला सांगत नाही. एखादा गुरु तसं सांगत असेल तर तो सद्गुरु नाही असं समजा. मग तो लोक-वेदच आहे. सद्गुरु तर समोरून भेटतो. सूफी लोकांची एक फार प्रसिद्ध कथा आहे.

एक सूफी फकीर हजच्या यात्रेसाठी निघाला. फकीर म्हातारा होता म्हणून त्याच्या शिष्यांनी विचार केला, यांच्यासाठी एक गाढव आणावं हे उत्तम. त्या भागात लोक गाढवावर बसून प्रवास करत. शिष्य गाढव घेऊन आले. पण आश्चर्यचकित झाले. कारण फकीर गाढवावर बसला तो उलटा बसला. गाढवाच्या तोंडाकडे आपली पाठ केली. आणि शेपटीच्या बाजूला तोंड केलं. शिष्य काहीच बोलू शकले नाहीत. काय बोलणार? गुरु फार थोर होता. नेहमी जे करत असे ते योग्यच असे. यात काहीतरी रहस्य असावं पण दिसतं आहे मात्र फार विचित्र.

सगळे निघाले. गावात शिरतात तो सगळे लोक हसायला लागले. गर्दी जमली. रस्त्यावरची पोरं दगड-धोंडे मारू लागली. लोक घराघरातून बाहेर आले.

मोठाच तमाशा झाला. अखेरीस शिष्यही फार अस्वस्थ झाले. तेही खाली मान घालून चालत होते - ज्या गुरूच्या बरोबर आम्ही जातो आहोत, तो गाढवावर उलटा बसला आहे. बदनामी तर आमचीही होते आहे. त्यांची तर होतेच आहे, पण आम्हीही त्यांच्या मागून चाललो आहोत. तर लोक आम्हालाही हसताहेत.

लोक त्यांना म्हणू लागले, 'कोणाच्या मागे जाताहात? वेड लागलंय की काय? ही काय हजची यात्रा चालू आहे? आम्ही आजवर पुष्कळ यात्रा बघितल्या आहेत. हा तुमचा गुरु गाढवावर उलटा का बसला आहे?'

अखेरीस त्यांनी आपल्या गुरूला सांगितलं, 'हे बघा, ही गोष्ट आम्हाला एकदा नीट सांगा बघू. काहीतरी रहस्य असेलही पण आमची मोठी पंचाईत झाली आहे.'

गुरूने सांगितलं, 'मी जर गाढवावर सरळ बसलो तर तुमच्याकडे माझी पाठ होईल. आणि आजपर्यंत कोणही गुरूनं आपल्या शिष्यांकडे पाठ केलेली नाही. तुम्ही माझ्या मागे चालत राहिलात, मी गाढवावर सरळ बसलो आहे तर माझी पाठ तुमच्याकडे होईल. असंही होऊ शकतं. कारण मी सगळ्या पर्यायांचा विचार केला आहे. तुम्ही पुढे चाला, मी गाढवावर सरळ बसून, आलो तर तुमची पाठ माझ्याकडे होईल. जिथे गुरूची पाठ होणं क्षमायोग्य नाही तिथे शिष्याची पाठ गुरूकडे होणं तर अक्षम्य अपराध होईल. तेव्हा हाच एक सोपा उपाय आहे. मी गाढवावर उलटा बसतो, तुम्ही माझ्या मागून चाला. आपण समारोसमोर राहू.'

मोठी मजेदार कथा आहे. रहस्यपूर्ण आहे.

कबीर म्हणतात, 'आगे थे सद्‌गुरु मिला ।'

गुरु नेहमी समोरूनच भेटतो. गुरु नेहमी तुम्हाला समोरासमोर येतो. तो तुमच्या दृष्टीत दृष्टी मिळवून पाहील. तो तुमच्या हृदयाला हृदयाच्या गोष्टी सांगेल. तो तुमच्या सन्मुख असेल. तो तुम्हाला आपल्या सन्मुख करून घेईल. हे मीलन साधं सरळ आहे. आमने सामने आहे. हा साक्षात्कार आहे.

तर गुरु कोणालाही अनुकरण करायला लावत नाही. 'तुम्ही माझ्यासारखे व्हा' असं तो कधी म्हणत नाही. तुम्ही होऊही शकणार नाही. तुमच्या स्वत:च्या होण्याच्या प्रयत्नातच तुम्ही वाट चुकाल. कोणीही दुसऱ्या कुणासारखं होऊ शकत नाही. परमात्मा एकासारख्या दोन व्यक्ती बनवतच नाही. त्याचं सृजन अनंत आहे. तो रोज नवनवे प्रकार शोधून काढतो. जसं दोन व्यक्तींच्या बोटांचे ठसे सारखे असू शकत नाहीत. तसेच दोन माणसांचे आत्मेही एकसारखे असत नाहीत.

तुम्ही फक्त तुमच्यासारखेच आहात. तुमच्यासारखी व्यक्ती ना यापूर्वी कधी

झाली, ना आज आहे आणि ना पुढे कधी होईल. कारण परमात्मा पुनरावृत्ती करत नाही. ज्यांची सृजनक्षमता क्षीण असते तेच पुनरावृत्ती करतात. परमात्मा विराट आहे. तो कधीही चुकत नाही. की चुकून पुन्हा एकदा बुद्ध बनवला, किंवा राम बनवला आणि देऊन टाकलं एक धनुष्य त्याच्या हातात. ज्या दिवशी परमात्म्याच्या हातून चूक होईल तेव्हाच असं घडेल. आता त्याच्या बुद्धीमध्ये नवं काही स्फुरत नाही, त्याची प्रतिभा ओसरून गेली तेव्हाच. तेव्हा मग तो रवंथ करायला सुरुवात करेल. तेव्हा मग तो जुन्या गोष्टी पुन्हा करू लागेल. पण मग त्याच दिवशी परमात्मा मरून जाईल. परमात्मा जिवंत असण्याचा अर्थ आहे, त्याचं सृजन जिवंत असणं.

मी असं ऐकलं आहे, एका मित्रानं - पिकासोच्या एका मित्रानं त्याचं एक चित्र विकत घेतलं. पिकासोची चित्रं लाखो रुपयांना विकली जात. त्यानं काहीतरी पाच एक लाख रुपये देऊन चित्र खरीदलं. महाग होतं. विकत घेण्याआधी खात्री करून घ्यायला हवी होती की नक्कल आहे की दुसऱ्याच कुणीतरी काढलेलं चित्र आहे. त्याच्या मनात अजिबात शंका नव्हती कारण पिकासो हे चित्र काढत असताना हा मित्र त्याला भेटायला गेला होता. आणि हेच चित्र पिकासो काढत होता तेव्हा याची त्याला खात्री होती. पण काय सांगावं - कधी कधी स्मृतीही धोका देऊ शकते. कदाचित एखाद्या माणसानं त्या चित्राची हुबेहूब नक्कल केली असेल. पिकासोला विचारून खात्री करून घ्यावी हे उत्तम.

त्यानं जाऊन पिकासोला सांगितलं, 'मी हे चित्र विकत घेतो आहे. पाच लाख रुपयांची गोष्ट आहे. घेऊ का विकत? खरं आहे, प्रमाणभूत आहे, तूच काढलेलं आहे? कोणीही नक्कल तर केलेली नाही ना?' पिकासोनं चित्र पाहिलं आणि सांगितलं - नाही, हे खरं नाहीये. तू फसू नकोस. मित्र गडबडून गेला. म्हणाला, 'तू मला छळतोयस. मी स्वतः तुला हे चित्र काढताना पाहिलंय.' पिकासोनं सांगितलं, 'हे चित्र मीच काढलं आहे, पण ते खरं चित्र नाहीये.' आता तर घोटाळा आणखी वाढला. मित्रानं विचारलं, 'मग खरं चित्र याचा अर्थ काय होतो?' पिकासोनं उत्तर दिलं, 'खरं चित्र म्हणजे मूळचं चित्र. हे चित्र म्हणजे माझ्याच एका जुन्या चित्राची नक्कल मीच केलेली आहे. म्हणून एका अर्थानं हे खरं चित्र आहे कारण मीच काढलेलं आहे. पण नवीन नाही आहे. म्हणून मी या चित्रावर माझं नाव नाही लिहिणार.'

असंही होऊ शकतं की पिकासोनं काढलेलं चित्रही खरं चित्र नसेल. कारण शेवटी पिकासोला मर्यादा आहेत. माणूस आहे. रोज नवीन चित्र नाही काढू शकत. शिवाय पुनरुक्ती स्वतः पिकासोनं केली काय किंवा दुसऱ्या कोणी केली काय, शेवटी पुनरुक्ती ही पुनरुक्तीच आहे.

परमात्मा जिवंत आहे कारण त्यानं अजूनपर्यंत चूक केलेली नाही. त्यानं दुसऱ्यांदा राम नाही बनवला. त्यानं दुसऱ्यांदा कृष्ण नाही बनवला. त्यानं दुसऱ्यांदा बुद्ध, महावीर नाही बनवले. त्यानं दुसऱ्यांदा काहीच बनवलं नाही. तो रोज नवं बनवतो. इथे नितनूतन, चिर-पुरातन जीवनाचं जे सृजन आहे त्यामध्ये तुम्ही दुसऱ्या कुणासारखे निर्माण होऊच शकत नाही. चुकूनसुद्धा त्या रस्त्यानं जाऊ नका. तुम्ही स्वत: होण्यासाठी जन्माला आला आहात.

गुरु तुमच्याकडून स्वत:चं अनुकरण करवून घेत नाही. तो तुम्हाला साथ देतो, सहयोग देतो, तुम्ही 'स्वयं बनावं यासाठी मदत करतो. हेच सद्गुरु आणि असद्गुरु यांचं लक्षण आहे.

सद्गुरुचा अर्थ आहे, तो तुम्हाला आधार देईल म्हणजे तुम्ही 'तुम्ही' बनू शकाल. जो होण्यासाठी तुमचा जन्म झाला आहे, तो तुम्ही होऊ शकाल. तुमची नियती पूर्ण होईल. तो तुम्हाला बनवणार नाही, आधार देईल. तो तुमच्यावर काही कलम करणार नाही. तुमच्या अंतरात जे लपलेलं आहे ते बाहेर आणण्यात तो मदत करेल. तो सर्व प्रकारांनी तुमची मदत करेल. पण कोणत्याही प्रकारे तुमच्यावर दुसरं कसलंही कलम करणार नाही. आणि ज्या दिवशी तुम्ही स्वत:च्या प्रतिभेने उजळून जाल, विलक्षण — त्या दिवशी तो प्रसन्न होईल. तुम्ही जर एक नक्कल होऊन गेलात, एक कार्बन कॉपी होऊन गेलात तर सद्गुरु जेवढा दु:खी होईल तेवढा दु:खी दुसरा कोणताच माणूस होणार नाही. त्यानं चूक केली. तुम्ही पुन्हा मूर्खपणा केला. तुम्ही पुन्हा एकदा लोक-वेद यांच्यामागे जायला लागलात.

'आगे थे सद्गुरु मिला।'

गुरु नेहमी समोरूनच भेटतो.

'दीपक दिया हाथि'

आणि गुरूने प्रकाश दिला. हीसुद्धा मोठी गहन गोष्ट आहे.

एक अंध माणूस आला माझ्याकडे आणि म्हणू लागला की, मला गावाचा नकाशा समजावून द्या. मी आंधळा माणूस आहे. गल्ल्या, रस्ते, इथे आश्रमात येण्याचा रस्ता हे सगळं मला समजावून सांगा. म्हणजे मी चुकणार नाही. विसरणार नाही. कितीही समजावून सांगा, हळूहळू तो अंध माणूस सगळी माहिती तोंडपाठही करेल. चाचपडत चाचपडत येऊ लागेल. हळूहळू त्याला इतकी सवय होईल की चाचपडण्याची आवश्यकताही राहणार नाही. विचारण्याची जरूरच राहणार नाही. सरळ चालत आश्रमात येऊ शकेल. तरीही आंधळा तो आंधळाच राहणार, आणि दुसऱ्या एखाद्या शहरामध्ये या शहराचा नकाशा उपयोगी पडणार नाहीच. आणि तो आंधळा माणूस एका ठिकाणाहून या आश्रमापर्यंत

येतो, त्याला जर दुसऱ्या एखाद्या ठिकाणी सोडून दिलं तर तो तिथून आश्रमापर्यंत येऊ शकणार नाही. त्याचं येणं नियमांनी बांधलेलं आहे.

तर मग आंधळ्याला नकाशा देऊन समजावून देणं योग्य आहे का? की त्याच्या डोळ्यांवर उपचार करणं योग्य ठरेल? त्याची दृष्टी नीट झाली की मग त्याला कोणत्याही नकाशाची जरूरीच नाही. मग त्याला कुठेही सोडा, तो येऊ शकेल. दुसऱ्या शहरातही त्याची दृष्टी त्याला उपयोगी पडेल. आणि जीवनाचं शहर तर रोज बदलत असतं. दरक्षणी बदलत असतं. सकाळी एक असतं, संध्याकाळी वेगळंच असतं. तुम्ही एकाच जागी थोडेच असता. जीवनाचा प्रवाह रोज बदलता असतो दर क्षणाला सगळं नवं असतं. नदी वाहातच असते. एकाच नदीमध्ये दुसऱ्यांदा उतरण्याचा काही मार्गच नाही. तर आयुष्यात दृष्टीच उपयोगी पडते.

जो असद्गुरु आहे तो तुम्हाला सिद्धांत देतो. जो सद्गुरु आहे तो तुम्हाला दीपक देतो. सद्गुरु तुम्हाला प्रकाश देतो म्हणजे तुम्ही जिथे असाल तिथे पाहू शकाल. असद्गुरु तुम्हाला सिद्धांत देतो. आंधळ्याच्या काठीसारखे आहेत ते सिद्धांत - तुम्ही चाचपडून आपला रस्ता शोधून काढा. पण काठी आणि दृष्टी यांची कशी तुलना होणार?

शास्त्रांकडून तुम्हाला आंधळ्याची काठी मिळते. म्हणजे तुम्ही थोडं चाचपडून रस्ता शोधून काढावा. संकट आलं तर काय करायचं ते तुम्ही शास्त्रांमध्ये शोधून पाहा.

सद्गुरु दृष्टी देतो, दिवा देतो, अंतरातला प्रकाश देतो. तुम्हाला जागं करतो. जागृत करतो. विवेक देतो, ज्ञान देतो, सिद्धांत नाही देत. कारण ज्ञानासाठी कोणत्याही सिद्धांताची काही जरुरी नाही. तुम्ही मला विचारलंत काय करू, काय नको करू, तर मी तुम्हाला काहीसुद्धा सांगणार नाही. कारण काय करू, काय करू नको, हे व्यर्थ ठरतं. मी तुम्हाला सांगेन असं करा. उद्या परिस्थिती बदलेल. तेव्हा तुम्ही अडचणीत याल. मी सांगेन असं करू नका. उद्या परिस्थिती बदलेल.

समजा, मी तुम्हाला सांगेन सत्य बोला. तुम्हाला वेद दिला आहे. आता सत्याहून मोठा कोणता वेद आहे? कोणता सिद्धांत आहे? मी तुम्हाला सांगितलं आहे खरं बोला. हा सिद्धांत आहे. तुम्हाला सत्य दिसू शकत नाही. तुमचा अंतर्प्रकाश जागृत झाला नाही. तुम्ही सत्यही चुकीच्या ठिकाणी बोलून जाल. जिथे बोलायला नको तिथे बोलाल. आणि जिथे बोलायला हवं तिथे बोलणार नाही. तुम्ही सत्याचा तसाच उपयोग कराल - जसा आंधळेपणानं केला जातो. मी तुम्हाला काठी दिली होती रस्ता चाचपडायला, शोधून काढायला. तुम्ही त्या

काठीनं कुणाचं तरी डोकं फोडाल हेही करणं शक्य आहे. काठी तीच आहे.

तुम्ही अशा ठिकाणी सत्य बोलाल, जिथे सत्य कुणाला तरी प्राणघातक ठरेल आणि तुम्ही म्हणाल माझ्या बाजूला सिद्धांत आहेत. जर कुणाचा तरी प्राण तुमच्या खोटं बोलण्यानं वाचणार असेल तर कोणीही सुज्ञ माणूस खोटे बोलेल. अज्ञानी माणूस खरं बोलेल. तुमच्या सत्याचं काय एवढं मोल आहे? हासुद्धा अहंकाराचा आखडूपणाच आहे. की मी सत्यवादीच राहणार मग कुणाचा प्राण गेला तरी बेहत्तर.

दुसऱ्याच्या जीवनाचं मोल फार जास्त असतं. जर एखादं लहानसं असत्य बोलण्यानं एखाद्याचे प्राण वाचणार असतील तर मी तुम्हाला म्हणेन की बुद्धही खोटं बोलतील आणि त्या माणसाचे प्राण वाचवतील. तुम्ही खरं बोलाल आणि त्याच्या हत्येची जबाबदारी तुमच्यावर येईल.

सत्य किंवा असत्य मूल्यवान नसतं - बोध मूल्यवान असतो. काय करावं काय करू नये हे महत्त्वाचं नाही. काय हवं, तुमच्या आतली चेतना कशी झाली आहे, याला महत्त्व आहे. ती चेतना जर संपूर्ण असेल तर तुम्ही खोटं बोलाल ते खोटंही सत्याहून अधिक मौल्यवान ठरेल. ती चेतना जर अंधारात बेशुद्ध पडलेली असेल, मेलेली असेल, झोपलेली असेल, आंधळी असेल तर तुम्ही सत्य बोलाल ते सत्यही असत्याहून वाईट ठरेल.

सत्य किंवा असत्य हा प्रश्नच नाही आहे. तुम्ही जागृत होण्याचा प्रश्न आहे. आयुष्य गुंतागुंतीचं आहे. आज जे सत्य आहे ते उद्या खोटं ठरू शकेल. आता जे सांगितलं ते क्षणभरानंतर उचित ठरणार नाही. सगळं बदलतं. आयुष्य काही सरळ रस्ता नाही, मोठं कोडंच आहे ते. म्हणून तुम्हाला जाण आली असेल तरच या कोड्यातून बाहेर येऊ शकाल. जर जाण आली नसेल तर तुमच्याजवळ कितीही सिद्धांत असले तरी ते सगळे सिद्धांत तुमच्या पायातल्या बेड्या बनून जातील, तुमच्या प्राणांचे पंख नाही बनू शकणार.

म्हणून कबीर म्हणतात - 'दीपक दिया हाथि ।' नाही सांगितलं - काय करा आणि काय करू नका. नाही सांगितलं - हा जप करा - हे तप करा. नाही सांगितलं - हे कर्म करा, हा यज्ञ करा, मंदिरात जा, मशिदीत जा. नाही सांगितलं व्रतं-उपवास करायला. 'दीपक दिया हाथि' फक्त ध्यानाचा दीपक दिला. समाधीचा प्रकाश दिला.

आणि गुरु समोरासमोर भेटला. समोरूनच देता येतो दिवा. कारण जेव्हा नजरेला नजर भिडते, प्राण प्राणांना भेटतात, जेव्हा विझलेला दिवा पेटत्या दिव्याजवळ येतो, समोरासमोर येतो, विझलेली वात पेटत्या वातीच्या इतक्या जवळ येते की एका उडीतच ज्योत विझलेला दिवा पुन्हा पेटवू शकेल.

'आगे थे सद्गुरु मिला, दीपक दिया हाथि,
भगति भजन हरिनाम है, दूजा दुःख अपार ।'

आता त्या प्रकाशात जाणं. गुरूनं असं नाही सांगितलं की, 'भगति भजन हरिनाम है ।' नाही, गुरूनं फक्त प्रकाश दिला आहे. गुरूनं तर फक्त हलवून झोपेतून जागं केलं आहे. गुरूनं जागं केलं आहे की 'ऊठ, सकाळ झाली. किती वेळ झोपून राहणार आहेस? ऊठ.' बस, एवढंच. गोष्ट संपली. गुरूनं डोळ्यांवर थोडं पाणी शिंपडलं आहे. एक कपभर चहा आणून पाजला आहे. 'ऊठ, जागा हो, सकाळ झाली, खूप झोपलास, जन्म जन्म झोपून घेतलंस. डोळे उघड. सूर्य उगवला आहे.'

त्या उघडलेल्या डोळ्यांना हे दिसलं.

'भगति भजन हरिनाम है, दूजा दुःख अपार ।'

फक्त परमात्म्याचं स्मरण, त्याची भक्ती, त्याचं भजन, त्याच्या नावाचं सतत स्मरण, त्याची प्रचीती, त्याची जाणीव, जणू आपल्या चारी बाजूंना तोच आहे.

'दूजा दुःख अपार'

बाकी सगळं दु;ख आहे. समजून घ्या. भक्ती हे प्रेमाचं शुद्धतम रूप आहे. प्रेमाचे तीन स्तर आहेत.

पहिला स्तर - हा स्तर शंभरातल्या नव्व्याण्णव लोकांना परिचित असतो - काम. काम याचा अर्थ आहे - दुसऱ्याकडून घ्यायचं पण द्यायचं नाही. वासना घेते, देत नाही. मागते, प्रत्युत्तर देत नाही. वासना हे शोषण आहे. देण्याचं नाटक करावं लागलं तर तेही करते किंवा दिलं असं दाखवावं लागलं तरी तसं करते. कारण मिळणार नाही. तर तुमचं प्रेम हे वरवरचं आहे. खरं म्हणजे तुमची देण्याची इच्छा नसते, तुम्ही घेण्याची इच्छा करत असता.

माझ्याकडे लोक येतात. ते सांगतात, 'माझ्यावर कोणी प्रेम करत नाही.' मी त्यांना विचारतो, 'तुमच्यावर कोणी प्रेम करत नाही, हा प्रश्न नाहीच आहे. प्रश्न हा आहे की तुम्ही कोणावर प्रेम करता का?'

याचा ते विचारच करत नाहीत. याची त्याना जाणीवही नाही. ते सांगतात, 'आम्ही असा विचारच केला नाही.' तुम्ही प्रेम करता असं तर तुम्ही गृहीतच धरलेलं असतं. प्रश्न असा आहे की दुसरा माणूस तुमच्यावर प्रेम करत नाही. स्त्रिया माझ्याकडे येऊन सांगतात माझा पती माझ्यावर प्रेम करत नाही. पुरुष माझ्याकडे येतात आणि सांगतात माझी पत्नी माझ्यावर प्रेम करत नाही.

कामवासना मागत असते. देणं तिला मान्य नसतं. कामवासना कृपण असते. जमवून ठेवते, वाटून टाकत नाही. शोषण आहे.

आणि जेव्हा दोन व्यक्ती - कामातुर असलेल्या - तेव्हा फारच मोठी अडचण होते. दोघंही भिकारी आहेत. दोघंही मागताहेत. देण्याची हिंमत एकाकडेही नाही. आणि दोघंही एकमेकांना फसवण्याचा प्रयत्न करताहेत की मी देत आहे. पण ही फसवणूक किती वेळ चालू शकेल? म्हणून कामवासनेशी जखडून राहिलेल्या लोकांचं आयुष्य अनिवार्यपणे दु:खाचं होईल. त्यात सुख असूच शकत नाही. त्यात सुखाची शक्यताच नाही.

प्रेम नावाची जी ऊर्जा आहे, तिची तीन रूपं आहेत. पहिलं रूप काम. यात तुम्ही मागता आणि भिकारी होता. द्यायला घाबरता, देत नाही. नाही तर देण्याचं फक्त नाटक करता. म्हणजे काहीतरी मिळेल. कधी थोडं फार काही द्यावंच लागलं तर इतकं द्यायचं की मासे पकडणारा माणूस गळाला जसा एखादा कणकेचा कण लावतो तेवढंच. तो कण काही माशाचं पोट भरावं म्हणून लावलेला नसतो. माशाला जेवण देण्याची तयारी नाही आहे ती. कणीक लावल्याशिवाय मासा गळाला लागणार नाही म्हणून. मासा कणीक खायला येईल आणि अडकेल.

तुम्ही दिलंत तर एवढंच देता की कणकेची एक गोळी बनू शकेल. दुसरी व्यक्ती अडकू शकेल तुमच्या जाळ्यामध्ये. पण गंमत अशी आहे की दुसरी व्यक्तीही मासे पकडणारीच आहे. त्यानंही गळाला कणकेची गोळी लावून ठेवली आहे. जेव्हा दोघांचेही गळ एकमेकांच्या तोंडात अडकतात तेव्हा तुम्ही त्याला विचार म्हणता. दोघांनीही एकमेकांना फसवलं आहे.

म्हणून सारं आयुष्यभर राग टिकून राहतो. की यानं मला फसवलं पण हाच राग दुसऱ्याच्याही मनात आहे. या रागामध्ये आनंदाची फुलं कशी फुलणार? शक्यच नाही. तुम्ही कडूनिंबाचं बी पेरता आणि आंब्याची अपेक्षा धरता. हे होणार नाही. हे होऊच शकत नाही.

दुसरं रूप आहे - प्रेम. प्रेमाचा अर्थ आहे. जेवढं घ्यावं तेवढं द्यावं. सरळ सोपा व्यवहार आहे. काम शोषण आहे. प्रेम शोषण नाही. प्रेम जेवढं घेतं तेवढं परत देतं. हिशोब साफ असतो. म्हणून प्रेमी जीवांना आनंद नाही मिळत पण शांती नक्की मिळते. कामी जनांना शांती मिळत नाही. फक्त अशांती, चिंता, संताप. प्रेमी जनांना आनंद तर नाही मिळू शकत पण शांती मिळते. आयुष्यात एक संतुलन असतं. जेवढं घेतलं तेवढं दिलं. जेवढं दिलं तेवढं मिळालं. सगळे हिशोब पूर्ण होतात.

प्रेमी लोकांमध्ये भांडण होत नाही. एक दाट मैत्री असते. सगळं स्वच्छ आहे; देणं-घेणं काही शिल्लक नाही. रागही नाही. कारण जेवढं दिलं तेवढं मिळालं. कसला विषादही नाही. काही द्यायचं नाही आहे आणि काही घ्यायचं

नाही आहे. सगळा हिशोब पूर्ण आहे. प्रेमीजन अगदी स्वच्छ असतात.

अशी घटना बहुतेक वेळा मित्रांमध्ये घडून येते. म्हणून माणसं मित्रांच्या बरोबर असताना अगदी शांत असतात. पती-पत्नीमध्ये घडते पण क्वचित घडते. कारण त्या संबधामध्ये काम अधिक प्रबळ असतो. पण दोन मित्रांच्या बाबतीत हे खूप वेळा घडलेलं दिसतं. आणि जर दोन प्रेमी पतिपत्नी असले तर ती दोघं मित्रही होऊन जातात. त्यांच्यामध्ये पतिपत्नी संबंध उरत नाही. एक मैत्रीचा संबंध तयार होतो, जिथे कसलाही विषाद नसतो. मनात कसला पश्चाताप नसतो. कोणी कोणाला फसवलं अशी भावनाही नसते.

प्रेमाचं तिसरं रूप आहे भक्ती. यात भक्त फक्त देतो. घेण्याचं नावही नसतं. कामाच्या अगदी दुसऱ्या टोकाला आहे भक्ती. आणि काम आणि भक्ती यांच्या मध्यभागी आहे प्रेम. कामी व्यक्ती दु:खी असते. भक्त आनंदित असतो. प्रेमी शांत असतो. ही संपूर्ण कल्पना नीट समजावून घ्या.

भक्ती ही कामाच्या अगदी विरुद्ध घटना आहे. अगदी दुसरं टोक आहे. तिथे भक्त देत असतो. सर्वस्व देत असतो. स्वत:ला संपूर्णपणे देऊन टाकतो. काही राखून ठेवत नाही मागे. यालाच तर आपण समर्पण म्हणतो. स्वत:लाही नाही शिल्लक ठेवत. देणाऱ्यालाही नाही ठेवत, त्यालाही देऊन टाकतो.

आणि मागत मात्र काही नाही. ना वैकुंठ मागत, ना स्वर्ग मागत. मागणी आली की भक्ती त्या क्षणी पतित होते. तिचं रूपांतर कामामध्ये होतं. परमात्मा देतो तेवढं जरी दिलं तरी मग ती भक्ती राहात नाही, ती प्रेम होऊन जाते. जेव्हा भक्त काहीही मागे न ठेवता स्वत:ला संपूर्णपणे उधळून देतो तेव्हाच ती भक्ती असते.

असं नाही की भक्ताला काही मिळत नाही. भक्ताला जेवढं मिळतं तेवढं दुसऱ्या कुणालाच मिळत नाही. त्याला मिळतं. पण त्याची काही मागणी नसते. लपवलेलीही मागणी नसते. तो फक्त उधळून टाकत असतो. स्वत:ला पूर्णपणे देऊन टाकतो. आणि परिणाम म्हणून त्याला परमात्मा पूर्णपणे प्राप्त होतो. पण तो परिणाम आहे. ही त्याची आकांक्षा नाही आहे. हे त्यानं कधीही इच्छिलेलं नव्हतं.

म्हणून भक्त नेहमी म्हणत असतो. परमात्म्याच्या कृपेनं मिळालं. अनुग्रहानं मिळालं. मी कधीच मागितलं नव्हतं. त्यानं दिलं. मी अपात्र होतो. तरीही त्यानं मला भरभरून दिलं. माझं भांडं भरून टाकलं. माझी एवढी योग्यता नव्हती. त्यानं माझा स्वीकार केला हेच खूप झालं. त्यानं स्वीकारलं नसतं तरी मी अपील करायला कुठे जाणार होतो? अपील नव्हतंच काही. कारण माझी पात्रताच नव्हती तेवढी. भक्त स्वत:ला देऊन टाकतो. समग्र भावाने, परिपूर्ण भावाने.

आणि जेवढा तो स्वत:ला उधळून देतो तेवढाच परमात्मा त्याच्यावर वर्षाव करतो. खूप मिळतं. अनंत मिळतं. या अस्तित्वात मिळवण्यासारखं जे काही आहे, जे काही सत्य आहे, सुंदर आहे, शिव, आहे ते सारं त्याला प्राप्त होतं. तो या अस्तित्वाचं शिखर होऊन जातो. 'भगति भजन हरिनाम है......'

आणि भजन म्हणजे भक्तावर झालेल्या अनुग्रहाची अभिव्यक्ती. भजनाचा अर्थ तुम्ही राम-राम करत बसावं असा नाही. कारण हे असं राम-राम-राम करणं तुमचं काही इच्छेनंही असू शकेल. तुम्ही राम-राम-राम करताच मुळी वासना मनात ठेवून. म्हणजे तुम्ही परमात्म्यालाही कामवासनेचा संबंध जोडण्याचा प्रयत्न करता आहात. तुम्ही काहीतरी मागत असता. तुम्ही हिशोब करत असता — एक लाख जप केला असा.

मी एका घरी पाहुणा म्हणून गेलो होतो. त्या घराचा मालक नक्की वेडा असणार. सारं घर भरून रामराम असं लिहिलेल्या वह्या होत्या. कित्येक वर्षं तो हे लिहीत होता. इतके कोटी वेळा रामनाम लिहून झालं आहे असा हिशोब ठेवत होता. त्याचा गर्व होता, तो जर परमात्म्याच्या समोर गेला तर मोठ्या गर्वानं उभा राहून विचारेल, 'आता काय विचार आहे? इतके कोटी नाम लिहिलं त्याचं फळ काय आहे?' त्याच्या डोळ्यांतच ही फळाची मागणी स्पष्ट दिसते आहे. नाही तर ह्या एवढ्या वह्या मुलांच्या उपयोगी पडल्या असत्या. सगळ्या वाया गेल्या. शाळेत कितीतरी मुलं अशी असतात, ज्यांना वह्या मिळत नाहीत. त्या सद्‌गृहस्थाला मी म्हटलं अशा वह्या नासू नका. मुलांना वाटून टाका. तो नाराज झाला. म्हणाला, 'तुम्ही नास्तिक आहात का? मी राम राम लिहितो आहे.'

'नाही. तुमच्या राम राम लिहिण्याला, जप करण्याला काही अर्थ नाही. भजन ही मोठी गहनक्रिया आहे.' पुढे कबीर समजावून देतील तेव्हा तुमच्या लक्षात येईल.

'और न कोई सुन सके, कै सांई के चित्त ।'

दुसऱ्याला ऐकू गेलं तर ते भजन राहातच नाही. जे भजन दुसऱ्यानं ऐकलं त्याला भजन कसं म्हणता येईल? तेव्हा तुम्ही दुसऱ्याला ऐकवण्यासाठीच भजन करत असाल. तुमचा आत्मा जाणतो, नाही तर परमात्मा जाणतो. ते फक्त या दोघांमध्येच असतं. तिसरा ते ऐकत नाही. ऐकूच शकत नाही. इतकं ते सूक्ष्म असतं. ती एक भावना आहे. भजन ही एक भावना आहे. भजन म्हणजे शब्दांची, स्वरांची रचना नाही. एक भावदशा आहे. भजन अनुग्रह आहे. तुम्ही इतके संपन्न असता, परिपूर्ण असता की तुम्ही चालता तेव्हा तुमच्या चालण्यात एक नृत्य असतं. तुमच्या पावलांत एक सुगंध असतो, एक चमक

असते. तृप्ततेने भरपूर असे चालत असता तुम्ही.

कधीतरी तुम्ही असं चालताना एखाद्याला पाहिलं असेल, एखाद्या प्रेमिकाला — प्रेमात पडलं की त्या माणसाची चाल बदलूनच जाते. कालपर्यंत असाच — याच रस्त्यानं कचेरीत जात होता, याच रस्त्यानं जात होता, पावलंही हीच होती. पण आता जरा मामला बदललेला दिसतो आहे. आता पावलांत ऊर्जा थोडी जास्त आहे. पावलांत एक नृत्य सामावलं गेलं आहे. पायांत घुंगरं नाहीयेत बांधलेली पण आत कुठेतरी घुंगरं वाजताहेत. चालतो तेव्हा असं वाटतं, उडतो आहे. जमिनीच्या गुरुत्वाकर्षणाचा जणू त्याच्यावर काही परिणामच नाही. काहीतरी मिळवलं आहे. एक स्त्री थोडी हसली.

याआधीही इथून जात होता. तेव्हा तुम्ही नीट निरखून पाहिलं असतं तर त्याच्या डोक्यावर फाईलींचा ढीग आहे असं तुम्हाला दिसलं असतं. छातीवर सगळी कचेरी घेऊन येत जात होता. घासत जात होता. आज गुणगुणतो आहे. कदाचित त्याचे ओठ हलत नसतील पण त्याच्या चेहऱ्यावर ते गुणगुणणं तुम्हाला दिसू शकेल. आज माणूस स्नान वगैरे करून निघाल्यासारखा दिसतो आहे. रोज स्नान करूनच निघायचा पण तरी त्याच्यावर धूळ बसली आहे असं वाटायचं. आज केस नीट विंचरले आहेत. कपडे स्वच्छ आहेत. आज काहीतरी घडलंय. आज हृदय भरून आलं आहे. थोडीशी प्रेमाची झुळूक आली आहे.

मग भक्ताचं काय सांगावं? ज्याला परमात्म्याची झलक आली आहे, ज्यानं स्वतःला समर्पित केलं आहे आणि त्या समर्पणामुळे परमात्म्यात मिळून गेला आहे, ज्यानं स्वतःला पुसून टाकलं आहे आणि परमात्म्याची प्राप्ती करून घेतली आहे, ज्याचं उठणं, ज्याचं बसणं, ज्याचं चालणं, ज्याचं बोलणं, न बोलणं, त्याचं झोपणं आणि जागं होणं हे सगळं भजनच आहे.

भजन एक अहोभाव आहे. तुम्ही त्याला पाहून असं म्हणू शकता की याला प्राप्ती झाली आहे. त्याचं जीवन म्हणजे एक अहर्निश चाललेला उत्सव आहे. तुम्हाला त्याच्या डोळ्यात संदेह दिसणार नाही. त्याच्या डोळ्यात विषादाची, दुःखाची, चिंतेची छाया नाही दिसणार. तुम्हाला त्याच्या चेहऱ्यावर भूतकाळाचं ओझं, भूतकाळातल्या स्मृती नाही दिसणार. तुम्ही त्याच्या चेहऱ्यावर भविष्यकाळाच्या कल्पनांचं जाळंही पाहू शकणार नाही. नाही — ना भूतकाळाची छाया पडत, ना भविष्याची. हा एवढा क्षण पुरेसा आहे. आप्तकाम! संतुष्ट! सर्व मिळालं आहे. जेवढं वांछिलं होतं त्याहून कितीतरी अधिक, अनंत पटींनी अधिक मिळालं आहे. जन्मोजन्मी जे मागितलं होतं ते आज न मागताच मिळालं आहे. नेहमी स्वतःला वाचवण्याचा प्रयत्न करत होतो तेव्हा हाती काही लगलं नाही. आज सगळं बुडवून टाकलं आणि सारंच हाती आलं.

भजन भाव-दशा आहे.

'और न कोई सुन सुके, कैसांई के चित्त ।'

परमात्माच ओळखेल किंवा हा जो भक्त गुणगुणतो आहे, नाचतो आहे त्याचं हृदय ओळखेल. हे रोमांच वेगळे. हे धडधडणं वेगळं. हे रोमांच फक्त रक्त आणि श्वासामुळे फुफ्फुसांमध्ये पैदा होणार नाहीत. फुफ्फुसांच्या आत लपून असलेल्या हृदयामध्ये काहीतरी जागलं आहे. एका नव्या अवस्थेचा जन्म झाला आहे.

'भगति भजन हरिनाम है, दूजा दु:ख अपार ।'

आणि आता भक्ताला हे कळलेलं आहे की बाकी सारं दु:ख आहे. स्वत:ला हरवून टाकण्यात आनंद आहे. स्वत:ला वाचवणं हे दु:खाचं आहे. काम - सर्व प्रकारची काम-वासना, मग ती धनाची असो, शरीराची असो, यशाची असो की पदांची असो — ती दु:खदच आहे. अकाम व्हायला हवं.

आणि तुम्ही केव्हा अकाम होऊ शकाल? जोवर तुम्ही आहात तोवर तुम्ही अकाम होऊ शकणार नाही. तुम्ही तर रिकामं पात्र आहात. तुम्ही कामविरहित कसे होऊ शकणार? तुम्ही तर भिकारी आहात, तुम्ही अकाम कसे होणार? तुम्ही सम्राटाच्या चरणांपाशी स्वत:ला सोडून द्या. असं सोडताक्षणी तुम्ही अकाम होऊन जाल आणि तुमच्या जीवनात अहर्निश भजन होऊ लागेल.

कबीरांनी म्हटलं आहे की मी तर मंदिराला प्रदक्षिणा घालण्यासाठी जात नाही. 'उठूं, बैठूं, सो परिक्रमा ।' आता आणखी कुठेही जात नाही. उठणं, बसणं हीच प्रदक्षिणा आहे. आता जे काही करतो तीच त्याची पूजा आणि अर्चना आहे. आता मी तर शिल्लकच नाही. आता तोच माझ्यातून श्वास घेतो, भूकही त्यालाच लागते. तहानही त्यालाच लागते. पाणी प्याल्यावर तृप्तही तोच होतो. मी यात कुठेही नाही. ही अवस्था म्हणजे भजनाची अवस्था आहे.

'मनसा वाचा कर्मना, कबीर सुमिरन सार ।'

म्हणून कबीर म्हणतात की मनाने, बोलण्याने, कर्माने, जीवनाच्या सर्व अवस्थांमध्ये त्याचं स्मरण होऊ लागेल, क्षणाक्षणाला त्याची आठवण येऊ लागेल. भूक लागेल तर ती त्याला, म्हणजे सुमिरन झालं. तुम्हाला भूक लागेल, तहान लागेल ती त्याला लागलेली भूक तहान असेल. पाणी प्या, तृप्त व्हा — ती तृप्ती त्याची असेल.

म्हणजे आयुष्याचं संपूर्ण सार एका शब्दात येतं. तो शब्द आहे 'सुमिरन' सुमिरन हा स्मरण या शब्दाचा अपभ्रंश आहे आणि स्मरण म्हणजे बसून राम राम राम राम करत राहणं असा समज करून घेऊ नका. करत बसाल राम राम! कितीही वेळा म्हणाल राम राम ! कबीरानं म्हटलं आहे, जीभ रामाच्या नावाचा

जप करते आहे, 'मनवा चहुंदिशि फिरे ।' आणि मन चारही दिशांना भटकत आहे. जीभ यंत्रासारखं काम करते आहे याची काय किंमत असणार आहे? जर मुक्ती मिळालीच तर ती जिभेला मिळेल. तुम्हाला कशी मिळणार? तुम्ही तर कधीच सुमिरन केलं नाहीत.

स्मरण इतकं गहन असायला हवं की तुमच्या प्राणांचे प्राण त्यात माखून निघायला हवेत. आप्लवित व्हायला हवेत. जीभ तर पुष्कळ बाहेर आहे. शरीराचा भाग आहे. नाही, जिभेनं काम नाही होणार.

मग काय मनात स्मरण केलंत तर भागेल? मनसुद्धा काही फार खोल नाहीये आणि ज्या मनानं तुम्ही स्मरण करता आहात त्याच मनानं तुम्ही वासना केली आहे, त्याच मनानं तुम्ही धनाची इच्छा धरली आहे, त्याच मनानं तुम्ही कचरा गोळा केला आहे. त्याच घाणेरड्या पात्रामध्ये परमात्म्याचं अमृत घेण्याची इच्छा करता आहात तुम्ही? त्या मनानं — जे सर्व तऱ्हांनी भ्रष्ट झालं आहे त्या मनानं? आजवर ज्या पात्रामध्ये तुम्ही विष भरून ठेवलं होतं त्यातच अमृत घेण्याची इच्छा तुम्ही करू नका. कारण ते पात्रही विषारी होऊन गेलं आहे.

नाही, मनानंही नाही भागणार. आणखी खोल जावं लागेल. तेथपर्यंत जावं लागेल जिथे तुमचा कुंवार आत्मा आहे. कारण भजन तिथूनच होईल. भजन ही एक कुंवार घटना आहे. शुद्ध ! कोणत्याही वासनेचा स्पर्शही न झालेली. जिथे ना कधी लोभ निर्माण झाला, ना कधी राग जन्मला, जिथे तुमचं अस्तित्व आहे अगदी आतल्या गर्भगृहामध्ये. तुमच्या अंतरातल्या अतिशय खोलातल्या मंदिरामध्ये. तिथे तुम्ही आहात — जसे जन्माच्या आधी होतात तसे. तिथे तुम्ही आहात — मृत्यूनंतर जसे होणार आहात तसे. तिथेच भजन उमटेल, भाव जन्मेल.

तर भजन ही एक भावना आहे. ही भावना ना शब्दांत पकडता येत, ना कृत्यात पकडता येत.

येशूने म्हटलं आहे, तुमचा डावा हात जे करेल त्याचा पत्ता तुमच्या उजव्या हाताला लागणार नाही. खूप सखोल घटना आहे. वरवरची असती तर डाव्या हातानं उजव्या हाताकडे पाहिलं असतं. येशूनं म्हटलं आहे, पतीनं केलं तर पत्नीला कळणार नाही. चोवीस तास तुमच्याबरोबर असली तरी तिला समजणार नाही. समजायला नकोच.

पण तुम्ही इतक्या जोराजोरात करता की पत्नीच काय शेजाऱ्यापाजाऱ्यांनाही कळतं. तुम्ही माईक लावून करता. गल्लीभर धर्माचा प्रसार करता आहात सहजपणे! आणि धर्मावर कोणी बंदीही आणू शकत नाही. मध्यरात्री तुम्ही लाऊडस्पीकर लावून 'हरे राम' असं भजन करायला लागलात तरी कोणी काही म्हणू शकत नाही. कारण स्वतःचा धर्म पाळण्याचं स्वातंत्र्य आहे. लोकांची

झोपमोड करता आहात. तुम्ही त्यांना धर्माचे शत्रू बनवता आहात. ते शिव्या देताहेत तुम्हाला, तुमच्या 'हरे राम'ला, पण ते आता काहीच करू शकत नाहीत. कारण धार्मिक कृत्यात अडचण आणणं योग्य नाही आणि तुम्ही दयाबुद्धीने लाऊडस्पीकरचा खर्चही सोसता आहात.

नाही, तुमची इच्छा अशी असते, दुसऱ्यांना कळलं पाहिजे, तुम्ही काही सामान्य माणूस नाही आहात, मोठे भक्त, मोठे भजन करणारे धार्मिक साधुपुरुष आहात. तुम्ही स्वत:चाच प्रचार करता आहात. नाही तर रामाची गोष्ट तुमच्या हातालाही कळणार नाही. खरं म्हणजे भाव खूप गहन होईल तेव्हा काय होतं आहे याचा पत्ता तुमच्या मनालाही लागणार नाही.

परंतु 'मनसा वाचा कर्मना कबीर सुमिरन सार ।'

तुमच्या मनात, तुमच्या वाणीत, तुमच्या कर्मात सर्व ठिकाणी त्याचा ठसा उमटू लागेल. ज्याच्याजवळ डोळे आहेत तो पाहील. आंधळ्याला दिसणार नाही. पण ज्याला दृष्टी आहे त्याला कळेल की आता तुमचं कर्म कोणत्यातरी वेगळ्या रसामध्ये बुडलं आहे. तुमच्या कर्मानं आता एक वेगळाच रंग घेतला आहे. तुमच्या बोलण्यात एक नवं इंद्रधनुष्य उगवलं आहे. तुमच्या असण्यानं एक गोडवा पसरतो आहे. तुमच्या चारही बाजूंना एक सुस्वाद गंध दरवळतो आहे. पण हे सगळं त्यालाच दिसू शकेल ज्यानं या गोष्टीचा अनुभव घेतला आहे. आंधळ्यांच्या जगात कोणाला पत्ताही लागणार नाही या गोष्टीचा. त्यांना पत्ता लागण्याची आवश्यकताही नाही.

'मेरा मन सुमरे राम कूं, मेरा मन रामही आहि ।
अब मन रामही व्है रह्या, सीस नवावे काहि ।'

स्मरण करता करता मी स्वत:च राम होऊन गेलो. स्मरण करणारा उरलोच नाही. दूरत्व संपून गेलं. द्वैत समाप्त झालं. आता फक्त तोच आहे.

'सीस नवावे काहि.'

आता कुणाला नमस्कार करायला जायचं? कोणत्या मंदिरात जाऊन डोकं आपटायचं? आता कोणतं शास्त्र वाचायचं?

परमभक्तांच्या आयुष्यातून धर्म — ज्याला तुम्ही धर्म म्हणता तो केव्हाच नाहीसा झालेला असतो. सूर्य उगवल्याबरोबर दंव जसं विरून जातं, तसं परम धार्मिक जीवनातून तुम्ही ज्याला धर्म म्हणता तो असा गळून जातो की जसं स्नान केल्यानंतर अंगावरची धूळ गळून जाते. त्यामुळे परम धार्मिकाला तुम्ही ओळखू शकणार नाही. तो तुम्हाला जवळ जवळ अधार्मिकच वाटेल. कारण तुमची धर्माची परिभाषा - रोज मंदिरात जाणं, पूजा करणं, घंटा वाजवणं, सत्यनारायणाची पूजा घालणं, गावागल्ल्यांमध्ये गोंधळ घालणं, रामलीला करवणं,

रासलीला करवणं, ही कर्मकांडाची परिभाषा आहे. धार्मिक व्यक्ती तुम्हाला बहुतेक नास्तिकच वाटेल.

हिंदूंनी महावीराला नास्तिक म्हटलं, बुद्धाला नास्तिक म्हटलं यात काहीच आश्चर्य नाही. साहजिकच आहे. कारण या दोन्ही व्यक्तींनी कर्मकांड सोडून दिलं होतं. बुद्धांनी तर चुकूनसुद्धा देवाचं नाव घेतलं नाही. काय नाव घ्यायचं?

एका फार मोठ्या पाश्चिमात्य इतिहासतज्ज्ञानं - एच. जी. वेल्सनं लिहिलं आहे की गौतम बुद्धासंबंधी की 'देअर हॅज नेव्हर बीन अ गॉड-लाइक मॅन अँड सो गॉडलेस !' जगाच्या इतिहासात गौतम बुद्धासारखा ईश्वरविहीन आणि ईश्वरासारखा माणूस दुसरा कोणता झाला नाही. हीच तर परिभाषा आहे धार्मिक व्यक्तीची. तो ईश्वरासारखा असेल आणि ईश्वरविहीन असेल.

ज्याला तुम्ही धर्म म्हणता ते थोतांड आहे. तो धर्म नाही आहे, फसवणूक आहे. त्याच्या जीवनात फसवणूक होणार नाही. म्हणून तुमच्या परिभाषेत तो धार्मिक वाटणार नाही.

येशूला यहुद्यांनी ठार मारलं कारण त्यांना तो अधार्मिक वाटला. काय होता अधर्म? सर्वात जास्त अधार्मिक गोष्ट काय होती? तर लोकांनी येशूला कधीकधी दारुड्यांच्या तर कधी वेश्यांच्या समवेत पाहिलं होतं. गावातल्या पुरोहितांनी पकडलं आणि सांगितलं की, 'धार्मिक माणसं असं वागत नाहीत. जे अस्पृश्य आहेत, ज्यांना स्पर्श करणंही मना आहे, ज्यांच्याकडे नुसतं बघूही नये अशा लोकांच्या - वेश्या, दारुडे आणि चोरांच्या घरात तुम्ही राहता असं आम्ही पाहिलं आहे. तुम्ही कसले धार्मिक म्हणवता?'

असं म्हणतात — येशूनं उत्तर दिलं, 'जर वेश्येच्या अंतरात परमात्मा राहू शकतो तर मी तिच्या घरात का राहू शकत नाही? आणि परमात्म्यानं चोराला सोडून देण्याच्या योग्यतेचा मानलेलं नाही तर मी असं करणारा कोण?'

हा धार्मिक माणूस आहे. पण तुमच्या धर्माच्या कर्मकांडातून बाहेर पडलेला आहे. तुमचा धार्मिक माणूस चोराकडे ढुंकूनही पाहणार नाही. तुमचा धार्मिक माणूस चोर आणि वेश्यांना नरकात सडायला लावण्याची जय्यत तयारी करत आहे. यहुदी लोकांमध्ये अशी प्रथा होती की सहा दिवस परमात्म्याने काम केलं आणि सातव्या दिवशी विश्रांती घेतली, म्हणून सातव्या दिवशी कोणीही काम करायचं नाही. यहुदी लोक सातव्या दिवशी सगळी कामं बंद ठेवत असत.

येशू सातव्या दिवशी मंदिराजवळ आले. तिथे एक आंधळा माणूस आला. त्यानं येशूला विनंती केली की मी असं ऐकलंय की तुम्ही स्पर्श केलात तर माझे डोळे ठीक होतील. येशूने त्याला स्पर्श केला आणि त्याला दृष्टी आली. पुरोहित म्हणू लागले, 'हे तर अधार्मिक कृत्य आहे.'

विचार करा! आंधळ्याला दृष्टी देणं हे अधार्मिक आहे कारण शास्त्रांमध्ये तसं लिहिलं आहे. यहुद्यांचा वेद सांगतो की सातव्या दिवशी सर्व कामं बंद!

पुरोहितांनी म्हटले, 'तू पाप केलं आहेस. सातव्या दिवशी सगळी कामं बंद ठेवायला हवीत.'

येशूनं विचारलं, 'तुम्ही सातव्या दिवशी जेवता की नाही? आणि सातव्या दिवशी डोळे मिटता की नाही? आणि सातव्या दिवशी तुम्ही श्वास घेता की नाही? आणि समजा, परमात्म्याने सातव्या दिवशी विश्रांती घेतली, तरी विश्रांती घेणं म्हणजेही काहीतरी करणंच आहे ना? तेही एक कृत्यच आहे. शिवाय तुमचा नियम मोडला पण एका माणसाला दृष्टी आली तर — नियमासाठी माणूस आहे की माणसासाठी नियम आहे? मी तुम्हाला विचारतो — योग्य काय — या आंधळ्या माणसाला दृष्टी येणं की मी त्याला सांगणं — बाबा रे मी धार्मिक माणूस आहे, सातव्या दिवशी काही करू शकत नाही. मी उद्या जिवंत असेन याचा काय भरवसा? आणि उद्या हा आंधळा माणूस जिवंत असेल याचाही काय भरवसा? तुम्ही गॅरंटी देता? — आम्ही दोघेही जिवंत असू याची? मी याची दृष्टी ठीक करीन आणि हा दृष्टी दुरुस्त करून घ्यायला येईल याची?

नाही — धार्मिक माणसाला हे जमत नाही. त्याचा एक हिशोब असतो. तो त्या हिशोबानेच जगत असतो. त्याचे नियम कडक असतात. आंधळा माणूस आहे. काठीनं चाचपडून बघत असतो. त्याच्यापाशी प्रकाश नाहीये.

'अब मन रामही व्है रह्या, सीस नवावे काहि ।
सब रग तंत रबाब तन, विरह बजावे नित ।
और न कोई सुन सके, कै सांई के चित्त ।'

शरीरातल्या साऱ्या नसा वीणेच्या तारा होऊन गेल्या आहेत. कबीर म्हणतात, सारं शरीर वीणा होऊन गेलं आणि चोवीस तास एकच गीत वाजत राहिलं — 'विरह बजावै नित ।' एकच गीत वाजत राहतं — परमात्म्याच्या विरहाचं.

'और न कोई सुन सके, कै सांई के चित्त ।'

आणि हे विरहगीत एक तो परमात्मा ऐकू शकतो किंवा मग साई स्वतः!

प्रार्थना हा तुम्ही आणि तुमचा परमात्मा यांच्यामधला संबंध आहे. समाजाशी त्याचं काही देणं-घेणं नाही. पूजा तुम्ही आणि तुमचा परमात्मा यांच्यामधला अतिशय खाजगी संबंध आहे.

जेव्हा तुम्ही एखाद्या व्यक्तीवर प्रेम करत असता, एखाद्याच्या प्रेमात, एखाद्या पुरुषाच्या प्रेमात, तेव्हा तुम्हाला एकांत हवा असतो. भरबाजारात बसून प्रेमाची रासलीला रचावी, लोकांनी पाहावं असं तुम्हाला वाटत नाही. तुम्ही दरवाजे बंद

करून घेता, तुम्ही दिवेसुद्धा मालवून टाकता पूर्ण एकांत व्हावा म्हणून, या मीलनाच्या क्षणी काही कुणाचा हस्तक्षेप होऊ नये म्हणून, प्रेमी आणि प्रेयसी अगदी एकटे राहावे म्हणून.

परमात्म्याशी असलेला प्रेमाचा संबंध तर सर्वांत मोठा आहे. तो तुम्ही आणि त्याच्यामधला संबंध आहे. त्याच्याशी जगाचं काही देणं-घेणं नाही. गर्दीशी त्याचं काही नातं नाही. तो संबंध अत्यंत गोपनीय आहे. जिथे तुम्ही आहात आणि तो आहे आणि कबीर म्हणतात, माझं सारं शरीर तर सारंगी बनून गेलं, वीणा बनून गेलं. 'सब रग तंत' रग-रग, नाडी-नाडी, नस-नस शरीराच्या तारा बनून गेल्या आणि एकच संगीत वाजत राहिलं अहर्निश 'विरह बजावे नित ।'

हे थोडं समजून घ्यायला हवं.

व्यक्ती परमात्म्याची जेवढी प्राप्ती करून घेईल तेवढी विरहाची वीणा अधिक वाजू लागते. तुम्हाला हे थोडं कठीण वाटेल. तुम्हाला वाटेल, परमात्म्याची प्राप्ती झाली नाही तेव्हाच विरहाची वीणा वाजायला हवी. एकदा प्राप्ती झाल्यानंतर मग कुठली विरहाची वीणा? हे तुम्हाला थोडं गुंतागुंतीचं वाटेल.

पण जोवर तुम्हाला परमात्मा समजलेलाच नाही तोवर तुम्हाला विरहाचा अनुभव घेता येणार नाही. ज्यानं मीलन अनुभवलं त्यालाच विरह समजणार. तुम्हाला कसं कळणार विरह म्हणजे काय? तुम्ही कसे रडणार परमात्म्यासाठी? अश्रू कसे वाहणार? त्याची तुमची काही ओळख नाही, त्याचा तुमचा काही संबंध नाही. एक क्षणभरही तुम्ही त्याला भेटलेला नाहीत. परमात्मा अगदी अनोळखी आहे — नसल्यात जमा. तो आहे की नाही याबद्दलही शंका आहे तुमच्या मनात. तुम्ही त्याच्यासाठी कसे रडणार? कसं तुमचं सारं शरीर वीणा बनेल? कशा तुमच्या नसा तारा बनणार? विरहाचं गीत तुमच्या हृदयात कसं घुमणार? मीलनानंतरच विरह होणार.

म्हणून भक्तालाच ठाऊक असतं विरह म्हणजे काय. तेव्हा एक क्षणभरही या शरीरात राहणं, एक क्षणभरही या जगात राहणं फार दुराव्याचं भासू लागतं. आता काही दूरत्व शिल्लकच राहिलेलं नाही. भक्ताने स्वत:ला समर्पित केलं आहे. परमात्म्याने भरून गेला आहे. पण अजून या शरीराची यात्रा शिललक आहे. अजून थोडा वेळ लागेल. निरोप आला. पत्ता सापडला. घराची वाट सापडली. आता थोडंच अंतर राहिलं आहे.

तुम्हाला कदाचित हा अनुभव आला असेल. तुम्ही एखाद्या प्रवासाला गेला आहात, पोचण्याचं ठिकाण अगदी जवळ आलं आहे. त्या वेळी ते लहानसं अंतरही इतकं मोठं वाटतं की तेवढं मोठं प्रवासासाठी बाहेर पहिलं पाऊल टाकलं तेव्हाही वाटलं नव्हतं. जेव्हा घर अगदी जवळ येतं, आलंच, आलंच

असं, तेव्हा क्षणभराचं अंतरसुद्धा खूप दुःखदायक वाटतं. घर अगदी डोळ्यासमोर आलं की तेवढंसं अंतरसुद्धा खुपू लागतं.

भक्तानं सगळं देऊन टाकलं आहे. पण अजून शरीरात आहे. म्हणून बुद्धांनी मोक्षाचे दोन प्रकार केले आहेत. असं भारतात नेहमीच केलं गेलं आहे. मुक्त व्यक्तीला आपण जीवनमुक्त म्हणतो. जीवनमुक्तचा अर्थ असा — अजून तो जिवंत आहे, शरीरात आहे. मुक्त झाला आहे. आतून सगळी बंधनं तुटून गेली आहेत. पण शरीराची यात्रा अजून चालू आहे. कदाचित आणखी थोडा वेळ लागेल — तेव्हा शरीरही पडून जाईल आणि मीलन परिपूर्ण होईल. एवढंच अंतर आता शिल्लक आहे.

असं समजा की तुम्ही एक अशी व्यक्ती आहात. एक भरलेली घागर घाटावर ठेवली आहे, नदीपासून दूर. भक्त अशी घागर आहे. नदीमध्ये आला, आतमध्येही पाणी आहे. आता मातीचा लहानसा देह बाकी आहे. मातीचा देह-सुद्धा छिद्रांचा आहे. थोडंसं पाणी येतं-जातंही आहे. पण तरीही देह शिल्लक आहे. हाच विरह आहे. नदीत घागर आहे. बाहेर पाणी, आतही पाणी. जे पाणी बाहेर तेच आत आहे. तरीही घागरीच्या मातीची लहानशी रेषा ! मातीचीच रेषा आहे, पण आहे. एवढंसंच अंतर राहिलं आहे. तेव्हा विरह पैदा होतो. तेव्हा दर क्षणी एकच विरह असतो की हेही केव्हा संपून जाईल? केव्हा?

कबीरानी म्हटलं आहे की केव्हा मरेन? केव्हा संपेन — तेव्हाच मला पूर्ण परमानंद प्राप्त होईल 'कब मिटिहो, कब पाहिहो पूरन परमानंद' - थोडीशी कमी आहे. केसाएवढं अंतर आहे. काही मोठी भिंत नाहीये, मातीची भिंत आहे. तीही छिद्रं असलेली आहे. त्यातून पाणी येतं-जातं आहे. पण तरीही ती आहे.

लक्षात ठेवा — जोवर तुम्ही चव पाहिली नाहीत तोवर तुम्हाला विरह कळणारच नाही. मीलनाचा स्वाद तुम्हाला माहीत नाही तोवर विरह कसा कळणार? तोवर तुम्ही जगत असता. पण तुम्हाला विरहानं भरून टाकणारी ती तहान तुमच्या आत जागी झालेली नाही. विरहाची आग लागली नाही. तुम्ही अजून कुणाच्याही प्रेमात न पडलेल्या लहान मुलासारखे आहात.

भक्त प्रेमी व्यक्तीसारखा असतो. त्याला त्याची राधा भेटली. पण अजून अंतर आहे. प्रेमिकांना ठाऊक असतो विरह. ज्यानं प्रेम केलं नाही त्याला काय कळणार विरह? त्या रसाची चवच ज्यानं घेतली नाही त्याला ती चव नसल्याचं कसं समजणार?

प्रेमिकांना ठाऊक असतं विरह म्हणजे काय? आणि तुम्ही जर परमप्रेमिकांना निरखून पाहिलंत तर तुमच्या लक्षात येईल की ती दोघं जितकं जवळ येतात तेवढा विरह वाढत जातो. कारण कितीही जवळ आलं तरी अजून पूर्ण एकरूप

झालो नाही असंच वाटत राहतं. काहीतरी अंतर आहे. शरीरं एक होतात. पण मनं वेगळी आहेत. कधीकधी एखाद्या गहन संभोगाच्या क्षणी मनंही एक होतात. पण तरीही चेतना अलग असतात.

प्रेमामध्ये पूर्ण मीलन होऊच शकत नाही. भक्तीमध्येच होऊ शकतं. परंतु भक्ताला उरलेली शरीरयात्रा पूर्ण करावी लागते. ही यात्रा मागच्या जन्माशी संबंधित असते. शरीराच्या आपल्या कर्मांचं जाळं आहे. ते पुरं व्हावं लागतं. ते पुरं होईल.

तर बुद्धांनी असं म्हटलं आहे, एक निर्वाण आहे — जे जिवंत व्यक्तीला प्राप्त होतं आणि दुसरं आहे महानिर्वाण — जेव्हा शरीर कोसळतं तेव्हा प्राप्त होणारं. हिंदू म्हणतात, जीवनमुक्त आणि मोक्ष. जैन म्हणतात केवल ज्ञान आणि कैवल्य ज्ञान तर मिळालं, तयारी पूर्ण झाली, आता नावेची प्रतीक्षा आहे — केव्हा येते — पण थोडा काळ काठावर उभं राहायचं आहे. प्रतीक्षा असह्य होते. जशी जशी वेळ जवळ येते —

तुम्ही कधी रेल्वे स्टेशनवर वाट पाहणाऱ्या लोकांकडे पाहिलं आहे? अजून गाडी यायला अवकाश आहे. ते वृत्तपत्रे वाचताहेत, गप्पा मारताहेत, चहा पिताहेत, इथे-तिथे फिरताहेत. गाडी येते आहे की नाही हे कुणीच बघत नाहीये. घंटा वाजली. एक लहर सरसरत गेली. लोकांनी आपापलं सामान हातात घेतलं. बॅग उचलली. कपडे नीटनेटके केले. उठून उभे राहिले. बोलणं बंद झालं. गाडी जसजशी जवळ येते तसतशी स्टेशनवरची आतुरता वाढत जाते. लोक अगदी तयार आहेत. कोणत्या क्षणी — एक क्षणसुद्धा आता कठीण वाटतो आहे.

अगदी तशीच अवस्था भक्ताची असते. नाव जवळ आली आहे. बातमी आली आहे. हवेमधून निरोप आले आहेत. किनाऱ्याच्या दिशेनं येणारी नाव आता दिसायलाही लागली. भक्त किनाऱ्यावर उभा आहे.

'सब रग तंत रबाब तन, विरह बजावे नित'
और न कोई सुन सके, कै सांई के चित्त
इस तन का दीवा करूं, बाती मेल्यं जीव
लोही सींचौ तेल ज्यूं, कब मुख देख्यौ पीव'
त्या प्रियाचं मुख कधी पाहीन? सगळं करायला तयार आहे. या शरीराचा दिवा करू — या साऱ्या शरीराचा दिवा करायला तयार आहे.

बाती मेल्यूं जीव — प्राणाला वात करायला तयार आहे.

लोही सींचौ तेल ज्यूं — रक्ताचं तेल करायला तयार आहे;

कब मुख देख्यौ पीव — त्या प्रियाचं मुख कधी दृष्टीला पडेल? केव्हा

होईल त्याच्याशी पूर्ण मीलन? एक थेंब सागरात जसा मिसळून जातो तसा कधी मिसळून जाईन — कणाचंही अंतर राहणार नाही, द्वैत राहणार नाही.

जोवर शरीर आहे तोवर थोडी तरी दूरी राहतेच. घडा पाण्यात बुडलेला असतो तरी थोडं अंतर असतंच. ते अंतर म्हणजेच विरहाचा अग्नी आहे आणि ज्यांना विरह समजतो ते धन्य आहेत. कारण त्यांनाच थोडंसं मीलन कळलं आहे.

इजिप्तमध्ये एक प्राचीन म्हण आहे, तुम्ही परमात्म्याला शोधायला तेव्हाच निघता जेव्हा तो तुम्हाला आधीच भेटलेला असतो. नाही तर तुम्ही शोधायला कसे निघाल? पण तेव्हा विरहाचा त्रास फार होतो.

पण त्या विरहात आनंद आहे. त्या विरहात परम आनंद आहे. तो विरह यातनेसारखा नाही. तो विरह अतिशय गोड मधुर आहे. तुम्हाला गोड दु:ख ठाऊक आहे? तो विरह म्हणजे गोड दु:ख आहे. अगदी मधुर असं दु:ख. आत कापत राहते पण संगीतासारखे. त्याचा सूर घुमत राहतो पण वीणेच्या सुरासारखा.

ज्यांना थोड्याशा मीलनाचा स्वाद मिळाला आणि जे महामीलनाच्या आतुरतेनं भरून गेले ते धन्य आहेत — ज्यांचं शरीर वीणा होऊन गेलं आणि त्या वीणेवर एकच स्वर निरंतर वाजतो आहे — विरहाचा स्वर.

मीलनानंतर विरह आहे आणि विरहानंतर महामीलन.

आज एवढंच.

अब मैं पाइबो रे पाइबो रे ब्रह्मज्ञान ।
सहज समाधें सुख में रहिबो, कौटि कलप विश्राम ।
गुरु कृपाल कृपा जब कीन्ही, हिरदै कंवल विगासा ।
भागा भ्रम दसों दिसि सूझ्या, परम ज्योति परगासा ।
मृतक उठ्या धनक कर लीये, काल अहेड़ी भागा ।
उद्या सूर निस किया पयाना, सोवत थें जब जागा ।
अविगत अकल अनूपम देख्या, कहंता कह्या न जाई ।
सैन करे मन ही मन रहसे, गूंगे जान मिठाई ।
पहुप बिना एक तरुवर फलिया, बिन कर तूर बजाया ।
नारी बिना नीर घट भरिया, सहज रूप सो पाया ।
देखत कांच भया तन कंचन, बिन बानी मन माना ।
उड़या विहंगम खोज न पाया, ज्यूं जल जलही समाना ।
पूजा देव बहुरि नहिं पूजौ, न्हाये उदिक न जाऊं ।
भागा भ्रम ये कहीं कहंता, आये बहुरि न आऊं ।
आपै में तब आपा निरख्या, अपन पै आपा सूझ्या ।
आपै कहत सुनत पुनि अपना, अपन पै आपै बूझ्या ।
अपने परिचै लागी तारी, अपन पै आप समाना ।
कहे कबीर जो आप विचारै, मिट गया आवन जाना ।

प्रवचन ३ रे

पाइबो रे पाइबो ब्रह्मज्ञान

एक प्रकारचं ज्ञान आहे ते मनाला माहितीनं भरून टाकतं पण हृदय रिकामं, शून्य करू शकत नाही. आणखी एका प्रकारचं ज्ञान आहे ते मन भरून टाकत नाही तर रिकामं करतं. हृदयाला शून्याचं मंदिर बनवतं. एक ज्ञान आहे जे शिकून मिळतं, आणि एक ज्ञान आहे जे न शिकण्यानं मिळतं.

जे शिकून मिळतं ते कचरा आहे. जे न शिकण्यानं मिळतं तेच मूल्यवान आहे. जे बाहेरून आत टाकलं जातं तेवढंच ज्ञान शिकण्यानं मिळतं. न शिकण्यानं असं ज्ञान जन्म घेतं जे तुमच्या अंतरात लपलेलंच होतं कायमचं.

ज्ञानाला तुम्ही काहीतरी मिळवण्याचा प्रवास मानलंत तर पंडित होऊन संपून जाल. ज्ञानाला जर काहीतरी हरवण्याचा उपाय शोधणं मानलंत तर प्रज्ञेचा जन्म होईल.

पांडित्य म्हणजे तर एक ओझं आहे. तुम्ही त्यातून मुक्त होणार नाही. ते तुम्हाला अधिकच बांधून टाकेल. ते तर गळ्यात टाकलेला फाशीचा दोर आहे, पायातली बेडी आहे. तुमच्या चारी बाजूंना उभारलं गेलेलं कारागृह आहे पंडित म्हणजे. त्याच्यामुळे तुम्ही आंधळे होऊन जाल. तुमचे सगळे दरवाजे बंद होऊन जातील. कारण शब्द समजल्यामुळे ज्ञानप्राप्ती होते असा भ्रम ज्याच्या मनात निर्माण होतो त्याचं अज्ञान दगडासारखं मजबूत होऊन जातं.

जे ज्ञान शब्दांनी मिळत नाही, नि:शब्दाने मिळतं, त्या ज्ञानाचा तुम्ही शोध घ्या. विचार करून ते ज्ञान मिळत नाही तर निर्विचार झाल्यामुळे मिळतं. तुम्ही अशा ज्ञानाचा शोध घ्या, जे शास्त्रांमध्ये मिळत नाही, स्वत:मध्येच मिळतं. तेच ज्ञान तुम्हाला मुक्त करेल, तुमच्यामध्ये एक नृत्य भरून टाकेल. ते ज्ञान तुम्हाला जिवंत करेल, तुम्हाला तुमच्या कबरीतून उठवून बाहेर आणेल. त्याच्यामुळेच जीवनाची फुलं फुलतील आणि त्याच्यामुळेच अखेरीस परमात्म्याचा प्रकाश प्रकट होईल.

पंडित जाणतो आणि जाणत नाही. असं वाटतं की जाणतो, समजा एखादा आजारी माणूस औषध घेण्याऐवजी वैद्यक शास्त्राचा अभ्यास करू लागला तर — तसंच काहीसं किंवा भुकेला माणूस पाकशास्त्र वाचू लागला तर —

अशा सत्याची भूक तुम्हाला लागली असेल तर चुकूनसुद्धा धर्मशास्त्रामध्ये गुंतू नका. त्यात सत्याबद्दल खूप गोष्टी सांगितल्या गेल्या आहेत पण सत्य मात्र नाही आहे. कारण सत्य केव्हा सांगितलं जाऊ शकलं आहे? इतकं सामर्थ्य कुणाच्या अंगी होतं? म्हणून गुरु ज्ञान देत नाही, उलट तुम्ही जे ज्ञान घेऊन येता तेही हिरावून घेतो. गुरु तुमचं रक्षण करत नाही, तुमचा नाश करतो. तुमच्या स्मरणाच्या संग्रहामध्ये भर घालत नाही, तो संग्रह रिकामा करून टाकतो. जेव्हा तुम्ही संपूर्ण रिकामे होता तेव्हा परमात्मा तुम्हाला भरून टाकतो. पूर्णाची

प्राप्ती करून घेण्यासाठी शून्य होऊन जाणं एवढाच मार्ग आहे.

सुमारे वीस वर्षांपूर्वी मी एक वर्षभर रायपूरमध्ये राहिलो होतो. मी ज्या घरात राहात होतो त्याच्या शेजारच्या घरात एक म्हातारा माणूस राहात होता. तो दंतमंजन विकत असे. माझी त्याच्याशी ओळख झाल्यानंतर मी त्याला विचारलं, 'तुम्हाला तर एकही दात नाहीये, मग तुमच्याकडून दंतमंजन कोण विकत घेतं? तुम्ही स्वत:चा एकही दात वाचवू शकला नाहीत आणि दुकान मांडून बसलाहात — हे दंतमंजन चांगलं आहे, यानं दात मजबूत होतात, पडत नाहीत असं सांगता — आणि तुम्हाला एकही दात नाहीये. तुमच्याकडून कोण मंजन विकत घेत असेल? आणि हे मंजन विकण्याची तुमची हिंमत कशी होते?'

त्या म्हाताऱ्यानं थोड्या नाराजीनंच उत्तर दिलं, 'त्यानं काय फरक पडतो? कितीतरी माणसं पुरुष असून साड्या विकतात, चोळ्या विकतात, बांगड्या विकतात.' मी त्याचं म्हणणं मान्य करणार एवढ्यात त्यानं पुस्ती जोडली, 'शिवाय लोकांना स्वत:च्या दातांमध्येच रस असतो. माझ्या दातांकडे कशाला बघताहेत ते — त्या म्हाताऱ्या माणसानं मला पुढे सांगितलं की तुम्ही हा प्रश्न मला विचारणारा पहिला माणूस आहात — ज्यानं ही शंका बोलून दाखवली आहे. लोक आपल्या दातांची काळजी करतात. दंतमंजनाचा डबा बघतात. माझ्या दातांची काळजी कशाला करतील ते?'

तुम्ही पंडितांच्या दातांची थोडी काळजी करा. ते जे काही विकताहेत, ते त्यांनाही वाचवू शकत नाही. ते तुम्हाला जे समजावून सांगू पाहतात ते त्यांना स्वत:लाही अजून समजलेलं नाही. ते तुम्हाला जे देत आहेत त्यातून त्यांनाही अजून काही मिळालेलं नाही. त्यांचं जीवन थोडं तपासून पाहा. तुम्हाला तिथं उदासी सापडेल. एक रिक्तता आढळेल. तुम्हाला ते जड वाटतील. वजनाखाली दबलेले आहेत असं जाणवेल. पण तुम्हाला कबीर सांगत आहेत ते नृत्य नाही दिसणार — 'पाइबो रे पाइबो रे ब्रह्मज्ञान ।'

जेव्हा ज्ञानाचा पहिला किरण उगवतो तेव्हा हृदय नाचू लागतं. मोराला नाचताना पाहिलंय? आषाढाच्या सुरुवातीला आकाशात ढग जमा होऊ लागतात आणि मोर पिसारा फुलवून नाचू लागतो. तसाच ब्रह्मज्ञानीही नाचू लागतो जेव्हा त्याच्या आयुष्यात परमात्मा भरून येतो. आषाढाचा दिवस येतो. पावसाळा जवळ येतो. अनेक जन्मांची तहानेली छाती असते. ढग वोळून आले, आषाढाचा दिवस आला. मनमयूर नाचू लागता. तुम्ही कोकिळा गाताना पाहिली आहे? प्रियाला हाक मारत असते, हाक मारतच राहते.

विरहाचा असाच अग्नी शोधणाऱ्याला जाळत असतो, प्रेमीशी मीलन होईपर्यंत.

मीलनामध्ये अतिशय गहन शांती आहे, गहन आनंद आहे.

ज्ञानी माणसाचं अस्तित्व बदलून जातं. पंडिताची फक्त स्मृती भरून जाते. स्मृती हे केवळ एक यंत्र आहे. त्याला काही किंमत नाही. तुमचं सारं अस्तित्व अहोभावानं भरून जावं. तुमचा रोम रोम धन्यवाद देऊ लागावा. तुमच्या सर्व द्वार — दरवाजांमधून त्या परमात्म्याचा प्रकाश आत यावा. सर्व बाजूंनी तुम्हाला परमात्मा घेरून घेवो. तुम्ही आकंठ भरून जावंत. इतका पूर येवो की त्याला कसे धन्यवाद द्यावेत हेच तुम्हाला कळू नये. शब्द हरवून जावेत, बोलण्यासारखं काही शिल्लकच राहू नये. तुमचं सारं अस्तित्वच बोलू लागावं, वाणी अपुरी पडावी. आनंदाचं लक्षण आहे, सच्चिदानंदाचं लक्षण आहे. पंडिताचे दात स्वत:च तुटलेले आहेत आणि तुम्ही त्याच्याकडून शिकवण घेता आहात.

आनंदाला एक कसोटी समजा, नाही तर फसाल. शब्दांचे धनी खूप असतात, आनंदाच्या धन्याला शोधा — ज्याच्या आयुष्यात सगळं काही शांत आणि परिपूर्ण झालेलं आहे, ज्याला मिळवण्यासारखं काही शिल्लक राहिलेलं नाही तोच तुम्हाला काहीतरी देऊ शकेल. तोच गुरु होऊ शकतो. पंडित तर तुमच्याबरोबरच आहे. तुमच्याहून थोडं अधिक ज्ञान आहे त्याला, तुम्हाला थोडं कमी आहे इतकंच. तुम्हीसुद्धा थोडी मेहनत घेतलीत तर थोडं आणखी ज्ञान मिळवाल. पंडित आणि तुम्ही यांच्यात गुणात्मक फरक काहीच नाही. मात्रेचा असेलही पण गुणाचा नाही आहे. ज्ञानी आणि तुम्ही यांच्यात गुणात्मक फरक आहे.

जसं — दोन माणसं झोपली आहेत. एक स्वप्न बघतो की चोर आला आहे आणि दुसरा स्वप्न बघतो की साधू आला आहे. तुम्हाला काय वाटतं? — या दोघांमध्ये गुणात्मक फरक आहे? दोघेही झोपलेले आहेत. दोघेही स्वप्न पाहताहेत. दोघांच्याही हातात सत्य नाही आहे. आणि एक तिसरा माणूस — जागा झालेला — त्यांच्याजवळ बसला आहे. जागा आहे, स्वप्न पाहात नाही आहे. हा माणूस आणि ती झोपलेली माणसं यांच्यामध्ये गुणात्मक फरक आहे. याची जागृतावस्था वेगळीच आहे. हा जागा झालेला आहे.

याला स्वप्नं सतावत नाहीत. कारण स्वप्नं पडतात ती गाढ झोपेमध्ये. जेव्हा तुम्ही शुद्ध घालवून बसता तेव्हाच तुम्हाला स्वप्नं पडतात. जागृत व्यक्तीला वासना त्रास देत नाही कारण वासना हे एक स्वप्न आहे. जागृत व्यक्तीला पाप छळत नाही कारण पाप हे एक स्वप्न आहे आणि मी तुम्हाला सांगतो की जाग्या झालेल्या व्यक्तीला पुण्यही त्रास देत नाही कारण पुण्य हेही एक स्वप्न आहे. अशुभ तर त्रास देत नाहीच, शुभही त्रास नाही देत. जागा झालेला माणूस सैतान होण्याचीही इच्छा करत नाही आणि साधू होण्याचीही इच्छा करत नाही. जागा झालेला माणूस, जागा झालेला माणूस असतो. आता या स्वप्नांशी काही

देणं-घेणं नाही.

आणि जेव्हा जीवनाच्या साऱ्या द्वंद्वांच्या पलीकडे जाऊन जागा होतो तेव्हा कोणीतरी कबीरासारखा उभा राहतो ढगांखाली,

'पाइबो रे पाइबो रे ब्रह्मज्ञान ।'

ही अतिमहान घटना आहे. लक्षण आहे — 'आनंद.'

जिथे तुम्हाला आनंद दिसेल त्याच्या मागे तुम्ही धाव घ्या मग भले तो माणूस पंडित नसू दे. त्याच्याजवळ एक सुगंध आहे. आणि एखादा माणूस कितीही ज्ञानानं भरलेला असो आणि त्याच्या चेहऱ्यावर आणि त्याच्या डोळ्यांत तुम्हाला आनंदाचे रोमांच, एक गूढ भाव, काहीतरी महत्त्वाचं मिळालं आहे याची प्रतीती नसेल — जी शब्दांमध्ये सांगता येणार नाही अशा गूढतेचं ज्ञान नसेल, हृदयामध्ये ओतप्रोत आहे परंतु शब्द ते व्यक्त करू शकत नाही आहेत, ज्याच्याजवळ बसून तुम्हाला एखाद्या शांत तलावाचा अनुभव येतो, ज्याच्याजवळ आल्यावर तुम्हाला सूर्यप्रकाशाचा अनुभव येतो, ज्याच्याजवळ बसल्यावर तुम्हाला चांदण्याची शीतलता जाणवते, अपरिचित फुलांचा सुगंध येतो, ज्याच्याजवळ अनोळखी वीणा वाजू लागते — ज्या स्वरांचा प्रतिसाद तुमच्या हृदयाच्या ताराही देऊ लागतात.

तुम्हाला ठाऊक आहे? संगीतज्ञ एक मोठा विलक्षण अनुभव सांगतात. खोलीच्या एका कोपऱ्यात एक वीणा ठेवून द्यायची, कोणीही तिला स्पर्श करायचा नाही. दुसरा एक कुशल संगीतज्ञ दुसऱ्या वीणेवर गीत वाजवत आहे, एक राग वाजवतो आहे तर तुम्हाला ठाऊक आहे — एक विलक्षण घटना घडून येते — पहिली वीणा - कोपऱ्यात ठेवलेली — आपोआप तिच्यावरही तोच राग वाजू लागतो. पण वाजवणारा अतिशय कुशल वादक असायला हवा. एक वीणा तो स्वत: वाजवतो आहे, त्याच्या वीणेच्या झंकारांमुळे दुसऱ्या वीणेच्या ताराही झंकारू लागतात. पहिल्या वीणेमधून उठणाऱ्या स्वरलहरी दुसऱ्या वीणेवर आघात करतात. हळूहळू दुसऱ्या वीणेच्या तारा कंप पावू लागतात. एक हलकीशी थरथर तिच्यामध्ये निर्माण होते. तानसेन किंवा बैजू बावरा यांच्यासारख्या संगीतज्ञांबद्दल अशा कथा प्रसृत आहेत, की पहिली वीणा जे संगीत निर्माण करते आहे तेच संगीत दुसरी वीणाही निर्माण करू लागते.

आता तर यावरही वैज्ञानिक संशोधन झालेलं आहे आणि ही गोष्ट खरी आहे हेही सिद्ध झालं आहे. वैज्ञानिक याला म्हणतात, 'लॉ ऑफ सिंक्रोनिसिटी! जर एखादं संगीत वाजत असेल नीटपणे तर त्याच्या चारही बाजूंना त्या तरंगांचं एक जाळं निर्माण होतं. त्या जाळ्याच्या क्षेत्रात कुणीही समानधर्मा असेल तर त्याच्या हृदयातही त्याच प्रकारच्या ध्वनीची कंपनं निर्माण होऊ लागतात.

ज्याच्याजवळ बसलं तर तुमच्या हृदयाची वीणा कंप पावू लागते, तोच खरा ज्ञानी. त्याचा स्वर जागृत झाला. त्याची वीणा वाजते आहे. अनंत अनंत हातांनी परमात्मा त्याच्या वीणेवर खेळतो आहे. तुम्ही त्याच्याजवळ जा - तुमच्या हृदयाच्या ताराही झंकारू लागतील. इथे बुद्धीचा काहीही संबंध नाही. हा एक हृदयाचा संबंध असेल. याचा संबंध प्रेमाशी अधिक असेल, ज्ञानाशी कमी. याचा संबंध श्रद्धेशी अधिक आणि विचाराशी कमी असेल. तुमचा समानधर्मा आत्माही कंपित होऊ लागेल. तुमच्या अंतरातली वीणाही जागृत होईल, थरारेल, वाजू लागेल.

गुरु तोच, ज्याच्याजवळ शिष्याचं रूप बदलू लागतं. कबीराची ही वाक्य नीट समजावून घेण्याचा प्रयत्न करा.

'अब मैं पाइबो रे पाइबो रे ब्रह्मज्ञान !'

हे शब्दसुद्धा फार गोड आहेत — 'पाइबो रे' आता मला मिळालं, आता मला मिळालं.

सहज समाधें सुख में रहिबो, कौटि कलप विश्राम ।'

सहज घडून गेली ती घटना — जिला समाधी म्हणतात.

समाधी दोन तऱ्हांच्या असतात. एक प्रकारची समाधी प्रयत्नांनी घडून येते, प्रयासांनी घडून येते, कारणानं घडून येते, यत्नांनी, श्रमांनी घडून येते. अशा समाधीला पूर्ण समाधी नाही म्हणता येणार.

का? कारण जी गोष्ट तुमच्या प्रयत्नांनी घडून आली आहे तिच्यामध्ये तुमचं काही ना काही तरी शिल्लक राहणारच, तुमचा प्रयास तुमच्यावेगळा कसा असू शकेल? तुम्ही जे केलं आहे त्यावर तुमचा ठसा उमटलेला राहणारच. तुमची सही त्यावर उमटणारच. तुमचा प्रयास म्हणजे तुम्ही स्वतःच आहात. तर तुमच्या प्रयत्नांनी आलेली समाधी तुमच्या पलीकडे जाऊ शकत नाही. ती परमात्म्यापर्यंत पोचू शकत नाही.

एक प्रकारची समाधी प्रयत्नांनी साध्य झालेली अशी आहे. होय — तुम्ही थोडे शांत व्हाल, थोडा तणाव कमी होईल. तुम्हाला झोप चांगली लागू लागेल. तुमच्या आयुष्यात थोडं संतुलन येईल. भरकटणं कमी होईल. वृथा गोष्टींमध्ये रमणं कमी होईल. लोभ, क्रोध यांकडे असलेलं तुमचं आकर्षण कमी होईल. कामवासना पहिल्यासारखी प्रबळ राहणार नाही. पण तरीही — सुधारलेले, रूपांतरित असलात तरी राहाल तुम्ही आधीचेच.

एखादा माणूस आपल्या जुन्या घराचं रिनोव्हेशन करून घेतो तसं. जुन्या घराला थोडं ठीकठाक करून सजवून घेतो. जुन्या पडक्या घराला इकडेतिकडे डागडुजी करून थोडे नवे दगड विटा लावून, भिंतीना लिंपून, नवा रंग देऊन

नव्यासारखा करतो. पण आतून ते घर जराजीर्ण, जुनंच असतं.

प्रयत्नानं जी समाधी येते ती अशी जुन्या घराची डागडुजी करावी तशी असते. ते नवीन घर नाही. त्याचे जुने संबंध तुटून गेलेले नाहीत. सातत्य तसंच आहे. ती जुनीच परंपरा चालू आहे. तुम्ही त्याला कितीही सजवलंत तरी आतून ते घर जराजीर्णच आहे.

जुनं संपूर्णपणे मोडून जावं आणि समग्रपणे नवं तयार व्हावं. परंपराच मोडून जावी, सातत्य तुटून जावं. जुनं आणि नवं यांमध्ये कसलाही सांधा शिल्लक राहू नये. इकडे जुनं गेलं, तिकडे नवं आलं. दोघांमध्ये कसलाच संबंध असता कामा नये. तेव्हाच समाधी परम समाधी होईल.

पण तशी समाधी तुम्ही मिळवणार कुठून? कारण तुम्ही आणणार म्हणजे तुमचं सातत्य चालूच राहिलं. तुमची समाधी, मिळवलेली समाधी, प्रयत्नांती आलेली, तुम्हाला कितीही शांतता मिळवून देणारी असू दे, त्या समाधीमुळे अंगावर रोमांच उभं करणारा आनंद नाही मिळणार. कारण तो आनंद परमात्म्याचा असतो. मनुष्य जास्तीत जास्त किती खोलात जाण्याची शक्यता आहे — तर शांत होण्यापुरतंच. माणूस त्याच्यावर नाही जाऊ शकत.

आणि तशी शांती कधीही खंडित होऊ शकते. कारण ज्याला आनंद मिळालेला नाही त्याच्या शांतीचाही काही भरवसा देता येत नाही. कारण शांती ही एक नकारात्मक स्थिती आहे. तुमची अशांती कमी झाली म्हणून तुम्ही शांत वाटता आहात. परंतु प्रकाश नाही आलेला, आनंदाचा वर्षाव झालेला नाही.

ज्याच्या जीवनात आनंदाचा वर्षाव झालेला आहे त्याची अशांत होण्याची शक्यताच मावळून जाते आणि ज्याच्या जीवनात आनंद उमलतो तो फक्त शांत होत नाही कारण शांत असणं ही मोठीच निष्क्रिय अवस्था आहे. शांत असणं ही नकारात्मक अवस्था आहे. तो एका विधायक आनंदानं भरून गेलेला असतो. ज्याची समाधी नृत्य करणारी असते. त्याच्या समाधीमध्ये एक गीत असतं. एक सतत प्रवाह असतो, एक सृजनात्मक, सक्रिय ऊर्जा असते. त्याची समाधी म्हणजे अशांती दूर होणं नसतं, आनंद हृदयात उतरून येणं आहे. त्याची समाधी म्हणजे रोग बरा होणं नव्हे तर स्वास्थ्य असणं हे आहे.

कबीर म्हणतात,

'सहज समाधें सुख में रहिबो, कौटि कलप विश्राम ।'

अनंत अनंत कल्पना होत्या, त्रास होते, शंका होत्या, त्या साऱ्यांपासून विश्रांती मिळाली, ते सगळं गेलं. आता कोणी त्रास देत नाही. ना लोभ दारावर थाप मारत, ना मोह, ना राग, ना क्रोध — कौटि कलप विश्राम. त्या सगळ्या शंका आता संपून गेल्या आहेत.

'सहज समाधें सुख में रहिबो ।'

आणि एक महासुख अवतरलं आहे. पण हे अवतरणं सहज समाधीमध्ये होतं. प्रयत्नांनी साध्य केलेली जी समाधी आहे ती असहज समाधी आहे. सहज समाधी म्हणजे — स्वयंस्फूर्त — आपली आपण चालत आलेली समाधी.

पण हे होणार कसं? आपल्या आपण चालत आलेली म्हणजे तुम्हाला करण्यासारखं काय राहिलं? प्रयत्न करावा लागतो तो असहज समाधीसाठी, शांती तुम्हाला आणावी लागते, आनंद येतो. आनंद उतरून येऊ शकेल याची तयारी म्हणजे शांती आहे. जागा रिकामी करायची आहे, सगळा योग शांत समाधीकडे घेऊन जातो. म्हणून ज्यांना त्या परमसमाधीची प्राप्ती झाली ते सांगतील — गुरुकृपेने, प्रभुकृपेने, प्रसादाने. कारण दुसरी समाधी तुम्ही आणू शकत नाही. ती तर येईल अशी - जसा बाहेर सूर्य उगवला आहे. तुम्ही दार बंद करून आत बसला आहात. सूर्य आत नाही येऊ शकत. निसर्ग, परमात्मा आक्रमक नाहीत. तो तुमच्या दारावर थापही मारणार नाही, बाहेर उभा राहील. त्याची किरणं तुमचं दार हलवणारही नाहीत. मी आलो आहे, दार उघड, अशी सूचनाही तुम्हाला देणार नाहीत आणि दरवाजाला भेदून ती किरणं आत प्रकाशही देणार नाहीत. जर तुम्ही अंधारात राहायला तयार असाल तर ते तुमचं स्वातंत्र्य आहे. ती तुमची निवड आहे. जबरदस्ती नाही करता येत.

तुम्ही दार उघडता, सूर्याचे किरण आत येतात. दार उघडणं ही प्रयत्नपूर्वक मिळवलेली समाधी आहे. परंतु सूर्य तुमच्या प्रयत्नांनी येत नाही. तो आपला आपणच येतो. तुम्ही थोडे किरण पकडून आत आणता. तुम्ही थोडं बाहेर जाऊन किरणांना ढकलून म्हणता - चला आत ! तुम्ही थोडं बाहेर जाऊन किरणांना सांगता, आत या, तुमचं स्वागत आहे. नाही, हे असं काहीही करावं लागत नाही. फक्त दार उघडावं लागतं.

याचा अर्थ असा झाला की तुम्ही फक्त अडचण बनू नका. तुम्ही फक्त विरोध उभा करू नका. दरवाजा उघडा, सूर्य आपला आपण आत येईल. ते येणं सहज होतं. तुम्हाला त्याच्यासाठी काहीही करावं लागणार नाही.

योगाचा अर्थ आहे प्रयत्नपूर्वक समाधी. म्हणून पतंजलीचं योगशास्त्र तुम्हाला सविकल्प समाधीपर्यंत घेऊन जाईल. निर्विकल्प समाधी तर घडेल. दरवाजा उघडेल सविकल्प समाधीमुळे. निर्विकल्प समाधी येईल. तुम्ही तयार व्हा. तुम्ही तयार झालात की परमात्मा एका क्षणाचाही उशीर करत नाही. तुम्ही दार उघडलंत, तो हजर आहे. तो आत येतो आणि जेव्हा परमात्मा आत येतो तेव्हा तुम्ही तर त्याच्या प्राप्तीसाठी काहीही केलेलं नाही हे उघड आहे. मग तुम्ही कसं म्हणाल की हा माझ्यामुळे आत आला? कार्य-कारणाची साखळी तुटून

जाते. आता तुम्ही असं नाही म्हणू शकत की मी दार उघडलं म्हणून सूर्य आत आला. तुम्ही एवढंच म्हणू शकता की मी दार उघडलं नसतं तर सूर्य आत येऊ शकला नसता. मी दरवाजा उघडतो तेव्हा फक्त दरवाजाच उघडला जातो. सूर्याचं येणं दरवाज्याच्या उघडण्याशी बांधलेलं नाही. फक्त अडचण दूर होते. सूर्य तर येतच होता. फक्त मधली अडचण दूर झाली.

तुम्हीही मधून बाजूला व्हा अति परमात्मा दर क्षणाला बरसतो आहे. आषाढाची वाट बघण्याची जरूर नाही. त्याचे मेघ नेहमीच वोळून आलेले असतात. तो म्हणजे काही एखादा ऋतू नव्हे की येईल आणि जाईल. तो सततच असतो, त्याचे मेघ सततच आकाशात भरून असतात. तुम्ही ज्या दिवशी हृदयपटाचे दरवाजे उघडून टाकाल त्या दिवशी सहज समाधी घडून येईल. परंतु सहज समाधीसाठी काहीही करणं शक्य नसतं.

मग तुम्ही काय कराल?

तुम्ही यत्नपूर्वक शांत होण्याचा प्रयत्न करा. हे जे सगळे ध्यानाचे प्रयोग आहेत ते सगळे म्हणजे फक्त दरवाजा उघडणं आहे. नीट समजावून घेतलंत तर — याला ध्यान म्हणणंही योग्य नाही. याला तर ध्यानाची पूर्वतयारी म्हटलं पाहिजे. माळी तण गवत उपटून टाकतो, जमीन साफ करतो पण त्याला काय तुम्ही नवी बाग लावली असं म्हणाल? कारण असंही होऊ शकतं की माळी तण उपटून टाकेल, जमीन साफ करेल पण नवं बीज पेरणारच नाही. नवा बगीचा तयार होणार नाही. तण गवत उपटून फेकून देणं, जमीन तयार करून घेणं, दगड गोटे उचलून टाकणं ही फक्त पूर्वतयारी आहे, भूमिका आहे. आता बीज पेरावं लागेल. भूमिका तुम्ही तयार करा. बीज परमात्मा पेरील. तुम्ही हृदयाला तयार करा, पाऊस पाडणं त्याच्या हातात आहे.

इजिप्तमधल्या एका अतिशय जुन्या पुस्तकात म्हटलं आहे, 'तुम्ही एक पाऊल टाका, परमात्मा हजार पावलं टाकून तुमच्याकडे येतो.' पण पहिलं पाऊल तुम्हाला उचलावं लागतं. कारण परमात्मा आक्रमक नाही. जेव्हा तुम्ही तुमची तहान उघड कराल, जेव्हा तुम्ही मोक्षप्राप्तीची इच्छा प्रकट कराल जेव्हा तुम्ही उठाल आणि एक पाऊल चालाल त्या क्षणी तुम्हाला जाणवेल की परमात्मा हजार पावलांनी जवळ आला आहे. इकडे तुम्ही जमीन केलीत तयार आणि तिकडे बीज यायला सुरुवात झाली. इकडे तुम्ही दार उघडलंत, तिकडे प्रकाश आला.

'सहज समाधें सुख में रहिबो...'

तुम्ही ज्याला सुख म्हणता, कबीर त्या सुखाबद्दल बोलत नाहीयेत. कारण त्या सुखामध्ये राहणं होऊच शकत नाही. ते सुख येतं. येतं तोवर निघूनही

जातं. येऊन पोचतं तोवर जायला निघतं. इकडे तुम्ही पाहात होतात की आपल्याकडे तोंड केलेलं आहे, तुम्ही जरा त्याची ओळख पटवून घेता आहात की सुख येतं आहे तोवर तुम्हाला त्याची पाठ दिसली, निघून चाललंच आहे.

क्षणभराच्या सुखामध्ये कसे राहणार? शिवाय सुख — ज्याला तुम्ही सुख म्हणता — जेव्हा येतं, तेव्हाही मन दुःखानं भरलेलंच असतं. कारण तुम्हाला ठाऊक असतं हे टिकणारं नाही. म्हणूनच एक खोल उदासी चित्ताला व्यापून राहते. तुम्हाला चांगलंच ठाऊक असतं की हे सुख झुळुकेसारखं आलं आहे आणि झुळुकेसारखंच निघूनही जाणार आहे. ही लाट किनाऱ्यावर टिकून राहणारी नाही. जशी आली तशी निघून जाणार आहे. या भरतीला लौकरच ओहोटी लागणार आहे.

साहजिकच — सुख येतं आणि उमजून चुकतो की गेलं... गेलं... गेलं. तुम्ही कसे सुखात राहू शकाल? सुख येतं — तुम्ही त्याला पकडून ठेवण्याच्या प्रयत्नात गुंतून पडता. सुख थांबून राहणं कठीण आहे, तुम्ही पकडून ठेवता. थोडा वेळ आणखी थांबवून ठेवू, आणखी एक क्षण — त्याला पकडून ठेवण्यातच तो क्षण संपून जातो — जो जगण्याचा क्षण बनू शकला असता, सुख आलं की ते संपून जाऊ नये ही चिंता मनाला व्यापून राहते. जेव्हा दुःख येतं तेव्हा तुम्ही दुःखानं व्याप्त होता. दुःख येतं तेव्हा तुम्ही चिंता करत राहता की हे कधी संपेल? सुख येतं तेव्हा चिंता करता की हे संपून तर जाणार नाही? आत्ता आलं — आत्ता गेलं, कसं बांधून ठेवू?

राहणार कसे तुम्ही? सुखाचं येणं-जाणं थांबेल तेव्हाच सुखामध्ये राहणं शक्य होईल. एकदा येईल ते न जाण्यासाठी असं असेल तेव्हा. तुमचं नैसर्गिक जीवन असेल सुख म्हणजे तेव्हा — चित्ताची वृत्ती असेल तेव्हा नाही. चित्ताची वृत्ती एखाद्या लाटेसारखी येते आणि जाते. तुम्ही ज्याला सुख म्हणता तो तर चित्तावर उठलेला एक तरंग आहे. कबीर ज्या सुखाबद्दल बोलत आहेत ती अस्तित्वाची अवस्था आहे. ती आत्म्याची भावदशा आहे. ती बदलत नाही.

बोधिधर्म चीनला गेले — बोधिधर्म हे एक मोठे महत्त्वाचे संन्यासी बौद्ध भिक्षू. चीनच्या सम्राटानं त्यांना विचारलं, 'राग येतो, लोभ येतो, अशांती वाटते. काय करू?' बोधिधर्मांनी सांगितलं, 'डोळे बंद कर. मला सांग — आता क्रोध आहे?' सम्राटानं उत्तर दिलं, 'आत्ता नाहीये.' तेव्हा बोधिधर्मानं सांगितलं, 'जे चोवीस तास आणि कायम नाही, तो तुझा स्वभाव नाही. जे जाण्यासाठी येतं ते म्हणजे तू कसा असू शकशील? तू तर सदाचा आहेस. तू असं म्हणू शकतोस का की मी कधीकधी असतो आणि कधीकधी नसतोही?' सम्राट म्हणाला, 'नाही, चोवीस तासांमध्ये क्रोध असो, अशांती असो, शांति असो,

सुख असो, झोप असो, जागरण असो — मी तर सतत असतोच.' तेव्हा बोधिधर्मानं सांगितलं, 'जे सततचं आहे, त्याची चिंता कर. त्याला जाणून घे. जे येतं आणि निघून जातं ते तर वरवरचे तरंग आहेत. किनाऱ्याला स्पर्श करतात आणि परत जातात. त्यांच्याकडे जास्त लक्ष देऊ नकोस.'

तुमचं सुखही मूल्यवान नाही आणि दुःखही मूल्यवान नाही. तुम्ही त्यावरच खूप लक्ष दिलं आहेत म्हणून इतके गुंतून पडला आहात. त्या गोष्टी लक्ष देण्याएवढ्या योग्यतेच्या नाहीतच. त्यांच्याविषयी उपेक्षेखेरीज दुसरी भावना मनात यायलाच नको. सुख आलं तर उपेक्षा करा कारण ते जाणारच आहे. दुःख आलं तर उपेक्षा करा कारण ते किती काळ टिकणार हे तुम्हाला माहीत आहे. दुःख कधीही टिकत नाही. मग इतकी काळजी करण्याचं काय कारण आहे? राहू दे थोडा काळ.

आला आहे पक्षी उडून तुमच्या खोलीत — दुःखाचा असेल किंवा सुखाचा — क्षणभर फडफडेल, दुसऱ्या खिडकीतून निघून जाईल. काहीच कायमचं टिकणार नाही आहे. एका खिडकीतून प्रवेश करतो पक्षी - क्षणभर फडफडतो, दुसऱ्या खिडकीतून बाहेर पडून अनंताच्या यात्रेला निघून जातो. तुम्ही तर ते घर आहात. जिथे पक्षी थोडा वेळ फडफडला — ती रिक्तता, ती रिकामी जागा यांच्याशी स्वतःचं तादात्म्य करा. तेव्हा तुम्हाला समजेल कबीर कोणत्या सुखाबद्दल बोलत आहेत. जे येतं आणि जात नाही. आलं की आलं. मग जाण्याचा प्रश्नच येत नाही. तो कुणी पाहुणा नाही आहे, तो तुम्हीच आहात. ते सुख कोणी अतिथी नाहीये, ते तर यजमान आहेत. पाहुणा नाही, मालक आहे. तो तुम्हीच आहात. ती काही किनाऱ्यावर येणारी लाट नाही. तो तर किनाराच आहे.

'सहज समाधें सुखमें रहिबो, कौटि कलप विश्राम
गुरु कृपाल कृपा जब कीन्ही, हिरदै कंवल विगासा ।'

जेव्हा गुरूचा प्रसाद मिळाला, जेव्हा गुरूची कृपा झाली, जेव्हा त्याच्या अनुकंपेचा वर्षाव झाला तेव्हा हृदयाचं कमल विकसित झालं.

स्वतःच्या प्रयत्नांनी जमीन तयार होते. म्हणून जे लोक स्वतःच्या प्रयत्नांनाच सर्व काही समजतात ते वाट चुकतात. स्वतःचे प्रयत्न असे असतात. जर एखाद्या माणसानं आपल्या बुटाच्या बंदांना पकडून स्वतःलाच उचलण्याचा प्रयत्न करावा तसे. थोडी उडी मारू शकेल, क्षण दोन क्षण, एक फूट दोन फूट उडी मारू शकेल. पण ही उडी, ही झेप किती वेळ टिकेल? उडी मारतो आहे तोवरच जमिनीवर परतलेला दिसेल.

माणसाचं सामर्थ्य केवढं? अगदी तोकडं. त्या छोट्याशा शक्तीनिशी आपण विराटाला शोधायला गेलो तर त्या विराटालाही रंगवून टाकू. ते विराटही

आपल्याइतकंच लहान होऊन जाईल. म्हणूनच आपले सगळ्यांचे देवही लहानसे असतात. लहानशा माणसाचा देव मोठा कसा असू शकेल?

तुम्ही राम बनवाल तर तो स्वत:च्या रूपाचाच बनवाल. कितीही धनुष्य वगैरे द्या त्याच्या हातात, कितीही सुंदर मूर्ती बनवा पण शेवटी ती असणार आहे माणसाचीच मूर्ती. तुमच्याच रूपातून निर्माण झालेली. तुम्ही कृष्णाचं जीवन वाचाल, काय वाचाल त्यात? तुम्ही स्वत:लाच वाचाल. तुम्ही बुद्धाला, महावीराला निरखून पाहा. एक तर तुमचे चेहरे तरी त्या मूर्तींमध्ये उमटलेले दिसतात नाही तर मग तुमच्या आकांक्षा, इच्छा. आपण जसं असावं असं तुम्हाला वाटतं ते तरी उमटलेलं दिसतं. पण तुमच्या बाहेर काहीही नाहीच जाऊ शकत. जे काही कराल त्याला तुम्ही घेरून टाकता. तो तुमचाच प्रतिध्वनी असतो.

म्हणून कबीर म्हणतात, 'गुरु कृपाल कृपा जब कीन्ही ।' गुरूचा अर्थ आहे जो जागा झाला तो. जो जागा झाला तो तुम्ही आणि परमात्मा यांच्यामधला दुवा बनू शकतो. हे थोडं समजून घ्या.

गुरु हे एक द्वार आहे. याहून अधिक काही नाही. त्या दाराच्या एका बाजूला तुम्ही आहात आणि दुसऱ्या बाजूला परमात्मा. तुम्ही परमात्म्याला समजून घ्यायला असमर्थ आहात. कारण ती भाषा अगदी अपरिचित आहे. ते रूप अनोळखी. तो राग कधी न ऐकलेला. तुमचे कान त्या संगीतासाठी तयार नाही आहेत. तुमचं हृदय त्या स्पर्शासाठी तयार नाही आहे. तुमची भूमी तण-गवतानं भरलेली आहे. ती बीजं तुमच्यामध्ये पडली तरी अंकुरित होऊ शकणार नाहीत.

शिवाय तुम्ही दाराकडे पाठ करून उभे आहात. परमात्म्याकडे तुमचं तोंड नाहीये. परमात्म्याकडे तुम्ही पाठ फिरवली आहे. संसाराला जेवढे सन्मुख असाल तेवढेच परमात्म्याला विमुख असाल, पाठ असेल. तुम्ही तोंड एकाच दिशेला करू शकता — संसाराकडे तरी किंवा परमात्म्याकडे तरी.

संन्यासीचा एवढाच अर्थ आहे — ज्याने संसाराकडे पाठ फिरवली आणि परमात्म्याकडे तोंड केलं तो. गृहस्थाचा अर्थ आहे ज्यानं परमात्म्याकडे पाठ आणि संसाराकडे तोंड केलं आहे तो. त्यांच्या उभं राहण्यामध्ये थोडासा फरक आहे, एवढंच. एकानं ज्या बाजूला पाठ केली आहे त्या बाजूला दुसऱ्याचं तोंड आहे. बस् एवढाच फरक आहे. थोडंसं वळायचं, एकशेऐंशी अंशाइतकं वळायचं — आणि गृहस्थ संन्यासी होऊन जातो. एका क्षणात, संन्यासी गृहस्थ होऊ शकतो.

तोंड कुठे आहे? परमात्म्याकडे सन्मुख असणं म्हणजे संन्यास आहे. पण दरवाजाकडे तुमची पाठ... आणि त्या द्वारापलीकडे जे अनंत पसरलेलं आहे ते

तुमच्या परिभाषांमध्ये बसत नाही. तुम्ही जे काही शिकला आहात ते त्याच्याशी कुठेच जुळत नाही. तुमचं सगळं जाणणं व्यर्थ आहे. गुरुचा अर्थ आहे जो पूर्वी कधी तुमच्यासारखाच होता. दरवाजाकडे पाठ करून उभा होता. मग त्यानं दाराकडे तोंड केलं.

गुरूचा अर्थ आहे जो तुमची भाषा नीटपणे समजू शकतो. जो तुमच्यामधूनच आला आहे. ज्याचा भूतकाळ तुमच्यासारखाच आहे. पण ज्याचा वर्तमानकाळ वेगळा आहे. ज्याच्या जीवनात परमात्म्याचा एक लहानसा किरण आलेला आहे. तो परमात्म्याची भाषा थोडीफार जाणू लागला आहे. तो अनुवादाचं काम करू शकतो.

गुरु एक अनुवादक आहे. एक ट्रान्सलेटर. तो परमात्म्याला जाणतो, त्याची भाषा समजतो. तो तुम्हाला जाणतो, तुमची भाषा समजतो. तो परमात्म्याला तुमच्या भाषेत आणतो. तो परमात्म्याला तुमच्या अनुकूल — ज्याला तुम्ही सहन करू शकाल. तो चाळतो तुमच्यासाठी. तुम्हाला चटक लागली तर उडी मारून याल. पण तो रसही इतका प्रभावी असता कामा नये की तुम्ही त्याच्या प्रभावातच राहून जाल. तो हळूहळू तुम्हाला तयार करतो.

एका लहानशा रोपट्याला रक्षणाची जरूरी असते. मोठं झाल्यानंतर त्याला रक्षणासाठी एखाद्या जाळ्याची वगैरे आवश्यकता नसते. ते तुमच्या छोट्याशा रोपट्याला सांभाळते. छोट्याशा झाडावर पाऊस पडला तरी ते मरून जाऊ शकतं. पावसापासूनही त्याला वाचवावं लागतं. छोट्याशा रोपट्यावर सूर्यप्रकाश जास्त पडला तरी ते मरून जाऊ शकतं. सूर्य जीवनदाता आहे. पण छोट्या रोपाचा तो मृत्यू बनू शकतो. जरूरीपेक्षा जास्त आहे. लहानसं रोप एवढं घेण्यासाठी, ते सगळं आत्मसात करण्यासाठी अजून तयार झालेलं नाही.

गुरूचा सगळा प्रयत्न एवढाच असतो की तो परमात्म्याला तुमच्यायोग्य बनवतो आणि तुम्हाला परमात्म्यासाठी योग्य बनवतो. परमात्म्याला तो थोडं थांबवतो — थोडं थांब, इतकी घाई नको इतक्या जोरानं बरसू नको. तो माणूस मरून जाईल.

आणि त्याला तुम्हालाही तयार करावं लागतं — घाबरू नकोस, थोडी वाट बघ. लवकरच पाऊस पडणार आहे. एक थेंब पडला आहे तर सारा मेघही वर्षेल. घाबरू नकोस. तुम्हाला तयार करतो अधिक घेण्यासाठी, परमात्म्याला तयार करतो कमी देण्यासाठी, आणि जेव्हा तुम्हां दोघांमध्ये एक संतुलन निर्माण होतं तेव्हा गुरुची काही आवश्यकता राहात नाही.

गुरु म्हणजे तर फक्त एक दरवाजा आहे. तुम्ही त्याच्या पलीकडे जाता. तो तुम्हाला थांबवत नाही. दरवाजा कधी कुणाला अडवतो का? तुम्ही त्याच्या

पलीकडे जाता. गुरु तर फक्त मधला दुवा आहे. आणि तुम्ही जर गुरूशी संबंध जोडू शकला नाहीत तर तुमची अवस्था अशी होईल की तुम्हाला हिंदी भाषा येते आणि दुसऱ्याला जपानी भाषा येते. तो जपानी बोलतो, तुम्ही हिंदी बोलता. दोघांच्यामध्ये काहीच संबंध निर्माण होणार नाही. असा एक माणूस पाहिजे ज्याला जपानीही येतं आणि हिंदीही येतं, जो संबंध प्रस्थापित करू शकेल. गुरु असा संबंध प्रस्थापित करू शकतो. पण कबीर म्हणतात,

'गुरु कृपाल कृपा जब कीन्ही ।'

परंतु गुरूची कृपाही कमवावी लागते. तीसुद्धा फुकट मिळत नाही. फुकट काहीच मिळत नाही. आणि जे लोक काहीही फुकट मिळवण्याचा प्रयत्न करत असतात ते नेहमीच भिकारी राहतात. फुकट कधीच काही मिळत नाही. धर्म तर कधीच नाही. तिथे तर तुम्हाला स्वतःला संपूर्णपणे डावावर लावावं लागतं. तेव्हाच तो मिळतो.

गुरूची कृपा म्हणजे काय? जे शब्द वापरले आहेत कबीरांनी ते मोठे विलक्षण आहेत. 'गुरु कृपाल कृपा जब कीन्ही ।' म्हणतात, 'गुरु स्वतः कृपा आहे, तो कृपाळू आहे.' ही पुनरुक्ती कशासाठी?' 'गुरु कृपाल कृपा जब कीन्ही' गुरु तर स्वयं कृपा आहे, अनुकंपा आहे, करुणा आहे. परंतु ती करुणाही तुमच्यावर तेव्हाच वर्षेल जेव्हा तुम्ही तयार व्हाल. करुणा तर आहेच गुरूची सदाची. पण तुम्हीच जर पालथा ठेवलेला घडा असाल तर ती करुणा तुमच्यावर बरसत राहिली तरीही तुम्ही भरून जाऊ शकणार नाही. तुम्हाला पत्ताही लागणार नाही.

बुद्धानं म्हटलं आहे, माझं बोलणं ऐकायला लोक येतात तेव्हा मला ठाऊक असतं की त्यांच्यापैकी काही जण तरी पालथ्या घड्यासारखे आहेत. त्यांच्यावर कितीही टाका, त्यांच्या आत काही पोचणंच शक्यच नाही. कारण त्यांचं तोंडच जमिनीवर टेकलेलं आहे.

काही जण आहेत फुटक्या घड्यासारखे. त्यांचं तोंड सरळ असलं, टाका, त्यांना स्पर्श करेकरेपर्यंत ते वाहूनही जातं.

काही जण आहेत डळमळणाऱ्या घड्यासारखे - थरथरणारे, चंचल. काही पडतं, काही सांडून जातं, थोडं राहतं. सगळं कधीच शिल्लक राहात नाही.

काही जण तयार असतात, सरळ उभ्या घड्यासारखे असतात. फुटके नाहीत, पालथे नाहीत, चंचल नाहीत. त्यांच्यामध्ये कितीही ओता, ते सगळं सुरक्षित राहतंच शिवाय त्यांच्या तयार असण्यामुळे ते वाढतं. बीज पेरा, ते अंकुरतंच. जेवढं ओतलंत तेवढंच राहात नाही, तर ते वाढतं. कमी तर होत नाहीच, उलट विकसित होतं.

कबीर म्हणतात, ‘हिरदै कंवल विगासा ।’ हृदयकमल उमललं — जेव्हा कृपाळू गुरूनं कृपा केली. गुरु तर कृपावंत आहे. तो सततच कृपा करत असतो. पण जोपर्यंत शिष्य तयार होत नाही तोवर त्याचा त्या कृपेशी संबंध जुळून येत नाही. कृपेची बरसात होत राहील, चंद्र उगवलेला असेल, तुम्ही डोळे बंद करून बसून राहाल.

गुरूची कृपा प्राप्त करून घेण्यासाठी काय तयारी करायची? त्यालाच सर्व धर्मांनी श्रद्धा म्हटलं आहे. शिष्याची श्रद्धा आणि गुरूची कृपा यांचं मीलन होतं. जेव्हा शिष्याची श्रद्धा संपूर्ण असते तेव्हा गुरूची कृपा संपूर्ण होऊन जाते. एका बाजूला श्रद्धा असायला हवी आणि दुसऱ्या बाजूला कृपा, तेव्हा कुठे हृदयकमल उमलू शकतं.

श्रद्धा ही मोठी अवघड घटना आहे. मोठी कठीण. जवळ जवळ अशक्य! म्हणून मी धर्माला असंभव क्रांती म्हणतो. मोठ्या मुश्किलीने घडते. कारण या घटनेचा मूळ आधारच अशक्यसा वाटतो. संदेह मनात येणं स्वाभाविक आहे. श्रद्धा मनाच्या दृष्टीनं अगदी अस्वाभाविक आहे. संदेह म्हणजे सुरक्षितता वाटू लागते. श्रद्धेमध्ये धोका वाटू लागतो — माहीत नाही... आणि माहीत तर नाहीच आहे. ज्याच्याबरोबर निघालो आहोत तो नीट नेईल की वाट चुकवेल? ज्याचा हात धरला आहे तो हात धरण्यालायक आहे की नाही याची खात्री कशी पटेल? अनुभव घेतल्याशिवाय खात्री पटणार नाही आणि धर्म सांगतो की श्रद्धेशिवाय अनुभव येऊच शकत नाही. अगदी अशक्यच वाटते ही गोष्ट. कशी ठेवावी श्रद्धा?

आणि सगळं आयुष्य संदेहाचंच शिक्षण मिळत असतं. आयुष्यभर आपण संदेह शिकवत असतो. कारण जगामध्ये श्रद्धा जर ठेवलीत तर लुटले जाल. इथे संदेह म्हणजे आत्मसंरक्षण आहे. इथे कायम आपला खिसा सांभाळायचा आहे. आपल्या तिजोरीला कुलूप घालायचं आहे. दरवाजाला कुलूप घालायचं आहे. इथे तर प्रत्येक माणसाकडेच संशयानं पाहायचं आहे की हा चोर आहे. इथे तर प्रत्येक माणसालाच आपला शत्रू समजून वागायचं आहे. तो प्रतिस्पर्धी आहे, स्पर्धक आहे असं समजायचं आहे. इथे कुणालाच मित्र मानायचं नाही. या आयुष्याचं सगळं तत्त्वज्ञानच मॅकियावेली आणि चाणक्याचं आहे.

मॅकियावेलीने लिहिलं आहे, ‘आपल्या मित्रावरही पूर्ण विश्वास ठेवू नका — त्याला सर्व गोष्टी सांगू नका. मित्रही पुढे पुढे आपला शत्रू होऊ शकेल अशा सावधगिरीनेच त्याच्याशी बोला. मित्र कधीही शत्रू होऊ शकतो. मग पश्चात्ताप करावा लागेल.’ म्हणून मॅकियावेली सांगतो की तुम्ही आपल्या शत्रूला जेवढं सांगू शकाल तेवढंच आपल्या मित्रालाही सांगा. कारण उद्या हाच तुमचा

शत्रू असू शकेल आणि शत्रूच्या विरुद्धही असं काहीही बोलू नका जे तुम्ही तुमच्या मित्राच्या विरुद्ध बोलणार नाही. कारण कोण जाणे उद्या शत्रू मित्र होईल. मग पश्चात्ताप होईल.

लुच्चेपणा हे जगाचं तत्त्वज्ञान आहे. दिल्लीतल्या राजकारणी लोकांनी राजकारणी लोकांसाठी जी वसाहत उभारली आहे तिचं नाव चाणक्य-नगरी ठेवलं आहे. अगदी योग्य नाव ठेवलं आहे. कारण सारे बेईमान, सारे चोर तिथे एकत्र जमले आहेत. त्या जागेला चाणक्यनगरी म्हणणं अगदी योग्य आहे. चाणक्य भारतीय मॅकियावेली आहे. जसे बुद्ध, महावीर, कृष्ण, येशू, मोहम्मद धर्मासाठी आहेत तसेच हे दोघे चाणक्य आणि मॅकियावेली जगासाठी आहेत. हे जगाचे महर्षी आहेत. कोणावरही विश्वास ठेवू नका.

मॅकियावेलीचा ग्रंथ 'द प्रिन्स' — या ग्रंथानं युरोपातल्या सर्व सम्राटांना आणि राजांना प्रभावित करून टाकलं. कारण राजांसाठी राजनीती जाणणाऱ्या लोकांसाठी लिहिलेला ग्रंथ आहे. पण प्रभाव इतका पडला की मॅकियावेलीला आपला प्रधान म्हणून कुणीच नेमून घेतलं नाही. कारण हा माणूस फारच धूर्त आणि हुशार आहे. मॅकियावेली दारिद्र्यात मेला. त्याला नोकरी नाही मिळाली. खरं म्हणजे कोणताही सम्राट त्याला नोकरी द्यायला उत्सुक असायला हवा होता कारण तो माणूस खरोखरच धूर्त होता.

पण त्याच्या पुस्तकाचा परिणाम मात्र खूपच झाला. सर्वांनी ग्रंथ वाचला. परंतु त्यानं ज्या कुणाचं दार ठोठावलं त्या सर्वांनीच त्याला नम्रतेनं नकार दिला. आम्ही तुमच्याच ग्रंथावरून शिकलो आहोत, त्याचाच उपयोग करतो आहोत. तुम्हाला जवळ करणं धोक्याचं आहे. माणसाच्या बेईमानीबद्दल तुम्हाला जरूरीपेक्षा जास्त ज्ञान आहे. तुमच्यावर विश्वास नाही ठेवता येत.

संशय-संदेह हेच जगाचं शास्त्र आहे आणि मनाची तयारीही या संशयासाठीच केली जाते. शाळा, महाविद्यालयं, विद्यापीठं संदेहच शिकवतात. जेव्हा संशयाला जागाच उरणार नाही तेव्हाच विश्वास ठेवा हे जगाचं सूत्र आहे. पण संशयाला जागा तर नेहमीच असणार आहे.

आणि आत्म्याच्या जगात तर संशयाला फारच मोठी जागा आहे. तिथे तर तुम्ही अनोळखी रस्त्यानं निघाला आहात. तुम्हाला कसलाच अनुभव नाही आहे आणि श्रद्धा म्हणजे धोका — मनात संशय तसाच ठेवलात तर तुम्ही श्रद्धा ठेवू शकणार नाही.

म्हणून श्रद्धा ठेवणं फक्त अतिशय वेड्या, धाडसी लोकांनाच जमू शकतं. मी धाडसी म्हणत नाहीये — अतिशय वेड्यासारखं धाडस करू धजणारे असं म्हणतो आहे. ज्यांनी जीवनाचे सगळे रागरंग पाहिले आहेत. संशयी वृत्ती ठेवूनही

पाहिलं आहे आणि लुच्चेपणा, धूर्तपणाही करून पाहिला आहे आणि शेवटी हातात राखेशिवाय काही आलं नाही हे ज्यांना कळलं आहे. बेईमानी करून पाहिली, चोरीही करून पाहिली, सगळ्या जगाला शत्रूही मानून पाहिलं आणि शेवटी हातात राखेशिवाय काही आलं नाही हे ज्यांना कळून चुकलं. ज्यांच्या जीवनातला विषाद अतिशय खोलवर गेला आहे आणि ज्यांनी संशयाची असमर्थता जाणून घेतली आहे आणि आता जे श्रद्धेमध्ये उडी घ्यायला तयार झाले आहेत.

श्रद्धा तर आंधळी आहे. संशयी माणसाला श्रद्धा आंधळी वाटते. तो उडी घ्यायला तयार आहे, जास्तीत जास्त काय होईल — मरण येईल; या गोष्टीसाठी जो तयार आहे, आयुष्यही पाहिलं, तिथेही मरणाशिवाय दुसरं काही नाही मिळालं. जास्तीत जास्त काय — मरून जाईन — आयुष्यातही तेच होणार होतं, खूप जन्म मरून पाहिलं. जो तयार आहे, जो इतका परिपक्व आहे की तो म्हणतो — मरून जाईन, चालेल. आता आंधळं होण्याची तयारी. डोळ्यांनी पाहात चालून बघितलं, कुठेच पोचलो नाही. आता डोळे बंद करून चालून पाहू. कदाचित पोचून जाऊ.

आणि मोठी गमतीची गोष्ट अशी की जो डोळे बंद करून चालायला तयार होतो त्याचे आतले डोळे त्या क्षणी उघडतात. संशयानं पाहिलं तर श्रद्धा आंधळी आहे आणि अनुभवानं पाहिलं तर श्रद्धेसारखी दुसरी दृष्टी नाही. तीच दृष्टी आहे. पण ही दृष्टी जो उडी घ्यायला तयार आहे त्यालाच मिळते.

तुमची परिस्थिती अशी आहे की तुम्ही नदीच्या किनाऱ्यावर उभे आहात आणि मी तुम्हाला सांगतो आहे की या, पाण्यात उतरा. पोहायला शिका. तुम्ही म्हणता आम्ही आधी पोहायला शिकून घेतो. पाण्याचा काय भरवसा? धोका असेल, जीव जाईल. तुमचं म्हणणं ठीक पण असेल की, आम्ही आधी पोहायला शिकतो आणि मग पाण्यात उतरतो.

तुमचं म्हणणंही बरोबर आहे. कारण पोहायला येत असेल तरच पाण्यात उतरण्याचा धोका पत्करावा. संशयाचं शास्त्र हेच शिकवतं की प्रथम शिका, समजून घ्या आणि मग उतरा.

पण तुम्ही पाण्यात उतरायलाच तयार नसलात तर पोहायला शिकणार कसे? पोहायला येत नसलं तरी पाण्यात उतरावंच लागणार तुम्हाला कारण पाण्यात उतरलं तरच पोहणं येणार आहे. हळूहळू उतरा, सावकाश उतरा, सांभाळून पाऊल टाका पण उतरा. एकदा पाण्यात उतरलात की मग पोहणं काही कठीण नाही.

खरं तर गुरु जास्त काहीच शिकवत नाही. तुमच्यात धाडस असेल तर गुरु फार थोडं शिकवतो. तो तुम्हाला पोहायला शिकवतो. पोहायला तर सर्वांनाच

येत असतं. हे ऐकून तुम्ही आश्चर्यचकित व्हाल. पोहायला सर्वांनाच येत असतं — तुम्ही आपल्या शक्यता अजमावूनच पाहिलेल्या नसतात. पोहायला सगळ्यांनाच येत असतं. शिकायचं नाही आहे, आठवायचं आहे फक्त. पाण्यात उतरून तुम्ही हातपाय मारायला सुरुवात कराल. तेच पोहणं आहे — फार कौशल्यपूर्ण नाही. दोन-चार दिवसांत तुम्ही कौशल्यानं हात मारायला सुरुवात कराल. ते तेच आहे. पहिल्या दिवशी तुम्ही हात मारले होतेत आणि शेवटच्या दिवशी तुम्ही अगदी कुशल जलतरणपटू झाल्यानंतर हात मारता. त्या दोन्ही मारण्यांत फारसा फरक नाही. थोडा पद्धतीचा फरक आहे.

आणि तो फरकही काही फार महत्त्वाचा नाही. खरं म्हणजे थोड्या आस्थेचा फरक आहे. पहिल्या दिवशी काहीच आपलेपणा नव्हता. घाबरून हात मारत होतात. आता तुम्हाला जिव्हाळा उत्पन्न झाला आहे. हात मारले की वाचतो हे लक्षात आलेलं आहे. पाणी कितीही खोल असलं तरी काही धोका नाही. पोहणाऱ्याला काय फरक पडतो पाणी दहा फूट खोल आहे की दहा मैल खोल आहे यानं? काही फरक पडत नाही. एकदा काही कला आली की मग हात मारण्याचीही आवश्यकता राहात नाही. माणूस तसाच पाण्यात पडून राहतो. तरंगतो — पोहतही नाही. काय घडलं? आस्था खूप सखोल झाली. आता त्याला ठाऊक झालं आहे की तो बुडू शकतच नाही.

आता एक मोठी गमतीची गोष्ट आहे — माणूस जिवंत असेल, पोहता येत नसेल तर बुडून मरून जातो. पण मरून गेल्यावर पाण्यावर वर येऊन तरंगू लागतो. मुडद्यांनाही ठाऊक असतं कसं तरंगायचं ते आणि जिवंत माणूस बुडून जातो.

मुडद्यांना एखादी कला येते — जी जिवंत माणसांना येत नाही. मुडद्यांचा, मृतांचा संदेह संपून गेला आहे. मुडद्यांची भीती ओसरली आहे. मेलेल्याचं आणखी काय होणार? जे होणार होतं ते होऊन गेलं. आता ही नदी काय करणार? आता हा समुद्र मला काय संपवणार? संपणं संपून गेलं. त्या क्षणी नदी त्याला वर उचलून धरते.

तुमच्या शरीरात इतका वायू आहे की तुम्ही तरंगू शकता. पण तुम्हाला त्याची आठवण नाही आहे. तुम्ही पाण्याहून हलके आहात. कारण तुमच्या रोमरोमात वायू भरलेला आहे. तुम्ही एखाद्या फुग्यासारखे आहात — जो हातपाय न मारताही पाण्यावर तरंगतो. खरं म्हणजे जे लोक बुडतात ते पोहायला येत नसल्यामुळे नव्हे तर जरूरीपेक्षा जास्त हात-पाय मारल्यामुळे, आणि त्यातच मग डुबकी खातात. तोंडात पाणी भरतं. श्वास अडकतो. प्राण निघून जातात. प्रत्येक जण जन्माला येतो तो पोहणं शिकूनच.

हे जे मी तुम्हाला सांगतो आहे ते यासाठी की ध्यान करणंही शिकूनच तुम्ही जन्माला आला आहात. समाधी हा तुमचा स्वभाव आहे. फक्त स्मरण ! थोडी श्रद्धा ठेवा आणि समाधीच्या सागरामध्ये जो तुम्हाला बोलावतो आहे, त्याच्याकडे जा. सोडा संदेह. खूप दिवस किनाऱ्याशी आणि संदेहाशी बांधून राहिला आहात. उतरा पाण्यात. उतरल्याबरोबर श्रद्धा वाढेल. पण उतरण्यापूर्वीही श्रद्धा हवी. नंतर श्रद्धा गाढ होईल. मजबूत होईल. एक क्षण येतो, तुम्ही हसाल. तुम्ही हसाल आणि म्हणाल हे तर गुरूशिवायही होऊ शकतं.

माझ्या गावी जे गृहस्थ लोकांना पोहायला शिकवायचे, ते स्वत: काही फार पट्टीचे पोहणारे नव्हते. त्यांनीच मलाही पोहायला शिकवलं. त्यांची कला सगळी मिळून एवढीच होती की मुलाला उचलून पाण्यात फेकून देत असत. त्यांनी मलाही फेकून दिलं होतं. पण ते किनाऱ्यावर उभे आहेत म्हणून कसलीच भीती वाटत नसे. हात पाय धडपडत मारत मी परत आलो. त्यांनी पुन्हा फेकलं, माझी आस्था वाढत गेली. ते कधीही पाण्यात उतरले नाहीत, त्यांनी कधी मला हात धरून शिकवलंही नाही. फक्त किनाऱ्यावरून मला पाण्यात फेकलं. पण घाबरून जाऊन, डुबकी खाऊन माणूस पळतो पुन्हा किनाऱ्याकडे.

पण ते उभे आहेत. वेळ आली तर वाचवतील. ते उभे आहेत म्हणून कसलीच चिंता नाही. त्यांनी शेकडो मुलांना पोहायला शिकवलं. अगदी लहान लहान मुलांनाही शिकवलं आणि ते कधीही खाली पाण्यात उतरून कुणाला शिकवायला गेले नाहीत. ते किनाऱ्यावर बसलेले असत. आपले कपडे धूत किंवा शरीराला मालीश करत बसत आणि मुलाला उचलून फेकून देत आणि ते मूल परत येतं आहे हे बघत राहात. कोणीतरी वाचवायला उभं आहे एवढा भरवसा पुष्कळ झाला.

अंतरात श्रद्धेनं जन्म घेतला तर गुरूची कृपा हजरच असते नेहमी. कृपा आणि श्रद्धा यांचं मीलन झालं तर क्रांतीची ठिणगी पडते. अशक्य क्रांतीही घडून येते. मी असंभव, अशक्य म्हणतो आहे म्हणून हे शक्यच नाही असं समजू नका. असंभव एवढ्यासाठीच म्हणतो आहे की फार अवघड आहे, फार कठीण आहे. जवळ जवळ अशक्य आहे. घडतं तेव्हा असंभवही घडतं. असंभवही संभव होतं.

'गुरु कृपाल कृपा जब कीन्ही, हिरदै कंवल विगासा ।
भागा भ्रम दसों दिसि सूझ्या ।'

एका क्षणात सारा भ्रम ओसरून गेला. दाही दिशा मोकळ्या झाल्या.

'परम ज्योति परगासा ।' परम ज्योती प्रकट झाली. एका क्षणात घडते घटना.

माझ्याकडे लोक येतात. ते म्हणतात, जन्मजन्मांचं कर्मांचं जाळं आहे, तुम्ही म्हणता, एका क्षणात घडून येते घटना. हे कसं घडणार? पापं, पुण्यं जी केली आहेत, त्यांचं काय होईल?

ते सगळं तुम्ही स्वप्नात केलेलं आहे. ते सगळं तुम्ही शुद्धीत नसताना केलेलं आहे. त्याची तुमच्यावर काहीही जबाबदारी नाही. एखाद्या माणसानं दारू पिऊन दुसऱ्याला मारलं तर न्यायालयसुद्धा त्याला क्षमा करतं. एखादा माणूस वेडा असेल, दगड मारून कोणाची खिडकी फोडली, न्यायालय त्याला क्षमा करतं. लहान मुलानं चोरी केली, न्यायालय माफ करतं. बेशुद्धीमध्ये कसली जबाबदारी? आणि परमात्मा बेशुद्ध माणसाला क्षमा करणार नाही तर हा केवढा मोठा अन्याय होईल. मी तुम्हाला सांगतो आहे, कसलीही कर्मबाधा नाही आहे. एका क्षणात तुम्ही जागे होऊ शकता.

आता तुम्ही असं म्हणू नका, की मी रात्रभर झोपलेलो होतो तर तुम्ही एका क्षणात मला जागं कसं करणार? रात्रभर मी झोपलेलो होतो. आता जेवढा वेळ मी झोपलो होतो तेवढाच वेळ मला जागं करायला लागेल. झोप आणखी गाढ झाली. पण एका झटक्यात उठवू शकतो हे मला माहीत आहे. झोप आड येणार नाही. तुम्ही कित्येक जन्म झोपलेले असा, त्यानं काही फरक पडणार नाही. फक्त तुम्ही तयार राहा, कोणीतरी तुम्हाला हलवेल तर तुम्ही श्रद्धेनं उठा.

'भागा भ्रम दसों दिसि सूझ्या, परम ज्योति परगासा ।'

एका क्षणात हृदयाचं कमळ उमललं. परम ज्योती प्रकटली. एका क्षणातच घडतं. चकमक झाडली की क्षणार्धात आग निर्माण होते तसं. आणि असं होऊ शकतं की चकमकीचे दोन्ही दगड करोडो वर्षांपासून पडून राहिलेले आहेत आणि आग निर्माण झालेली नाही. करोडो वर्षं दोन्ही दगड शेजारी शेजारी पडलेले आहेत, एकमेकांवर आपटले नसतील तर तुम्हाला काय वाटतं — या करोडो वर्षांनी आग निर्माण होण्यामध्ये अडचण आणली होती? आता तुम्हाला करोडो वर्षं रगडावं लागेल तेव्हा कुठे आग निर्माण होईल? आग तर एका क्षणातच निर्माण होते. करोडो वर्षांत निर्माण झाली नाही कारण दगड एकमेकांवर घासलेच गेले नाहीत. श्रद्धा आणि कृपा एकमेकांवर घासल्या जाव्यात बस्. हेच दोन चकमकीचे दगड आहेत — तत्क्षणी...

'परम ज्योति परगासा'

'मृतक उठ्या धनक कर लीये...'

जो कालपर्यंत मेल्यासारखा पडलेला होता तो पुन्हा जिवंत झाला, परम ऊर्जेनं भरून गेला, धनुष्यबाण घेऊन... जो कालपर्यंत मेलेला होता...

'मृतक उठ्या धनक कर लीये, काल अहेडी भागा ।'

आणि त्याची जीवनऊर्जा पाहून मृत्यू पळून गेला.

'उदया सूर निस किया पयाना'

सकाळ झाली, सूर्य उगवला, रात्र पळून गेली. एक क्षणभर थांबून इथं थोडा वेळ टिकून राहण्याचा प्रयत्नही रात्रीनं केला नाही. रात्रीनं असंही म्हटलं नाही की हा केवढा अन्याय आहे. मी इथे सदाची आहे आणि आज अचानक तू आलास पाहुण्यासारखा? ठीक आहे पण मला घरातून घालवू तरी नकोस.

मी ऐकलं आहे — खूप जुनी कथा आहे — अंधारानं परमात्म्याकडे जाऊन सांगितलं की, 'तुझ्या सूर्याला अडव. सतत मला त्रास देत असतो. मी कधीच त्याच्याशी चेष्टा-मस्करी केलेली नाही. असा माझ्यावर काही आळ नाहीये की मी त्याला कधी छळलं आहे, की त्रास दिला आहे, की काही दु:ख दिलं आहे. पण मी झोपू शकत नाही की विश्रांती घेऊ शकत नाही, हा सकाळी येऊन मला त्रास देतो आणि मग मला दिवसभर पळवत राहतो.'

परमात्म्यानं अंधाराला सांगितलं, 'तुझं म्हणणं बरोबर आहे. पण तुम्ही दोघं एकाच वेळी इथं हजर राहणं आवश्यक आहे. तेव्हाच काही निर्णय करता येईल. कारण सूर्याचं काय म्हणणं आहे तेही ऐकून घ्यायला हवं ना. रात्रीचं म्हणणं ऐकून घेतलं, अंधाराचं म्हणणं ऐकून घेतलं, सूर्याचंही म्हणणं ऐकून घ्यायला हवं.'

असं म्हणतात या गोष्टीला कितीतरी कल्प-महाकल्प होऊन गेले, अंधार अजून सूर्याला घेऊन न्यायालयात दाखल होऊ शकलेला नाही. कारण हे होऊच शकत नाही. हे दोघे एकत्र येऊच शकत नाहीत. म्हणून निर्णय अडकून पडला आहे. फाईलमध्ये पडला आहे. तो प्रश्न कधी सुटणारा नाहीच आहे. तो फाईलमध्येच पडून राहणार आहे. ती फाईल दिल्लीची फाईल आहे. हे होऊच शकत नाही. सूर्याला घेऊन अंधार कसा येऊ शकेल? आणि साहजिकच जोवर दोन्ही पक्ष हजर होत नाहीत, दोन्ही बाजू हजर होत नाहीत, परमात्मा तरी निर्णय कसा देणार? सूर्यालाही विचारणं जरूरीचं आहे.

मी अशी एक अफवा ऐकली आहे की त्याने सूर्याला एकदा एकांतात विचारलं, 'न्यायालयात खटला आहे, कधी ना कधी तुला हजर राहावंच लागेल. पण मी तुला या खाजगी एकांतात विचारतो आहे, अंधाराच्या मागे का लागला आहेस? त्याला का त्रास देतो आहेस?' सूर्य म्हणाला, 'कोण अंधार? मी तर ओळखतही नाही. मी कधी भेटलेलोही नाही. माझी ओळखच नाही — तुम्ही कोणत्या अंधाराबद्दल बोलता आहात? मी अंधाराला कधी पाहिलेलंही नाही. सगळीकडे फिरून आलो आहे. अंधाराला कधी भेटणं झालं नाही. तुमची कधी भेट झाली तर माझीही ओळख करून द्या.'

परमात्माही ते करू शकत नाही. असं म्हणतात, परमात्मा सर्व काही करू शकतो. पण तो हे नाही करू शकत. असं म्हणतात तो सर्वशक्तिमान आहे. संशय घेण्यासारखीच गोष्ट आहे. अंधाराला सूर्याच्या समोर उभं नाही करू शकत तो. कसं करणार?

अंधार म्हणजे सूर्याचं नसणं आहे. अभाव आहे. अभाव आणि भाव एका ठिकाणी असू शकत नाहीत. मी इथे आहे किंवा नाही आहे. दोन्ही गोष्टी एकाच वेळी असू शकत नाहीत. या खुर्चीवर आहे तरी किंवा नाही तरी. दोन्ही एका वेळी कशा असतील? अंधार म्हणजे सूर्याचा अभाव आहे, अनुपस्थिती आहे, गैरहजेरी आहे, ॲबसेन्स आहे. म्हणजे सूर्य असणं आणि सूर्य नसणं या दोन्ही गोष्टी एकाच वेळी तर असूच शकत नाहीत.

आतला सूर्य जसा उगवू लागतो तशी जन्मजन्मांची अंधारी रात्र होती, ती पळून जाते.

'उदया सूर निस किया पयाना, सोवत थें जब जागा ।'

जेव्हा गुरूनं जागं केलं, झोप मोडली, सगळा अंधार, सगळी रात्र, सगळं पाप, सगळं पुण्य, सगळ्या कर्मांचं जाळं नाहीसं झालं. एका क्षणात सगळ्या दिशा दिसू लागल्या.

'अविगत अकल अनूपम देख्या'

जे कधीही पाहिलं नव्हतं. जे कधी जाणलं नव्हतं. अज्ञात, अविनाशी, जे पूर्ण आहे, समग्र आहे, परिपूर्ण आहे, अकल्पनीय आहे, जे अद्वितीय आहे, अनुपम आहे, त्याला पाहिलं.

'कहंता कह्या न जाई'

आता त्याच्याबद्दल सांगणं कठीण आहे. कारण ज्याच्याशी त्याची तुलना करावी असं दुसरं काहीही नाही.

जर मी तुम्हाला गुलाबाच्या फुलासंबंधी काही सांगावं असं ठरवलं, शक्य आहे की तुम्ही गुलाबाचं फूल पाहिलेलं नसेल, तर मी दुसऱ्या एखाद्या फुलाशी तुलना करून सांगू शकतो. पण तुम्ही जर फुलंच पाहिली नसतील तर मग गुलाबाच्या फुलाबद्दल तुम्हाला काही सांगणं अवघडच आहे.

तुम्ही कधी साखर खाल्ली नसेल पण गूळ चाखला आहे तर तुम्हाला सांगता येईल की साखर हे गुळाचं अतिशुद्ध स्वरूप आहे. पण तुम्ही जर कधी गोडीच चाखली नसेल, साखरेची नाही, गुळाची नाही, मधाची नाही तर मग गोडपणा म्हणजे काय ते तुम्हाला समजावून सांगणं कठीण आहे.

परमात्मा एकटा आहे. ज्यांनी त्याला जाणलं त्यांनी जाणलं. ज्यांनी नाही जाणलं त्यांनी नाही जाणलं. दोघांच्या मधले सगळे सेतू तुटून जातात. भाषेचा

उपयोग होत नाही. कशा रीतीनं समजावून द्यायचं? कोणतीच उपमा चालत नाही. कोणतंही प्रतीक यथार्थ वाटत नाही.

'अविगत अकल अनूपम देख्या, कहंता कह्या न जाई ।
सैन करे मन ही मन रहसे, गूंगे जान मिठाई ।'

मुक्या माणसानं मिठाई खाल्ली आहे. हातानं खुणा करतो आहे. मनातल्या मनात चव घेतो आहे. हातानं खूण करतो आहे की कमालीचा स्वाद आहे. पण हाताच्या खुणेनं गोडी कशी वर्णन करता येईल? सर्व संत हातानं खुणा करतात. इशारा करतात की आतमध्ये स्वाद भरलेला आहे. सर्व तऱ्हांनी तुम्हाला समजावून सांगतात. खूप प्रयत्न करतात की, कोणत्या ना कोणत्या उपायानं ही गोष्ट तुमच्यापर्यंत पोचावी, तुमच्या कानी पडावी. कारण तुम्हीही त्याच तहानेनं व्याकुळ झाला आहात. तुम्हालाही तेच पाणी हवं आहे. आणि ते पाणी कुणाला तरी मिळालं आहे. तो खाणाखुणा करतो आहे. मुक्या माणसाच्या खाणाखुणा. स्वाद आत भरलेला आहे. भरपूर तृप्ती झालेली आहे. आकण्ठ तृप्ती झालेली आहे. पण हे तुम्हाला कसं सांगायचं?

'सैन करे मन ही मन रहसे ।' पण जे काही आहे ते आतच राहून जातं. हाताच्या खुणांमध्ये पोचतच नाही. बोटांनी चव नाही सांगता येतं. अनुभव बोटांमध्ये उतरू शकत नाही.

'गूंगे जान मिठाई ।'

'पहुप बिना एक तरुवर फलिया, बिन कर तूर बजाया ।'

एका वृक्षाला फूल न येताच फळ लागलं आहे. हे वचन मोठं रहस्यपूर्ण आहे. याला कबीरांचं 'उलट बासिया' म्हटलं गेलं आहे. हे कबीरांचे विलक्षण शब्द आहेत. या शब्दांमधून कबीर हे सांगण्याचा प्रयत्न करत आहेत की, मी थोड्या वेळापूर्वी तुम्हाला जे सांगत होतो. की त्या परमात्म्याचा अनुभव येण्यामागे कोणतंही कारण नाही. तो तुम्ही केलेल्या प्रयत्नांमुळे घडून येत नाही. इथे कार्य-कारणाची साखळी तुटून गेलेली आहे.

'पहुप बिना एक तरुवर फलिया ।'

फूल आल्याशिवाय कोणत्याही वृक्षाला फळ लागत नाही. कारण फूल ही पहिली अवस्था आहे. शिवाय फुलाचंच तर रूपांतर फळांमध्ये होतं. फूल कारण आहे, फळ कार्य आहे.

'पहुप बिना एक तरुवर फलिया ।' कबीर सांगताहेत, इथे सगळा मामला उलट होऊन गेला आहे. इथे बासरी उलटी वाजते आहे. इथे मी काहीही केलं नाही आणि सगळं काही घडून आलं आहे. कारण नव्हतंच तरी कार्य पूर्ण झालं. फूल आलंच नाही तरी फळ लागलं आहे.

'पहुप बिना एक तरुवर फलिया ।'

आता कुणाला तुतारी वाजवायची असेल तर ती हातात धरावी लागते. तुतारी तर वाजते आहे, आणि मला तर हातच नाहीत, ज्यांच्यामध्ये मी तुतारी पकडू शकेन. हे माझ्यामुळे नाही होत आहे. माझ्या हातांनी नाही होत आहे. आपोआप होतं आहे. फार तर मला साक्षी म्हणता येईल. कर्ता नाही मी.

'नारी बिना नीर घट भरिया ।'

हे समजतं की स्त्री एक घडा घेऊन जाते, पाणी भरते, घडा पाण्यात बुडवते. पण स्त्री तरी हवी ना ! कबीर म्हणतात, मी इथे एक अशक्य, अघटित घटना बघतो आहे. स्त्री दिसत नाही आहे, भरणारं कोणी दिसत नाही आहे आणि घडा भरून गेला आहे. करणारा दिसत नाही पण घटना मात्र घडली आहे. 'सहज समाधें सुख में रहिबो, कौटि कलप विश्राम ।'

जेव्हा कर्ता नसताना समाधी सुफल होते ती सहज समाधी! जेव्हा तुम्ही काही न करता होऊन जाते.

'नारी बिना नीर घट भरिया, सहज रूप सो पाया ।'

आता त्याची प्राप्ती झाली आहे, जो फक्त सहजपणाने प्राप्त होऊ शकतो. कारण तो प्राप्त झालेलाच असतो. त्याची प्राप्ती करून घेण्यासाठी काहीही करायचं नाही आहे. करण्याचा भ्रम सोडून द्यायचा आहे. कर्त्याला थोडं शांत करायचं आहे. बस्, एवढंच करायचं आहे. कर्त्याला सांगायचं आहे – जास्त करू नकोस. बैस. तुझ्या करण्यानं त्रास होतो आहे, करूच नकोस तू — आराम कर. थोडा वेळ काही न करता बसायचं आहे. आणि जो माणूस काही न करता राहू शकतो त्याच्या जीवनात सहजसमाधी फुलू लागते.

अ-कर्म हे ध्यान आहे. अ-क्रिया हे ध्यान आहे. काही न करण्याच्या अवस्थेची प्राप्ती करून घेणं हे ध्यान आहे. मग वर्षा सुरू होते. ढग तर भरून आलेच आहेत. आषाढ तर सदाचाच होता. एक क्षणभरसुद्धा ते गेलेले नव्हते. तुम्ही तहानेले होतात ते आपल्या कर्तेपणामुळे, अहंकारामुळे. तुम्ही करण्यामध्ये गुंतलेले होतात. मी करून दाखवीन असं परमात्म्याला दाखवण्यात तुम्ही गुंतलेले होतात. तिथेच चुकलं. सोडा कर्तेपण - अकर्तेपण स्वीकारा.

'देखत कांच भया तन कंचन !'

आणि कालपर्यंत जे शरीर काचेचं होतं, ते या परम प्रकाशात अचानक सुवर्णाचं होऊन गेलं. अघटित घडू लागलं.

'बिन बानी मन माना.'

आणि कुणीही समजावलं नाही, कुणी सांत्वन केलं नाही, कुणी आनंद दिला नाही, कुणी चर्चा विचार केला नाही — पण मनानं स्वीकार केला.

आणि समजावून सांगणारे लाखो लोक भेटले तेव्हा मनानं ऐकलं नव्हतं. तेव्हा मनानं तर्कशास्त्र लढवलं होतं. लाख सिद्धांत तपासले पण संदेह गेला नाही. लाख शास्त्रं अभ्यासली पण आतली शंका, द्विधा मन:स्थिती गेली नाही. आणि आज कोणी काही सांगत नाही आहे, समजावत नाही आहे. बस्, डोळे उघडले, झोप संपली एवढंच.

'बिन बानी मन माना ।'

'उड्या विहंगम खोज न पाया ।' आणि पक्षी उडून गेला. कुठे - माहीत नाही. कोणत्या दिशेला - माहीत नाही. कारण हा पक्षी शून्याचा आहे. या पक्ष्यामध्ये कसलाही अहंकार नाही, कसलं रूप नाही, कोणतंही नाव नाही.

'उड्या विहंगम खोज न पाया, ज्यूं जल जलही समाना ।' जणू थेंब सागरात पडला आणि त्यात एकरूप होऊन गला. आता कुठे शोधू?

'हेरत हेरत हें सखि, रह्या कबीर हिराई ।

बूंद समानी समुंदमे सो कत हेरि जाई ।'

'उड्या विहंगम खोज न पाया, ज्यूं जल जलही समाना ।'

परमात्मा भेटतो ज्या क्षणी, त्याच क्षणी तुम्ही हरवून जाता. त्याच क्षणी युगपत ! एकाच वेळी. त्याच क्षणी. या दोन्ही घटना एकाच वेळी घडतात. तुमचं हरवून जाणं आणि त्याचं असणं. जोपर्यंत तुम्ही आहात तोपर्यंत तो असू शकत नाही. संपून जा. हेच त्याला भेटण्याचं सूत्र आहे.

'उड्या विहंगम खोज न पाया, ज्यूं जल जलही समाना ।

पूज्या देव बहुरि नहिं पूजै'

खूप पूजा केल्या देवतांच्या, मंदिरात, मशीदीत, गुरुद्वारात. आता नाही. आता कोणाची पूजा? आता तर पूज्य आणि पुजारी दोन्ही एकच झाले.

'.... न्हाये उदिक न जाऊं ।'

खूप तीर्थयात्रा केल्या. खूप गंगास्नानं केली. आता काही जरूर राहिली नाही. परम-स्नान घडलं. परम तीर्थ प्राप्त झालं.

'भागा भ्रम ये कहीं कहंता' - सगळा भ्रम, सारं अज्ञान, सारी माया पळून गेली — खूप आलो तुझ्याजवळ, आता नाही येणार असं सांगत पळून गेली.

'भागा भ्रम ये कहि कहंता, आये बहुरि न आऊं ।'

आता नाही येणार - गोष्ट संपली. आता परत येणार नाही असं म्हणत भ्रम पळून गेला.

बुद्धाला ज्ञान झालं. बुद्धानं प्रथम जे उच्चारलं ते असं होतं — आपल्या अज्ञानाला सांगितलं, आपल्या वासनांना सांगितलं, आपल्या वासनांचं जे मूळ काम, त्याला सांगितलं की आता तू विश्रांती घेऊ शकतोस. आता पुन्हा इकडे

येण्याची जरूरी नाही. तू माझ्यासाठी पुष्कळ घरं पुष्कळ वेळा बनवलीस. आता तुला घर बनवण्याची जरूरी नाही. आता तू मुक्त आहेस. आता तू जाऊ शकतोस. आता तुझी चाकरी संपली. धन्यवाद! तू माझ्यासाठी पुष्कळ नावं आणि रूपं धारण केलीस. आता त्याची काही जरूर नाही.

कबीर दुसऱ्या प्रकाराने तेच सांगताहेत.

'भागा भ्रम ये कहीं कहंता, आये बहुरि न आऊं ।'

भ्रम स्वतःच पळून जाऊ लागला दूर आणि पळता पळता सांगत राहिला — खूप वेळा आलो — आता नाही येणार.

'आपै में तब आपा निरख्या, अपन पै आपा सूझ्या ।'

काही आणखी शिल्लक राहिलंच नाही. स्वतःच पाहणारा, स्वतःच दिसणारा, स्वतःच आरशासमोर उभा, स्वतःच आरसा, स्वतःच आरशातलं प्रतिबिंब. बस्, स्वतःशिवाय दुसरं काही मिळालंच नाही. ज्या क्षणी तुम्हाला कळेल की स्वतः- खेरीज दुसरं काही नाही त्याच क्षणी ईश्वराची प्राप्ती झाली. खुदा हा शब्द अगदी प्रेमळ आहे. कबीराच्या या वचनामध्ये खुदाची व्याख्या केली आहे. खुदाचा अर्थ आहे खुदको — स्वतःला अशा रीतीनं प्राप्त करून घेणं की त्याच्याशिवाय दुसरं काही शिल्लकच राहणार नाही. स्वतःला इतकं समग्रपणे जाणून घेणं की स्वतःमध्ये सगळंच सामावून जाईल.

'आपै में तब आपा निरख्या, अपन पै आपा सूझ्या

आपै कहत सुनत पुनि अपना ।'

आता दुसरा कुणी नाहीच आहे. स्वतःच सांगताहेत आणि स्वतःच ऐकताहेत.

'सैन करे मन ही मन रहसे, गूंगे जान मिठाई ।

आपै कहत सुनत पुनि अपना, अपन पै आपा सूझ्या ।

अपने परिचै लागी तारी अपन पै आप समाना ।

कहे कबीर जो आप विचारै, मिट गया आवन जाना ।'

आणि ज्या कुणी या स्वतःला 'आप'ला जाणलं, या आत्म्याला, त्याचं येणं-जाणं संपून गेलं.

'अपने परिचै लागी तारी'

'तारी' - कबीराचा शब्द खूप गोड आहे आणि सूक्ष्म अर्थाचाही. मोठा अर्थपूर्ण, रहस्यमय असा. 'तारी' हे एका अशा झोपेचं नाव आहे - जेव्हा तुम्ही झोपलेलेही नसता आणि जागेही नसता तेव्हा 'तारी लागली आहे' असं म्हणतात. आत तुम्ही जागे असता. बाहेर तुम्ही झोपलेले असता. शरीर विश्रांती घेत असतं पण आतला चेतनेचा दिवा जळत असतो. झोप आणि जागेपणा यांच्या बरोबर मध्यावरची अवस्था म्हणजे तारी. जिथे जागेपणही पूर्ण आहे आणि

झोपेची विश्रांतीही पूर्ण आहे.

पतंजलीनं योगसूत्रामध्ये सांगितलं की समाधी सुषुप्तीसारखी आहे, झोपेसारखी आहे. फक्त एक फरक आहे, झोपेमध्ये शुद्ध नसते, समाधीमध्ये असते.

'तारी' हा कबीराचा शब्द आहे. तारीचा अर्थ आहे, जागेपणही पूर्ण आहे आणि विश्रामही पूर्ण आहे आणि 'तारी' या शब्दामध्ये एक वेगळाच मादकतेचाही भाव आहे. एखाद्यानं दारू प्यावी तसा — परमात्म्याची दारू. एक गाढ धुंदी पसरली.

उमर खय्यामच्या रुबायां ही कबीराच्या 'तारी'ची संपूर्ण व्याख्या आहे. उमर खय्याम, ज्यामध्ये मधुशालेबद्दल लिहितो तो सूफी ग्रंथ आहे; त्याच्या सर्व अनुवादांनी त्या ग्रंथाला भ्रष्ट करून टाकलं आहे. पाश्चात्य दिशांमध्ये फिट्जेराल्डनं त्याचा अनुवाद केला. फिट्जेराल्डला वाटलं की ही दारूचीच गोष्ट आहे.

ही दारूची गोष्ट नाही आहे. ही तर परमात्म्याच्या नशेची गोष्ट आहे आणि उमर खय्याम हे एक सूफी फकीर होते ज्यांनी दारूला कधी स्पर्शही केला नाही. पण शब्द गोंधळात टाकतात. मग फिट्जेराल्डच्या अनुवादावरून जगातले सारे अनुवाद केले गेले. आणि मधुशाला - मधुशाला वाटू लागली. पिणारे खरोखरच पिणारे भासू लागले. पण मूळ गोष्ट हरवून गेलीच. मूळ गोष्ट काही वेगळीच होती.

ही एका वेगळ्याच मधुशालेची गोष्ट होती. ही कोणा वेगळ्याच मधु, साकी आणि पिणाऱ्यांची गोष्ट होती — परमात्म्याचे पिणारे. कबीराच्या 'तारी' या शब्दात मोठं रहस्य आहे. समाधी, सुषुप्तीसारखी. पण जागेपण आणि झोपेची विश्रांती एवढंच नव्हे — तर एक मस्ती ही — एक विधायक मस्ती, एक नशा, एक आनंद एक अहोभाव.

'अब मैं पाइबो रे पाइबो रे ब्रह्मज्ञान ।
अपने परिचै लागी तारी अपन पै आप समाना ।'

◆

मन रे जागत रहिये भाई ।
गाफिल होइ बसत मति खोवै ।
चोर मुसै घर जाई ।
षट्चक्र की कनक कोठरी ।
बस्त भाव है सोई ।
ताला कुंजी कुलफ के लागै ।
उघड़त बार न होई ।
पंच पहिरवा सोई गये हैं,
बसतैं जागण लागी,
जरा मरण व्यापै कछु नाही ।
गगन मंडल लै लागी ।
करत विचार मन ही मन उपजी ।
ना कहीं गया न आया,
कहै कबीर संसा सब छूटा ।
राम रतन धन पाया ।

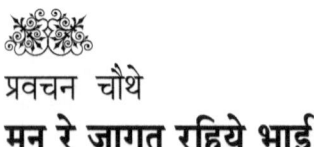

प्रवचन चौथे
मन रे जागत रहिये भाई

माणसाच्या चेतनेचे दोन पैलू आहेत. एक मूर्च्छा, एक अमूर्च्छा. मूर्च्छा म्हणजे झोपेत जगणं. शुद्ध न येता जगणं. अमूर्च्छा म्हणजे जागृत अवस्थेमध्ये जगणं. जागृत, विवेकपूर्ण. मूर्च्छाचा अर्थ आहे आतला दिवा विझला आहे. अमूर्च्छाचा अर्थ आहे आतला दिवा जळतो आहे.

'मूर्च्छा'मध्ये प्रकाश बाहेर असतो. बाहेरच्या प्रकाशातच माणूस चालत असतो. इंद्रियं जिथे घेऊन जातील तिथे जात असतो. इंद्रियांची इच्छा स्वत:ची इच्छा भासू लागते कारण स्वत:चा काही पत्ताच नसतो. मन जे काही सुचवेल तीच जीवनशैली बनून जाते. कारण स्वत:च्या स्वरूपाचा काही बोधच नसतो. लोक जे सांगतील, समाज जे सांगेल जो रस्ता दाखवेल तिथे माणूस चालू लागतो. कारण ना आपल्या अस्तित्वात कुठे मुळं रुजलेली असतात, ना स्वत:चं भान असतं. मी कोण आहे याचा काही पत्ताच नसतो.

तर जीवन असंच असतं - नदीमध्ये वाहणाऱ्या लाकडाच्या तुकड्यासारखं. जिथे लाटा नेतील तिथे जातो. जिथे वाऱ्याचे धक्के पोचवतात तिथेच जाऊन पोचतो. स्वत:चं काही अस्तित्व नाही, 'स्व' नाही. जीवन म्हणजे एक भटकणं होऊन जातं.

अशा वाट चुकून भटकणाऱ्या प्रवासात ध्येय प्राप्त होणार नाही हे तर निश्चितच आहे. नीट विचार करून टाकलेल्या पावलांनीच ध्येयापर्यंत जाता येतं. फिरणं, भटकणं खूप होईल, त्याला यात्रा नाही म्हणता येणार. यात्रेचा अर्थ तर असा होतो की तुम्ही कोण आहात याचा तुम्हाला पत्ता आहे, कुठे आहात हे माहीत आहे, कुठे जाता आहात, का जाता आहात हे सारं तुम्हाला माहीत आहे. पूर्ण जाणीव असतानाच यात्रा होऊ शकते. संपूर्ण जाणीवेनेच तीर्थयात्रा होऊ शकते. म्हणूनच ज्ञानी लोकांनी संपूर्ण जाणीवेलाच तीर्थ म्हटलं आहे.

अमूर्च्छित चित्त, जागृत झालेले मन अगदी वेगळ्याच रीतीने जगत असतं. त्याच्या जीवनाची सर्व पद्धत अगदी मुळापासून वेगळी असते. ते जागृत मन दुसऱ्या कुणासाठीही काही करत नाही, स्वत:च्या विचारानेच करते. ते सर्वांचं सांगणं ऐकून घेतं पण स्वत:च्या अंतरातील सांगणंच मान्य करतं. ते गुलाम नसतं. आतल्या मुक्तीलाच जीवनामध्ये आणतं. कितीही अडचण आली तरी जो मार्ग ध्येयापर्यंत पोचवणारा असेल त्याच मार्गावर चालत राहतं. आणि कितीही सुखसोयी असल्या तरी जो मार्ग कुठेच घेऊन जाणारा नाही, त्या मार्गावर जात नाही.

कारण त्या सुखसोयींचा अर्थ काय? रस्ता कितीही सुंदर असो, त्यावर काटेकुटे अजिबात नाहीत, चोरचिलटं नाहीत, रस्त्यावर सर्व सुरक्षा आहे, पण तो मार्ग कुठेही घेऊन जाणारा नाही तर त्या मार्गाचं सौंदर्य आणि सोयींचा

उपयोग काय? रस्त्यावर काटेकुटे आहेत, चोरडाकूंनी बुजबुजलेला आहे, जंगली जनावरांचं भय आहे पण तो रस्ता कुठेतरी पोचवतो आहे तर त्यावर जाणं योग्य आहे.

अमूर्च्छित माणसाचं जीवन निरुद्देश भटकणं नसतं, ती एक नीट नियोजन केलेली यात्रा असते. पण हे नियोजन कोण करून देतं? समाज हे नियोजन नाही करून देऊ शकत. समाज म्हणजे तर आंधळ्यांची गर्दी आहे. तो तर मूर्च्छित लोकांचा जमाव आहे. तुम्ही समाजाचं सांगणं ऐकलंत तर अंधारात भटकत राहाल. जमावाकडून काही बोध मिळत नाही. मिळण्याची शक्यताही नसते. कधी कधी अनेकांमध्ये एखाद्यालाच बोध प्राप्त होतो. म्हणजे हा जमाव बुद्धांचा नसतो.

अमूर्च्छित व्यक्ती स्वतःच्या अंतरात आपल्या जीवनाची विधी शोधतो. आपल्या जाणिवेमध्ये स्वतःच्या आचरणाला शोधतो. आपल्या अंतःकरणाच्या प्रकाशात चालतो. हा आंतरिक प्रकाश कितीही थोडा असला तरी त्याला पुरेसा असतो. अगदी एकाच पावलापुरता असला हा प्रकाश तरीही पुरेसा असतो. कारण जगात कोणीही एकाच वेळी दोन पावलं तर टाकूच शकत नाही.

लहानातला लहान दिवासुद्धा एका पावलापुरता प्रकाश नक्कीच देतो. एक पाऊल टाका, मग आणि एका पावलापुरता प्रकाश पडतो. एक एक पाऊल टाकत हजारो मैलांची यात्रा पूर्ण होऊन जाते.

अमूर्च्छित माणूस बंडखोर असतो. अमूर्च्छित माणूस दर क्षणाला, दर पळाला एकाच गोष्टीची साधना करत असतो. आणि ती गोष्ट म्हणजे मूर्च्छा वाढेल, मूर्च्छा येईल असं माझ्या हातून काहीही घडू नये. लक्षात ठेवा. थेंब थेंब पाणी पडत राहिलं तर पहाडही तुटून पडू शकतात. एक एक थेंब चेतनेचा, शुद्धीत असण्याचा पडतो आणि तुमचा जन्माजन्मांचा असलेला मूर्च्छेचा, निद्रेचा पहाड तुटून जातो. पण तो एक एक थेंब पडायला हवा.

तर दर क्षणाला अमूर्च्छित, जागृत माणसाचा हाच प्रयत्न असतो की प्रत्येक क्षणाचा उपयोग एकच धन मिळवण्यासाठी करायचा. ते धन म्हणजे माझ्या अंतरातला विवेक अधिक प्रगाढ व्हावा, जागृत व्हावा.

मूर्च्छित, झोपलेल्या मनाच्या तीन अवस्था आहेत, त्या आपल्याला माहीत आहेत.

एक - ज्याला आपण जागृत म्हणतो. हा शब्द योग्य नाहीच आहे. कारण मूर्च्छित माणूस जागा कसा असू शकेल? त्याचं जागं असणं नावापुरतंच जागं असणं आहे. सांगण्यापुरतंच जागं असणं आहे. सकाळी सूर्य उगवतो, पशुपक्षी जागे होतात, झाडं जागी होतात, तुम्हीही जागे होता. मग पशुपक्ष्यांना जागृत

म्हणता येईल? झाडांना जागृत म्हणता येईल? तुम्हीही नाही आहात. शरीराची विश्रांती पुरी झाली म्हणूनच केवळ तुम्ही उठता, चालता, बसता. असं वाटतं की जागे आहात. पण असं फक्त वाटणंच असतं. या जागं असण्याचा जागृत असण्याशी दूरचाही संबंध नाही.

मी ऐकलं आहे की मुल्ला नसरुद्दीनला गावाकडच्या एका ओळखीच्या माणसानं, शेतकऱ्यानं गावाकडून एक कोंबडी भेट म्हणून पाठवली. कोंबडी घेऊन आलेल्या माणसाचं साहजिकच नसरुद्दीननं भरपूर स्वागत केलं. कोंबडीचा रस्सा बनवून घेतला. त्या माणसाला खाऊ घातला. तो चांगलाच खुश झाला. गावात परतल्यावर त्यानं सगळ्यांना सांगितलं, फार चांगला माणूस आहे आणि पाहुण्याला तर देवच मानतो.

मग काय - गावातल्या लोकांचं येणं सुरूच झालं. दुसऱ्याच दिवशी दुसरा माणूस हजर झाला. नसरुद्दीननं विचारलं, 'आपण कोण?' त्यानं सांगितलं, 'ज्यानं कोंबडी पाठवली होती त्याचा दूरचा नातेवाईक आहे मी.' त्याचंही नसरुद्दीननं आगतस्वागत केलं. घरी आलेला माणूस! दूरचा असला तरी नातेवाईकच आहे ना त्याचा - कोंबडी पाठवणाऱ्याचा.

पण मग गोष्ट फारच हाताबाहेर जायला लागली. नातेवाईकांचे नातेवाईक यायला लागले. नातेवाईकांच्या नातेवाईकांचे मित्र यायला लागले. नातेवाईकांच्या नातेवाईकांच्या मित्रांचे मित्र यायला लागले. पत्नी अस्वस्थ होऊ लागली. म्हणाली ही कोंबडी तर फारच अपशकुनी ठरली आहे. तीच घ्यायला नको होती. हे तर सगळं गाव यायला लागलं आहे. नसरुद्दीननं खूप विचार केला. काहीतरी केलंच पाहिजे. दुसऱ्या दिवशी सकाळी आणखी एक माणूस दारात उभा. 'तुम्ही कोण?' त्यानं सांगितलं, 'ज्यानं कोंबडी पाठवली होती, त्याच्या नातेवाईकांच्या नातेवाईकांच्या मित्राचा मित्र आहे.' नसरुद्दीन म्हणाला, 'या, या' तुमचं स्वागत आहे.

जेव्हा या माणसाला जेवायला वाढण्यात आलं तेव्हा तो गोंधळूनच गेला. रस्सा म्हणून फक्त थोडं कोमट पाणी वाढलं होतं. तो म्हणाला, 'बाकी सगळं ठीक आहे पण मी तुमच्या पाहुणचाराची खूप वर्णनं ऐकली होती आणि इथे तर फक्त कोमट पाणी आहे.' नसरुद्दीननं उत्तर दिलं, 'माफ करा. कोमट पाणी नाहीये ते. कोंबडीच्या रश्शाच्या रश्शाच्या रश्शाचा रस्सा आहे.'

तुमची जागृती म्हणजे फक्त कोंबडीच्या रश्शाच्या रश्शाच्या रश्शाच्या रश्शासारखी आहे. बुद्धाची जागृती जागृती असेल तर तुमची जागृती नातेवाईकांच्या नातेवाईकांच्या मित्राच्या मित्रासारखी आहे. खूप दूरचा प्रवास आहे. बुद्धाला आपण जागृत म्हटलं आहे. बुद्ध या शब्दाचा अर्थच आहे - जो जागा झाला,

जो चेतनेनं भरून गेला आहे.

जर बुद्ध हे आपण जागृतीचं प्रमाण मानणार असू तर तुमची जागृती किती आहे? एक खोटं नाणं - जे नाण्यासारखं दिसतं पण नाणं नाहीच आहे. एक असत्य - जे सत्य असल्याचा दावा करतं आहे पण सत्य नाही आहे. एक प्रेत - अगदी जिवंत माणसासारखं वाटणारं, नाकडोळे अगदी जिवंत माणसासारखे पण शरीरात प्राण नाही. एक विझलेला दिवा - ज्याच्यात सर्व काही आहे, दिवा आहे, वात आहे, तेल आहे पण ज्योत नाही.

मूर्च्छेचे तीन प्रकार आहेत. एक म्हणजे ज्याला आपण जागृती म्हणतो - जी अगदी खोटी असते. कारण जागे असूनही तुम्ही जागे झालेले नसता. जागे असताना तुम्ही जे काही करत असता त्यावरूनच कळतं की तुम्ही झोपलेले आहात.

तुम्ही हजार वेळा ठरवलेलं असतं की पुन्हा रागवायचं नाही आणि मग एखादा माणूस तुमचा अपमान करतो किंवा त्यानं अपमान केला असं तुम्हाला वाटतं. किंवा गर्दीत एखाद्या माणसाचा तुमच्या पायावर पाय पडतो आणि एका क्षणात - क्षणही लागत नाही, एका क्षणाचाही उशीर न करता आग उफाळून येते आणि तुम्ही खूप वेळा ठरवलं आहे की आता रागवायचं नाही. हजार वेळा शपथा घेतल्या आहेत. हजार वेळा पश्चात्ताप केला आहे. तो सगळा पश्चात्ताप कुठे गेला? ती आठवण इतक्या लौकर कशी हरवून जाते? जाणीव असती तर आठवण राहिली असती. बेशुद्धीमध्ये आठवण कशी सोबत राहाणार? क्षणात आग पेटून उठते. पुन्हा तोच क्रोध उभा आहे. घडीभरानं तुम्हाला पश्चात्ताप होईल पण ना तुमच्या पश्चात्तापाला काही किंमत आहे, ना तुमच्या रागाला काही किंमत आहे. तुमचा पश्चात्तापही खोटा आहे. कारण तुम्ही किती वेळा पश्चात्ताप करून झाला आहे? आता थांबता येत नाही. आता थांबा.

एक माणूस माझ्याकडे आला आणि म्हणाला - 'आयुष्य संपत आलं.' त्याचं वय असेल पासष्टीचं. 'बस् एकाच गोष्टीचा मला त्रास होतो आहे - माझा राग. यामुळे माझं सगळं घर त्रासलेलं आहे. माझी मुलं, माझी पत्नी, माझं जीवन म्हणजे भांडणांची एक लांबलचक कहाणी आहे. पण हा राग काही माझा जात नाही. अजून तसाच आहे. मृत्यू जवळ येत चालला आहे तरी, हा क्रोध मला अंगीसारखी भीती दाखवतो आहे.

'आणि मी हजार वेळा पश्चात्ताप केला आहे. मंदिरांमध्ये जाऊन, साधूंच्या पायांवर डोकं ठेवून शपथा खाल्ल्या - त्यांच्या कृपेचं साह्य मिळावं म्हणून. देवाला साक्षी ठेवून मंदिरामध्ये शपथ वाहिली, तिचाही काही उपयोग झाला नाही. रागाची पकड बसली की देवाचं सामर्थ्यही उपयोगी पडत नाही. त्या वेळी मी सगळं विसरूनच जातो. त्या क्षणी मी माझा राहातच नाही. मागे वळून

पाहतो तेव्हा मी हे असं केलं हे खरंच वाटत नाही. काय करू? तुम्ही साक्षी राहा. माझ्याकडून संकल्प करून घ्या.'

मी सांगितलं, 'दुसऱ्यांनी तुझ्या बाबतीत जी चूक केली आहे ती चूक मी करणार नाही. मी तुला फक्त एकच प्रार्थना करतो की तू पश्चात्ताप करणं सोडून दे. राग येऊ दे. एवढं तर तू नक्की करू शकतोस की आता राग आला तरी पश्चात्ताप करणार नाहीस.'

तो माणूस हसू लागला. म्हणाला, 'हे तर मी करू शकतोच. यात काय अडचण आहे?' त्याला हे ठाऊक नाही की जो राग सोडू शकत नाही तो पश्चात्तापही सोडू शकत नाही. काहीही त्यागणं ही जाणीवेची गोष्ट आहे. मी सांगितलं, 'मग ज्या दिवशी पश्चात्ताप करणं सुटेल त्या दिवशी परत ये. त्याच दिवशी तुझा राग पण घालवून टाकीन.'

महिन्याभरानंतर तो माणूस परत आला आणि म्हणाला, 'तुम्ही मला फसवलंत. पश्चात्तापही सुटत नाही.' 'यात तर काही अडचण नाही आहे. हे तर कोणत्याही शास्त्रानं तुम्हाला सांगितलेलं नाही, हे तर तुम्ही सोडू शकताच. पश्चात्तापाला विरोध कोणीही केलेला नाही. क्रोधाच्या विरोधात तर सगळं जग आहे. तू पश्चात्ताप सोडून दे.' तो म्हणाला, 'नाही. आता माझ्या लक्षात आलं. तुम्ही जे सांगण्याचा प्रयत्न करत होतात ती गोष्ट मला स्वच्छ दिसली. मी काहीच सोडू शकत नाही. मी नाहीच आहे.'

जोपर्यंत तुम्ही जागे होत नाही तोपर्यंत तुम्ही नसताच. तुमचं असणं हा एक भ्रम आहे. फक्त एक कल्पना आहे. या कल्पनेला कसलाही आधार नाही. फक्त एक स्वप्न आहे. ज्याचं सार्थक अशक्य आहे आणि ज्यामध्ये काही 'पौदगलिकता' नाही, ज्यात कोणताही पदार्थ नाही, ज्यात कसलंही बळ नाही, तुम्ही ना पश्चात्ताप सोडू शकत ना क्रोध सोडू शकत. करता नक्की. खरं तर मी हे करतो असं म्हणणंही योग्य नाही. असं म्हणणं योग्य होईल की असंही होतं. तुम्ही यंत्रासारखे आहात. नाही तर सोडू शकला असतात.

जे काम तुम्ही करता ते तुम्ही सोडू शकता हा नियम आहे. जे काम तुम्ही करतच नाही ते तुम्ही सोडू कसे शकणार? जे आपोआप घडतं ते तुम्ही कसं सोडून देणार? बटण दाबता, विजेचा दिवा पेटतो. न पेटणं विजेच्या दिव्याच्या हातात असतं का? किंवा त्याला हवं तेव्हा पेटणं? किंवा जेव्हा त्याच्या मनात नसेल तेव्हा सांगून टाकायचं की आत्ता नको. मी आत्ता आराम करतो आहे? नाही बटण दाबलं की विजेचा दिवा पेटणारच. कदाचित तो विजेचा दिवाही मनातल्या मनात विचार करत असेल की मी पेटतो, मी विझतो. तो भ्रमात आहे. तुम्हीही विझत नाही आणि जळतही नाही.

एका माणसानं शिवी दिली - बटण दाबलं - पेटलात. एक माणूस आला, म्हणाला, किती सज्जन आहात तुम्ही - खुश झलात. एका माणसानं म्हटलं किती सुंदर मूर्ती आहे तर आत फुलं उमलली. आणि एका माणसानं म्हटलं जरा आपला चेहरा आरशात बघा - इतकं वाईट रूप आजपर्यंत कुठेच पाहिले नाही. की आग लागलीच. बटणं आहेत. तुम्ही नाहीच आहात.

बुद्धाकडे एक माणूस आला आणि म्हणाला, मला काहीतरी शिकवा. मला जगाची सेवा करायची आहे. बुद्ध उदास झाले. त्या माणसानं विचारलं, तुम्ही उदास का झालात? बुद्धानी सांगितलं, उदास झालो कारण तू अजून नाहीसच. जगाची सेवा कोण करणार? आणि तू सेवेच्या नावाखाली दुसऱ्यांना त्रास द्यायला लागशील. तू कृपा कर - प्रथम स्वत:ची सेवा कर - तू हो तर आधी.

गुर्जिएफ - एक मोठा रहस्यवादी पाश्चिमात्य संत - याच शतकातला - म्हणत असे, आत्मा सर्वांच्या अंतरात नसतोच. त्याच्या बोलण्यात थोडंफार तथ्य आहे. कारण जे जागृत झाले आहेत त्यांच्यात अंतरात आत्मा आहे. बाकीचे सगळे तर मातीचे पुतळे आहेत. बाकीचे सगळे पदार्थ आहेत. त्यांच्या अंतरात अजून आत्मा प्रकट झालेला नाही.

त्याच्या बोलण्यात सत्य आहे. कारण आत्मवान होणे याचा एकच अर्थ होतो की तुम्ही स्वत:चे मालक झालात. आता जे तुम्हाला हवं तेच घडेल. आता तुम्ही वाऱ्यानं थरथरणारं पान नाही आहात - वारा आला की थरथरणारं आणि वारा नसला तर कितीही मनात आलं तरी थरथरू न शकणारं. आता तुम्ही यंत्रवत् नाही आहात. तुम्ही मनुष्य आहात. मनुष्य याचा अर्थ आहे - आता तुमची कृत्यं तुमच्या आतून निघतील. बाहरेच्या घटनांमुळे नाही निर्माण होणार. आता परिस्थिती नाही, तुम्ही मूल्यवान आहात. म्हणून तर तुम्ही आत्मवान आहात. नाही तर आत्मा आहे हा केवळ सिद्धांत ठरेल.

कधीकधी एखाद्या व्यक्तीमध्ये आत्मा असतो. तुमच्यामध्येही आत्मा असा आहे जसा बीजामध्ये वृक्ष असतो. आहे-नाही एकच. होऊ शकतो पण झालेला नाही. आणि होऊ शकणं आणि होणं यात खूप फरक आहे. ती केवळ शक्यता आहे बीजाची की नीट योग्य जमीन मिळेल. योग्य ते खत मिळेल, योग्य ती सुरक्षितता मिळेल, पुरेसं पाणी, हवा तेवढाच सूर्यप्रकाश मिळेल तर शक्यता आहे की, त्या बीजामधून वृक्ष निर्माण होऊ शकेल. पण बऱ्याचशा अटी पूर्ण झाल्या तरच. नाही तर बीज, बीज म्हणूनच मरून जाईल, त्याचा वृक्ष होणारच नाही.

बहुतांश लोक शरीराच्या पद्धतीनंच जगतात आणि शरीराच्या तऱ्हेनंच मरून जातात. त्यांचं बीज असंच हरवून जातं. संधी येते आणि निघून जाते. आत्मवान होण्याचा अर्थ आहे. जाणीव, विवेक जागृती. तुमची कृत्ये तुमच्या अंतरातून

निर्माण होतील. आता तुमची कर्मं कर्मं नाहीत तर प्रतिकर्मं आहेत. प्रतिकर्मं म्हणजे रिॲक्शन कोणीतरी काहीतरी करतं त्याची प्रतिक्रिया म्हणून तुमच्या अंतरात काहीतरी होतं. कोणी प्रेम केलं तर तुम्ही प्रेम करता. आणि कोणी तिरस्कार केला तर तुम्ही तिरस्कार करता.

येशूचं वचन आहे, 'शत्रूवरही प्रेम करा.' याचा अर्थ काय होतो? हा काही नीतीचा पाठ नाही. येशूसारखा व्यक्तींना नीतीमध्ये काय उत्सुकता वाटणार? हे धर्माचं गहनतम सूत्र आहे. येशू म्हणतात शत्रूवर प्रेम करा. ते असं सांगत आहेत की मित्रावर प्रेम करणं ही तर प्रतिक्रिया आहे, ते सगळेच करतात. ज्यानं शत्रूवरही प्रेम केलं तो मालक झाला. त्यानं प्रतिक्रिया संपवली. तो स्वत:च्या कर्माचा स्वत: स्वामी झाला.

तुम्ही तिरस्कार करावा यासाठी शत्रू तर पुरेपूर प्रयत्न करतच असतो. पण तुम्ही त्याचे प्रयत्न फुकट घालवलेत. तो तर तुमच्या क्रोधाचं बटण दाबत होता पण तुम्ही प्रेमाचा प्रवाह निर्माण केलात. जर तुम्ही आपल्या शत्रूवर प्रेम करू शकलात तर त्याच क्षणी यंत्रवत् जगण्यातून मुक्त झालात. तेव्हा प्रतिकर्मं संपून गेली. आता तुम्ही कर्मवान झालात.

आणि सर्वांत गमतीची गोष्ट अशी आहे की प्रतिकर्मं बांधून ठेवतात, कर्मं नाही बांधत. खरं म्हणजे प्रतिकर्मांमुळेच कर्मांची शृंखला तयार होते. जेव्हा एखादा माणूस जाणीवपूर्वक कर्म करतो तेव्हा त्या कर्मामुळे कोणतंही बंधन निर्माण होत नाही.

तुम्ही आयुष्यात एक तरी कर्म जाणीवपूर्वक केलं आहे? जाणीवपूर्वक करणं याचा अर्थ आहे, तुमच्या शरीराचं यंत्र जे कर्म करू इच्छितं ते नव्हे, तुमच्या आतली जाणीव, शुद्ध जे करू इच्छिते ते तुम्ही कधी केलं आहे? शरीर सांगत होते रागव, मन सांगत होतं रागव. मनामध्ये शिव्या तयार होत्या, शरीरानं काठी उचलली होती. असं कधी झालंय - काठी हातात राहिली, शिव्या मनात राहिल्या आणि तुम्ही अंतरात अस्पर्शित राहिलात? तुमच्या ज्योतीवर या काठीची सावलीही नाही पडली? तुमच्या ज्योतीवर शिव्यांचा डंख नाही उमटला? तुमची ज्योती निष्कलंक राहिली - कमळासारखी? पाण्याचा स्पर्शही नाही?

असं जर तुम्ही कधी केलं असेल तर तुम्हाला प्रथमच जाणवेल की अमूर्च्छा म्हणजे काय, जागृती म्हणजे काय, शुद्धीत असणं म्हणजे काय आहे. त्याच क्षणी परम-आनंदानं भरून जाल. तुम्ही मुक्त होऊन गेलात. आता तुम्हाला कोणी चालवू शकत नाही. आता तुम्हाला कोणी पेटवू शकत नाही. आता तुम्ही स्वत:चे मालक आहात. हीच तर मालकी आहे आपण जी शोधत होतो ती. आता तुम्ही सम्राट झालात.

जोवर तुम्ही यंत्रपणाशी बांधलेले आहात तोवर तुम्ही भिकारी असता. तुमचं जागं असणं अगदी नावापुरतंच आहे. खोटं नाणं आहे. मूर्च्छाचं पहिलं रूप आहे - जागं असणं. सकाळपासून रात्रीपर्यंत जे जागं असणं तुम्हाला ठाऊक आहे ते जागं असणं अगदी वरवरचं आहे. आतमध्ये तर झोप वाहातच असते. तुम्ही कधी विचार केला आहे? डोळे बंद करून थोडा वेळ बसा. त्या क्षणी तुम्ही स्वप्न बघायला सुरुवात कराल. डोळे उघडे होते तेव्हा सगळं दिसत होतं - झाडं, लोक, रस्ता, बाजार. डोळे बंद केले - स्वप्न सुरू.

मुल्ला नसरुद्दीनला फुटबॉलचा खूप शौक होता असं मी ऐकलं आहे. हा शौक खूपच वाढला होता. नेहमी होतो तसाच. पूर येतो तेव्हा कोणत्याही सीमेचा विचार करून थोडाच येतो? क्रिकेटवेडे असतात. त्यांची टीम हरली तर कॉमेंट्री ऐकत असतात तो रेडिओच उचलून आदळतात. हॉकीचेही वेडे असतात. मुल्ला नसरुद्दीन फुटबॉलवेडा होता.

पत्नी वैतागली. कारण तो दिवसा खुर्चीवर बसल्या बसल्या लाथा उडवत असे - फुटबॉल. रात्री झोपला तर स्वप्नातही लाथा मारत असे आणि दंगा करत असे. पत्नी डॉक्टरकडे गेली. म्हणाली, ‘आता फार झालं. या फुटबॉलचा उपाय करायलाच हवा. डॉक्टरनं तिला औषध दिलं - हे ट्रँक्विलायजर आहे. शांत करणारं औषध आहे. हे घेऊन जा. एक गोळी दिलीस तर रात्रभर मुल्ला शांत राहील.

पत्नी घरी आली. तिनं मुल्लाला सांगितलं मी ही गोळी घेऊन आले आहे. आता तू शांतपणे झोपू शकशील. रात्री झोपायच्या वेळी घ्यायची आहे. मुल्लानं सांगितलं - आज न घेता उद्या घेतली तर काय हरकत आहे? त्याच्या पत्नीनं विचारलं, का? आज काय गडबड आहे? मुल्लानं उत्तर दिलं आज फायनल मॅच आहे - स्वप्नात.

तुम्ही डोळे बंद करून बसलात तर तुमच्या लक्षात येईल की स्वप्नांमध्ये किती प्रकारच्या मॅचेस चालू असतात. जरा डोळे बंद केले की स्वप्न धावायला लागतं. स्वप्न धावतच होतं. फक्त डोळे उघडे होते, तुम्ही बाहेर गुंतलेले होतात म्हणून लक्षात आलं नाही. स्वप्न हे झोपेचं लक्षण आहे कारण झोपेखेरीज स्वप्न असूच शकत नाही. हे तुम्ही एखाद्या सूत्रासारखं लक्षात ठेवा. स्वप्न हे झोपेचं लक्षण आहे. आणि जर जागेपणीही तुमच्या अंतरात स्वप्न चालूच असेल तर त्याचा अर्थ आहे तुमच्या आतही झोपच चालू आहे. वरवरच्या पातळीवर तुम्ही थोडे जागे आहात असं वाटतं. आतमध्ये स्वप्न चालू असतं.

तुम्ही रस्त्यावरून जाणाऱ्या लोकांकडे पाहा. ते त्या रस्त्यावर चालत असतात - वरवर. आतमध्ये दुसरेच रस्ते असतात आणि त्यांच्यावर त्यांचं मन

चालत असतं. लोकांना जेवताना-खाताना बघा. घास करतात, तोंडात घालतात. अगदी चांगले शुद्धीत आहेत असं वाटतं. पण जरा निरखून त्यांच्या चेहऱ्याकडे बघा. आत दुसरंच काहीतरी चालू असतं. कदाचित आपण जेवतो आहोत याचा त्यांना पत्ताही नसेल. ते कोणत्यातरी दुसऱ्याच जगात एखाद्या स्वप्नात दंग आहेत. त्यांचे ओठ थरथरताहेत. कोणाचा तरी विचार चालला आहे - तो तिथं हजर नाहीच आहे.

लोक रस्त्यानं चालत असतात, त्यांचे ओठ हलत असतात. हातानं काहीतरी हालचाली केल्या जात असतात. जणू काही ते तिथे हजर असलेल्या कोणाशी तरी चर्चा करताहेत. तुम्हाला नाही दिसत तो, तो त्यांच्या स्वप्नात हजर आहे.

तुम्ही स्वत:चंच निरीक्षण करा. तुम्ही जे काही करता ते वरवरचं असतं असं तुमच्या लक्षात येईल. आतमध्ये दुसरंच काहीतरी चाललं आहे. आतमध्ये स्वप्न चाललं आहे. आतमध्ये झोप भरून राहिली आहे. वर एक पातळशी साय आहे जागेपणाची. ती काम-चलाऊ आहे. त्यानं आत्म्याचीही प्राप्ती होणार नाही आणि परमात्म्याचीही प्राप्ती होणार नाही. तो प्रकाश इतका कमी, इतका मंद आहे की त्या प्रकाशात तो प्रगाढ अंधकार नाहीसा होणार नाही. हा अंधकार तुमच्या जीवनामध्ये अगदी तळापर्यंत पोचला आहे.

तो प्रकाश असा आहे - एखाद्या काजव्यासारखा. काजवा चमकतो हे खरंच आहे पण त्याच्या प्रकाशात बसून तुम्ही गीता वाचू शकत नाही. असंच तुमचं जागेपण आहे. काजव्यासारखं. त्याच्या प्रकाशात तुम्ही आतल्या परमात्म्याला पाहू शकणार नाही. त्या प्रकाशात तर काहीच दिसणार नाही आहे. त्या प्रकाशात काजवासुद्धा दिसू शकत नाही तर दुसरं काहीतरी काय दिसणार? बस, थोडीशी चमक. तेवढंच तुमचं जागेपण आहे. तीही चमक क्षणभराचीच आहे. काजव्याचे पंख उघडले की चमक. पंख बंद झाले की चमकही बंद. असेच दर क्षणाला तुम्ही झोपत असता, जागे होत असता. जाणीव येते आणि जाते.

दुसरी अवस्था आहे तुमच्या स्वप्नाची. स्वप्न ही एक मोठी विलक्षण घटना आहे. कारण जे नाहीच आहे ते तुम्हाला स्वप्नात खरं वाटतं. तुमची गुंगी किती गाढ आहे बघा. आणि तुम्ही काही एखादं स्वप्न नव्यानं पाहात नाही आहात. रोज रात्री तुम्ही पाहता. माणूस साठ वर्षं जगला तर कमीत कमी वीस वर्षं झोपतो. रोज आठ तास झोपणार. एक तृतीयांश दिवस झोपणार. साठ वर्षं जगला तर माणूस वीस वर्षं झोपेत घालवणार. रोज तुम्ही झोपता. रोज रात्री तुम्ही स्वप्न पाहता. आणि रोज रात्री तुम्हाला स्वप्नात स्वप्न खरं वाटतं. तुम्हाला शुद्ध अजिबात नाही आहे. जर पहिल्या प्रथमच स्वप्न पाहिलं आणि ते खरं वाटलं - कारण माहितीच नव्हतं. पण रोज सकाळी उठता आणि स्वप्न

खरं नव्हतं हे तुम्हाला कळतं. वीस वर्षं झोपाल-उठाल. प्रत्येक वेळी कळेल की स्वप्न खोटं होतं. पुन्हा झोपाल आणि स्वप्न खरं वाटेल.

हे तुमचं जागं असणं कोणत्या प्रकारचं जागं असणं आहे? तुमचा अनुभव हा काय प्रकारचा अनुभव आहे? तुमच्या आयुष्यात तुम्ही एक तरी अनुभव साठवून ठेवता की नाही? त्यातून तुम्हाला काही ज्ञान मिळतं की नाही?

लहान मुलानं एकदा चूक केली तर आपण म्हणतो, जाऊ दे माफ करू. पुन्हा दुसऱ्या वेळी तीच चूक केली तर आपण म्हणतो, जाऊ दे लहान आहे. पण तिसऱ्या वेळी आपण विचार करू लागतो की आता काहीतरी करावं लागेल. पण तुम्ही तर करोडो वेळा तीच चूक करत आला आहात. रोज रात्री झोपता तेव्हा तुम्हाला ठाऊक असतं की रात्री जे दिसतं ते खोटं आहे. सकाळी उठल्यावरही तुम्हाला माहीत असतं की खोटं आहे. पण रात्रीच्या आठ तासांमध्ये ते सगळं खरं असतं तुमच्यासाठी. म्हणजे जे तुम्हाला माहीत होतं ते आतवर पोचलेलंच नसतं. काटासुद्धा जास्त खोल रुतत असेल, इतकं तुमचं जाणणं उथळ असतं. या जाणण्याची साधी रेषाही तुमच्यावर उमटत नाही.

महाभारतातली कथा आहे. पाची पांडव वनामध्ये फिरत होते. ते एका तळ्याच्या काठी आले. तहान लागली आहे. धाकट्या भावाला पाठवलं आहे पाणी आणायला. पण तो पाणी भरायला वाकतो तेवढ्यात त्या तळ्याचा मालक असलेला यक्ष ओरडतो - थांब. या तळ्याचा असा नियम आहे की जो माझ्या तीन प्रश्नांची उत्तरं देईल तोच पाणी घेऊ शकेल आणि अट अशी आहे की तू उत्तर देऊ शकला नाहीस किंवा चुकीचं उत्तर दिलंस तर तू या तळ्याच्या काठाशी मरून पडशील.'

तहानेला होता नकुल, त्याचे भाऊही तहानेले होते. म्हणाला, 'मी उत्तरं द्यायला तयार आहे.' पण उत्तर देऊ शकला नाही. मरून पडला. दुसरा भाऊ आला, तिसरा भाऊ आला. तळ्यावरून चारही भाऊ परतले नाहीत म्हणून युधिष्ठिर त्यांना शोधण्यासाठी आले. किनाऱ्यावर चौघांची प्रेतं पडली आहेत. विचारात पडले की काय झालं?

आवाज आला. पाणी पिण्यासाठी वाकले तर आवाज आला, 'थांब. तुझ्या भावांचं जे झालं तेच तुझंही होईल. परीक्षा आहे. तीन प्रश्न आहेत. उत्तरं दे. कारण या तीन प्रश्नांची उत्तरं मिळाली की मी या यक्षयोनीतून मुक्त होईन. हा माझा उ:शाप आहे. म्हणून मी उत्तरं शोधतो आहे. आणि जोपर्यंत मला उत्तरं मिळणार नाहीत तोपर्यंत मी पाणी पिऊ देणार नाही. पाणी प्यालास तर मरशील. उत्तर न देता पळून जाण्याचा प्रयत्न केलास तरी मरशील. उत्तरं हवीतच मला. उत्तरं चुकीची असतील तरी मरशील.' युधिष्ठिरानं सांगितलं, 'तू विचार तर आधी.'

त्यानं पहिलाच प्रश्न विचारला तो सर्वांत महत्त्वाचा प्रश्न आहे. त्यानं विचारलं, 'मनुष्याच्या आयुष्यात सर्वांत महत्त्वाची गोष्ट तुझ्या अनुभवाला कोणती आली?' युधिष्ठिरानं सांगितलं, 'मनुष्याला कळलं तरी कळत नाही, शिकतो तरी शिकत नाही. माणूस कधीच शिकत नाही.'

'असं म्हणतात की मनुष्याच्या आयुष्यातली ही सर्वात विलक्षण घटना आहे.' हे यक्षानं मान्य केलं. कितीही अनुभव आला तरी त्या अनुभवाचं सार एकत्रित होत नाही.

किती वेळा तुम्ही स्वप्न पाहिलं आहे? किती वेळा तरीही फसला आहात? आज रात्री पुन्हा स्वप्न पाहाल आणि स्वप्न पाहताना सगळं खोटं खरं वाटू लागेल. ज्याला खोटं खरं वाटतं - हजार वेळा हे जाणूनही - त्याच्या जागेपणाला जागृती म्हणाल? तो तर अगदी गाढपणे बेशुद्ध आहे. स्वप्न हे बेशुद्धीचं लक्षण आहे. अगदी गाढ बेशुद्धीचं लक्षण आहे. फक्त मनावर उमटलेल्या रेषा आणि चित्रं खरी वाटू लागतात. विसंगत घटनाही स्वप्नात खऱ्या वाटू लागतात.

एक मित्र येतो आहे स्वप्नात. तुम्ही पाहता आहात - तो अचानक घोडा कसा बनला? तरीही तुमच्या मनात अशी शंका निर्माण होत नाही की जो आत्तापर्यंत माणूस होता, अचानक घोडा कसा झाला? स्वप्नामध्ये शंका निर्माण होतच नाही. मोठे मोठे शंकेखोरही स्वप्नात शंका घेत नाहीत. आणि ज्याला स्वप्नामध्ये शंका येते त्याचं स्वप्न भंग पावतं. तो स्वप्नामधून बाहेर पडतो.

सत्यासाठी पाहिजे श्रद्धा आणि स्वप्नासाठी पाहिजे शंका. ज्याची श्रद्धा आहे त्याला सत्य प्राप्त होतं. जो शंका घेतो त्याचं स्वप्न मोडून जातं. तुम्ही उलटंच करता आहात. सत्याबद्दल शंका घेत आहात आणि स्वप्नावर श्रद्धा ठेवता आहात. तुम्ही शीर्षासन करत आहात.

पायांवर उभे राहा. स्वप्नाबद्दल शंका घ्या आणि ज्या दिवशी तुम्ही स्वप्नाबद्दल शंका घ्याल त्याच दिवशी तुम्हाला कळेल की सत्यावर श्रद्धा ठेवणं सोपं होऊन गेलं आहे. अगदी सोपं होऊन गेलं आहे. तुम्ही आपल्या पायांवर उभे झालात. स्वप्नावर शंका घेताच स्वप्न तुटून जातं. रात्री झोपेत तुम्हाला एवढं जरी जाणवलं की... हे स्वप्न आहे, त्याच वेळी भंगून जाईल कारण एवढं जागं होणंही स्वप्नं संपून जायला पुरेसं आहे. स्पप्न तर खोटं आहे.

मूर्च्छित व्यक्तीची दुसरी अवस्था आहे स्वप्न. आणि तिसरी अवस्था आहे झोप. तुमची जागृतीही खोटी. स्वप्नात तर तीही राहात नाही. जागेपणी थोडीशी राहते असं भासणं एक आभास, एक छाया, एक प्रतिध्वनी - पण स्वप्नात बिलकुल राहात नाही. जेव्हा स्वप्नही शिल्लक राहात नाही तेव्हा झोपेत काय राहणार? तेव्हा तर तुम्ही असे होऊन जाता जणू रस्त्यावरचा दगड. तुम्ही नसताच.

निद्रा याचा अर्थ आहे स्वप्नविरहित निद्रा. तेव्हा तुम्ही नसताच. तुमचं असणं अगदी संपूर्णपणे लुप्त होऊन जातं. दिवा पूर्णपणे विझून जातो. आता काजवेही चमचमत नाही आहेत. जागेपणी काजवे चमचमत होते. स्वप्नामध्ये काजव्याचे पंख बंद होते. चमचमत नव्हते. निद्रेमध्ये संपूनच गेले. पंख बंद असलेल्या काजव्याचंही अस्तित्व नसतंच.

सर्वसाधारण मनाच्या या तीन अवस्था आहेत - मूर्च्छित मनाच्या.

अमूर्च्छित चित्ताची काय परिस्थिती असते? अमूर्च्छित चित्ताच्या कोणत्याही अवस्था नसतात. कारण अमूर्च्छित माणूस कधीही स्वप्न बघत नाही. अमूर्च्छित व्यक्तीला स्वप्न पडूच शकत नाही. कारण जो जागृत आहे त्याला स्वप्न कसं फसवू शकेल? खोटं खरं कसं वाटेल? जसं प्रकाश आल्याबरोबर अंधार हरवून जातो तसंच जागं झाल्याबरोबर स्वप्नं हरवून जातात. अमूर्च्छित व्यक्ती, जागा झालेला प्रबुद्ध माणूस स्वप्नांपासून मुक्त होतो आणि निद्रेपासूनही.

याचा अर्थ असा नाही की तो झोपत नाही. झोपतो पण जागेपणी झोपतो. जसे तुम्ही जागेपणीही झोपता तसा तो झोपलेला असूनही जागा असतो.

कृष्णानं गीतेमध्ये म्हटलं आहे, भोगी माणसाची रात्र असते तेव्हाही योगी जागा असतो. भोगी झोपलेला असतो तेव्हाही योगी जागा असतो. याचा अर्थ असा नाही की कृष्ण कधी झोपत नव्हते. शरीर विश्रांती घेणारच, शरीर हे तर एक यंत्र आहे. थकेल आणि विश्रांती घेईल आणि शरीराच्या पुनरुज्जीवनासाठीही विश्रांतीची जरूरी आहे. पण फक्त शरीरच झोपतं. आतला दिवा जळतच राहतो. शरीर झोपलेलं असतं. आतला पुरुष जागा राहतो.

जागृत व्यक्तीच्या कोणत्याच अवस्था नाहीत. जागृती हीच त्याची अवस्था आहे. तो जागेपणीही जागृत असतो आणि झोपेतही जागृत असतो. जागं असणं हा त्याचा स्वभाव आहे आणि म्हणून सर्व योग एकाच गुरुकिल्लीवर भरवसा ठेवतात आणि ती गुरुकिल्ली आहे जागं होणं. ज्या दिवशी ही जागं होण्याची गुरुकिल्ली तुमच्या झोपेच्या कुलपाला एकदा लागली की दारं उघडलीच.

कबीराच्या या वचनामध्ये त्याच किल्लीचा विचार आहे. तो नीट समजून घ्या.

'मन रे जागत रहिये भाई ।'

झोप खूप गाढ आहे. जागं होण्यानंच उघडेल. सतत सतत अभ्यास करण्यानंच संपेल. लढत राहिल्यानंच नष्ट होईल. प्रयत्न चालू राहू देत. कितीही लहान थेंब असला तरी थेंब थेंब पडून पहाडही फुटू शकतात.

रहीमनं म्हटलं आहे, 'रसरी आवत जावत है, सिलपर पडत निशान.' दोराची ताकद ती केवढी. पण विहिरीवर पाणी खेचत राहतो, काम करत राहतो आणि चांगल्या मजबूत अशा दगडावरही त्याचे घट्टे उमटतात. तुमच्या ज्ञानाचा

दोर तुमच्या जीवनाच्या घाटावर सरसरत राहील तर झोप कितीही गाढ असली तरी आज नाही तर उद्या खुणा उमटतीलच.

'मन रे जागत रहिये भाई ।

गाफिल होइ बसत मति खोवै, चोर मुसै घर जाई ।

बेसावधपणी जगत राहिलात गाफील राहून जगत राहिलात, शुद्धीत न येता जगत राहिलात, नशेतच जगत राहिलात तर तो जो आतमध्ये राहतो, तो जो अंतराचा स्वामी आहे त्याचा तुम्हाला कधी पत्ताच लागणार नाही. तो जो आत राहतो तुमच्या घरामध्ये.

संस्कृतमध्ये सांख्य आणि वैशेषिक शास्त्रांमध्ये आत्म्याला पुरुष म्हटलं आहे. पुरुष शब्द फार गोड आहे. ज्या धातूपासून 'पुर' हा शब्द बनतो त्याच धातूपासून 'पुरुष' हा शब्द बनतो. पुर म्हणजे नगर. कानपुर, नागपुर - पुर म्हणजे नगर. आणि पुरुष म्हणजे जो त्या नगरातला रहिवासी आहे तो.

कबीर त्याला म्हणतात - 'बसत' तो जो वसला आहे. आपण म्हणतो ना गावाला - वस्ती - तो जो आतमध्ये वसला आहे.

'गाफिल होइ बसत मति खोवै.'

अगर शुद्ध न येता जगत राहिलात तर तो जो आत बसला आहे त्याची जी प्रतिभा आहे, त्याचं जे तेज आहे, जी चमक आहे, ती सगळी हरवून जाईल. त्याची बुद्धी धूसर होऊन जाईल. तिच्यावर धूळ चढेल. आरशावर धूळ बसली की त्यात प्रतिबिंब दिसणं बंद होऊन जाईल. असंच जो तुमच्या आत बसलेला आहे, तुम्ही जर झोपेचे थरावर थर चढवत गेलात तर त्याची मती, त्याची प्रतिभा, त्याची चमक हरवून जाईल.

'गाफिल होइ बसत मति खोवै, चोर मुसै घर जाई ।'

आणि जेव्हा आतला पुरुष, आतला दिवा अंधारानं झाकला जातो, गहन रात्रीमध्ये हरवून जाईल, आतली प्रतिमा झोपी जाईल, जागृत होणार नाही तेव्हा मग चोर घरात घुसणं सुरू होतं.

बुद्धांनी म्हटलं आहे घरात कोणीही नसलं, पण दिवा जळत असेल तरी चोर घाबरतात. घरात कोणीही नसलं पण दिवा जळत असेल तर चोर दूर निघून जातात. कारण दिवा जळतो आहे याचा अर्थ कदाचित घरात कुणी तरी असेल. ज्या दिवशी आतला दिवा पेटेल त्या दिवशी चोर प्रवेश नाही करत.

चोर कोण आहेत? जे कुणी तुम्हाला प्रतिक्रियेकडे नेतात ते सगळे चोर आहेत.

कोणी शिवी दिली - तुमच्यावर परिणाम झाला. चोर आत घुसला. आता हा चोर तुमचं नुकसान करणार. मोठी गमतीची गोष्ट आहे. शिवी देणारा तुमचं काही नुकसान करत नाही, नुकसान करूही शकत नाही. त्याला एवढं सामर्थ्यही

नाहीये. चोर बाहेर होता. काय करेल? पण तुम्ही चोराला आत बोलावलंत. तुम्ही रागावलात. आता नुकसान होणार.

महावीराने पुन्हा पुन्हा सांगितलं आहे, तुमच्या स्वत:शिवाय तुमचा सर्वांत मोठा मित्र दुसरा कोणीही नाही आणि तुमच्या स्वत:शिवाय तुमचा सर्वांत मोठा शत्रूही दुसरा कोणी नाही. तुम्ही चोरांना आत घुसू दिलंत तर तुम्ही शत्रू आहात. ज्यानं शिवी दिली तो शत्रू नाही. कारण तुम्ही जर रागाला बळी पडला नसतात तर त्याची शिवी बाहेर पडून राहिली असती. त्या शिवीचा काहीही परिणाम होऊ न देता तुम्ही तिथून निघून गेला असतात, तर त्याची शिवी आत प्रवेश कसा करू शकली असती. कोणी तुमचा सन्मान केला. सन्मानात काही धोका नाही. पण तुम्ही आखडलात. अहंकार आला. चोर आत घुसला. चोर तुमच्यामुळेच आत घुसतो. दुसऱ्या कुणामुळे नाही.

एक सुंदर स्त्री इथून गेली. तुम्ही तिथे मंदिरासमोर उभं राहून काय करता आहात हे तिला माहीतही नाही. किंवा तुम्ही मंदिराच्या आत पूजा करत होतात आणि तिथेच एक स्त्री येऊन वाकली. स्त्रीला काही ठाऊकही नाही, तिचा काही संबंधही नाही. चोर तुमच्या मनात घुसला. कोणी शिवी दिली तर आपण एवढं तरी म्हणू शकतो की कमीत कमी यानं शिवी तरी दिली आहे, याचा काहीतरी हात आहे. पण एक सुंदर स्त्री तुमच्या जवळून गेली, तिनं तुमच्याकडे पाहिलंही नाही पण चोर आत घुसला. तुम्ही स्वत:च चोराला बोलावून घेतलंत. काम जागा झाला. वासना जागी झाली. तुम्ही गाफील झालात. अडचणीत सापडलात. बैचैन झालात. एका उद्दीपनाने ग्रासून टाकलं. हरवलं तुमचं केंद्र. स्वप्न जागं झालं. झोप आली.

'गाफिल होइ बसत मति खोवै, चोर मुसै घर जाई।'

तुम्ही निष्काळजी राहिलात, गाफिल राहिलात की चोर आत घुसतो. म्हणजे तुमचं गाफिल राहणं हेच खरं कारण आहे.

बुद्ध एका गावाजवळून चालले होते. लोकांनी शिव्या दिल्या, अपमान केला. बुद्धांनी विचारलं, मी जाऊ का? तुमचं बोलणं पुरं झालं असेल तर... कारण मला दुसऱ्या गावाला लौकर पोचायचं आहे. लोकांनी म्हटलं, असं कसं चालेल? आम्ही वाईटांत वाईट शब्द वापरले, तू काय बहिरा झाला आहेस? ऐकलं नाहीस का?

बुद्धांनी सांगितलं, ऐकतो आहे. नीट लक्ष देऊन ऐकतो आहे. असं लक्ष देऊन मी यापूर्वी कधीच ऐकलं नव्हतं. पण तुम्हाला थोडा उशीर झालाय. दहा वर्षांपूर्वी यायला हवं होतं. आता मी जागा झालो आहे. आता चोरांना आत घुसण्याची संधी नाही. तुम्ही शिव्या देता. मी बघतो आहे, त्या शिव्या माझ्यापर्यंत

येतात आणि परत जातात.

ग्राहक हजर नाही. तुम्ही दुकानदार आहात. तुम्हाला जे विकायचं आहे ते तुम्ही घेऊन आला आहात. पण ग्राहकच हजर नाही आहे. ग्राहक दहा वर्षांपूर्वीच मरून गेला आहे. मागच्या गावात काही लोक मिठाई घेऊन आले होते. माझं पोट भरलं होतं तर मी त्यांना सांगितलं परत घेऊन जा. मी तुम्हाला विचारतो, ते काय करतील? कोणी तरी गर्दीतून म्हटलं, जाऊन गावात वाटून टाकू, खाऊन टाकू.

बुद्धानं विचारलं, तुम्ही काय कराल? तुम्ही शिव्यांचं ताट सजवून आणलं आहे. माझं पोट भरलं आहे. दहा वर्षांपासून भरलेलं आहे. तुम्हाला थोडा उशीर झाला आहे. आता तुम्ही काय कराल? या शिव्यांना परत घेऊन जाल की वाटाल की स्वत: खाल? मी नाही घेत. तुम्ही चुकीच्या माणसाकडे आला आहात. आणि जोपर्यंत मी त्या घेत नाही तोवर तुम्ही मला शिव्या कशा देऊ शकाल? देणं तुमच्या हातात आहे. घेण्याची सत्ता तर कायमच माझ्या हातात आहे. फक्त देण्यानं काम पुरं होत नाही. ती अर्धवट प्रक्रिया आहे.

आणि मजा अशी आहे की जर तुम्ही घ्यायला उत्सुक असाल तर कुणी न देताही मिळू शकतं. कोणीतरी माणूस हसतो आहे. तो दुसऱ्याच काही कारणानं हसतो आहे पण तुम्हाला ते लागतं. तुम्हाला वाटतं तो तुम्हालाच हसतो आहे. तुमचा अभिमान असा आहे की तुम्हाला वाटतं जगात जे काही घडतं ते तुमच्या- मुळेच घडतं. लोक हसताहेत तर तुमच्यामुळे हसताहेत. लोक हळूहळू कुजबुज करत काही बोलताहेत तर ते तुमची निंदा करताहेत. नाही तर अशी कुजबुज करत कशाला बोलतील?

जणू काही तुम्ही सगळ्या जगाच्या केंद्रस्थानी आहात. जे काही घडतं आहे इथे ते तुमच्यामुळे होतं आहे? फुलं उमलतात ती तुमच्यासाठी? चंद्र-तारे उगवतात ते तुमच्यासाठी? शिव्या येताहेत त्या तुमच्यासाठी? लोक हसताहेत, चेष्टा-मस्करी करताहेत ते तुमच्यासाठी? तुम्ही सगळं जग स्वत:च्या डोक्यावर घेत आहात. जे तुम्हाला दिलं गेलेलं नाही तेही तुम्ही घेऊन टाकताहात.

जागृत व्यक्ती, बुद्धासारखा जागृत माणूस जे घ्यायला हवं तेच घेतो. तुम्ही देण्याचा प्रश्न नाही, न देण्याचाही प्रश्न नाही. बुद्ध मालक आहेत. गुलामीचे दिवस होते दहा वर्षांपूर्वी - तेव्हा काही कळण्याआधी शिव्या घेऊनही टाकल्या असत्या.

'गाफिल होइ बसत मति खोवै, चोर मुसै घर जाई।
षट्चक्र की कनक कोठरी, बस्त भाव है सोई।'

कबीर म्हणतात - हे आतलं - कबीराचं - मनुष्याच्या अगदी अंतरतलाचं विश्लेषण आहे.

योग सहा चक्रं आहेत असं मानतो. त्यांच्या आत तुमची चेतना लपलेली असते. ही सहा षट्चक्रं तुमच्या या शरीराचा भाग नाहीत. या शरीराच्या आतमध्ये जे एक सूक्ष्म शरीर लपलेलं असतं त्या सूक्ष्म शरीराचा भाग असतात. ही सहा चक्रं ऊर्जेची चक्रं आहेत. या सहा चक्रांमुळेच तुम्ही ऊर्जावान आहात. तुम्हाला जीवनात जी शक्ती जाणवते, उठता, बसता, चालता, काम करता, मग थकता. मग शक्ती परत येते. या सहा चक्रांमुळे, या सहा डायनामोजमुळे तुमच्या शरीरात ऊर्जा पैदा होत असते.

डायनामो ज्याप्रमाणे वीज निर्माण करतो, जसं तुम्ही पाण्यापासून वीज तयार होताना पाहता ना - वीज पाण्यात लपलेली आहे. पण तिला बाहेर काढायला यंत्र हवं. पाण्यामध्ये विजेचं ताकदवान रूप लपलेलं आहे. पण ती वीज बाहेर काढून उपयोगात आणण्यासाठी यंत्र हवं.

तुमचा आत्मा ही प्रगाढ ऊर्जा आहे, अनंत ऊर्जा आहे. ज्यांना ज्ञान झालं आहे ते म्हणतात प्रत्यक्ष परमात्म्याशी जुडलेली आहे. अनंत, अभय अशी त्याची शक्ती आहे. पण त्या शक्तीला सक्रिय बनवण्यासाठी आत सहा चक्रं आहेत. त्या चक्रांच्या फिरण्यामुळे, सतत फिरण्यामुळे आत्म्याची शक्ती शरीराकडे वाहू लागते. योग त्या सहाही चक्रांना जागवण्याचा प्रयत्न करत आहे.

जेव्हा ती सहाही चक्रं नीटपणे सक्रिय होतात तेव्हा आयुष्यात एक मोठी ऊर्जा निर्माण होते. तेव्हा तुम्ही न थकता जगता. तेव्हा तुमच्या आतमध्ये ऊर्जेची एक वाढ होते. तुम्ही कितीही वाटा, कमी होत नाही. कितीही लुटा, संपत नाही. तुम्ही देत जा, आणखी वाहात येते. तेव्हा तुमची क्षमता अपार होऊन जाते. तेव्हा तुमच्या दानाला काही सीमा राहात नाही. तुम्ही प्रेम वाटा, प्रेम वाढतं. तुम्ही ज्ञान वाटा, ज्ञान वाढतं. जे तुम्हाला हवं ते. एकदा का ही सहाही चक्रं नीट चालू लागली की मग तुमचं यंत्र सुनियोजित पद्धतीनं चालू लागतं. आणि तुमच्या अंतरातला पूर कधीच कमी होत नाही. तेव्हा तुम्ही कंजूष कधीही नसता. म्हणून आजपर्यंत ज्याला अंतरातला थोडासा सुगंध मिळाला आहे असा कोणीही माणूस कृपण सापडलेला नाही.

सारी मानवजातच कृपण आहे. या कंजूषपणाचं कारण असं आहे की तुम्हाला वाटतं संपून जाईल. जे तुमच्याजवळ आहे ते इतकं थोडं आहे की तुम्ही घाबरलेले आहात. ते वाचवत राहता आणि गुंतागुंतीची गोष्ट अशी आहे की जेवढं तुम्ही वाचवता तेवढीच तुमच्या षट्चक्रांची क्रिया कमी कमी होत जाते. कारण जेव्हा जरूरच राहात नाही - वाटून टाकत असाल तर जरूरत वाढणार. जरूरत वाढली तर चक्रं फिरतात, अधिक ऊर्जा निर्माण करतात. जेव्हा जरूरतच नसते तेव्हा चक्रं थांबून जातात, गंजू लागतात. चालतच नाहीत.

कृपण माणूस कमजोर होऊन जातो. कृपणाहून अधिक कमजोर दुसरा कोणीही नाही. लोभी कमजोर होतो. दानी पसरतो. लोभी संकुचित होतो. जसं एक विहीर आहे. तुम्ही त्यातून पाणी भरून घेतलंत रोज, तर विहिरीखालचे झरे असतात त्यातलं पाणी विहिरीत भरत राहतं. नवं पाणी येतं. नव्या पाण्याचे स्रोत मोकळे होतात. तुम्ही रोज पाणी उपसत जाता. नवं पाणी विहिरीत भरत जातं. पण विहिरीचा तळ मात्र कायम तोच राहतो. ओढून घ्या कितीही पाणी, विहिरीत पुन्हा पाणी भरून येतं. आणि हे पाणी नवं असतं. आणखी नवे झरे उघडे होतात. जेवढी आवश्यकता असेल तेवढी ऊर्जा वाहील.

पण एखाद्या विहिरीकडे कंजूषी आली किंवा एखाद्या विहिरीच्या मालकाला कृपणता आली की एवढंसंच तर पाणी आहे सगळं. हे उपसून संपवून टाकलं तर विहीर रिकामी होऊन जाईल. विहीर म्हणजे काही एखादा घडा नाही आहे, पाणी काढून घेतलं तर रिकामी व्हायला. विहीर काही मेलेली नाही आहे. तिची धारा जिवंत आहे. ती आतून सागराशी जोडली गेलेली आहे. कंजूषी नका करू, नाही तर विहीर सडेल. तिचं पाणी पिण्यायोग्य राहणार नाही. आणि वाढणार तर नाहीच. तिचे झरेही हळूहळू बंद होत जातील. त्यांची जरूरच राहणार नाही. त्यांच्यावर माती बसेल. दगडधोंडे बसतील. विहिरीचं पाणी कुजून जाईल आणि झरे बंद होऊन जातील.

कृपण माणसाचं आयुष्यही असंच असतं. ज्या माणसाच्या आयुष्यात थोडी तरी जागृती आलेली आहे तो वाटून टाकायला सुरुवात करतो. तो स्वत:लाच वाटत असतो. जेवढा वाटतो तेवढा वाढतो. जेवढं वाटतो तेवढे नवे स्रोत उपलब्ध होतात. जेवढं वाटतो तेवढं परत मिळतं. अनंत पटींनी उपलब्ध होतं. अनंत ऊर्जा उपलब्ध होते.

'षट्चक्र की कनक कोठरी'

तुम्ही ढीग सोन्याची रास आहात. तुमच्या संपत्तीला काही सीमा नाही - म्हणून कनक कोठरी. तुम्ही सोन्याचा खजिना आहात. तो खजिनासुद्धा काही मेलेल्या सुवर्णाचा नाही. जिवंत ऊर्जा आहे ती परमात्म्याची. पण तो सहा चक्रांशी जोडलेला आहे.

'षट्चक्र की कनक कोठरी, बस्त भाव है सोई'

आणि त्या कोठरीच्या आतच, त्या असीम संपत्तीच्या आतच पुरुष वसलेला आहे - तुमचा आत्मा, ही सहा चक्रं सक्रिय व्हायला हवीत. जेवढी अधिक सक्रिय होतील तितका आत प्रवेश होईल आणि अगदी अंतरतम ठिकाणी, बरोबर मध्यबिंदूवर, तुमच्या असण्याच्या अगदी केंद्रस्थानी परमात्मा लपलेला आहे. तोच तर आहे खरा रहिवासी. शरीर हे घर आहे. मन हे घर आहे आणि

मनाहूनही अधिक गहन हे षट्‌चक्र आहे.

'ताला कुंजी कुलफ के लागै, उघडत बार न होई ।'

बस, योग्य ती किल्ली तुम्हाला सापडेल, कुलपाला लागेल तर कुंडलिनी जागृत होईल. ऊर्जा जागी होते. त्या सहा चक्रांमध्ये एकाच ऊर्जेचा प्रवाह वाहात असतो. सहा चक्रांना जोडणाऱ्या ऊर्जेचं नाव आहे कुंडलिनी. ही चक्रं वेगवेगळी फिरत असतात तेव्हा तुम्ही आयुष्यातल्या कामांसाठी लागणारी शक्ती निर्माण करू शकता.

जेव्हा सहाही चक्रं एकत्रितपणे एकाच सूत्रामध्ये बांधली जातात - जणू एखाद्या माळेतले मणी एकाच धाग्यात ओवावे तसे - वेगवेगळे मणी, मणी असतात, माळ नसतात. अलग अलग चक्रं चक्रं असतात, त्यांच्यामधून शक्तीही निर्माण होत असते, पण अजून त्यांची माळ नाही तयार झालेली. जेव्हा सहाही चक्रं एका प्रवाहात जोडली जातात, एका लयीनं बद्ध होतात, सहाही एकाच वेळी सक्रिय होतात आणि त्या सहाहींमधून एक संगीत निर्माण होऊ लागतं, एक माळ तयार होते, त्याचंच नाव कुंडलिनी असं आहे आणि ज्या दिवशी कुंडलिनी जागृत होते 'उघडत बार न होई' मग तुमचं परमात्मास्वरूप उघड होण्यात क्षणाचाही उशीर होत नाही.

'पंच पहिरवा सोई गये हैं, बसतैं जागण लागी ।'

आणि जसे तुम्ही जागृत होता, तुमची पाचही इंद्रियं झोपी जातात. जोवर पाचही इंद्रियं जागी असतात तोवर तुम्ही झोपलेले असता. जसजशी इंद्रियं झोपी जाऊ लागतात, शांत होऊ लागतात, जी ऊर्जा इंद्रियांमध्ये वाहात जाऊन बाहेर निघून जात होती ती ऊर्जा अंतर्यात्रेला निघते. त्यामुळेच तुम्ही जागे होऊ लागता.

'पंच पहिरवा सोई गये हैं, बसतैं जागण लागी ।'

तो जो आत राहतो आहे तो जागा झाला. ते पाच पहारेकरी झोपी गेले.

'जरा मरण व्यापै कछु नाही, गगन मंडल लै लागी ।'

आता मरणही नाही आणि जन्मही नाही. कारण तुमच्या आत जो लपला आहे तो कधी जन्मला नाही आणि मेलाही नाही. मरणं आणि जन्म घेणं त्याच्या बाहेरच्या घटना आहेत. तुमचं शरीर मेलं आहे, जन्मलं आहे, तुमचं रूप, तुमचं मन, नाव अनंत वेळा बदललं आहे. पण तो जो आत लपलेला आहे अविनाशी तो सदाच आहे तसा राहणार आहे. तो कधी बदलला नाही. ना जन्मला, ना मरणार आहे. त्याला कोणी निर्माण केलं नाही आणि त्याचा कोणी नाशही करू शकत नाही.

'जरा मरण व्यापै कछु नाही ।'

आणि ज्यानं याची साक्षात अनुभूती घेतली त्याचं मृत्यूचं भय संपून जातं

आणि जीवनाची इच्छाही संपून जाते. ती जीवनाची जगण्याची जी असोशी असते - लस्ट फॉर लाईफ - तीही संपून जाते.

'गगन मंडल लै लागी ।'

आता त्याची सारी ज्योती, सारं मन शून्याकडे लागून राहतं. गगन म्हणजे शून्य, आकाश, निराकार. ब्रह्म म्हणा, निर्वाण म्हणा, मोक्ष म्हणा, आता त्याची सारी ज्योती शून्याच्या दिशेनं वाहू लागते.

तुमच्या जीवनाची ज्योती नेहमी वस्तूंच्या दिशेनं वाहात जात असते. आकाराच्या दिशेनं, रूपाच्या दिशेनं, धनाच्या दिशेनं, शरीराच्या दिशेनं, घराच्या दिशेनं, पण नेहमी वस्तूंच्याच दिशेनं. इंद्रियं वस्तूंच्या दिशेनंच वाहतात. चेतना नेहमी निर्विकार, निराकार, शून्याच्या दिशेनं वाहते.

'पंच पहिरवा सोई गये हैं, बसतैं जागण लागी ।
जरा मरण व्यापै कछु नाही, गगन मंडल लै लागी ।
करत विचार मन ही मन उपजी ना कहीं गया न आया ।
कहै कबीर संसा सब छूटा राम रतन धन पाया ।'

करत विचार - हे सूत्र मोठं मौल्यवान आहे. कबीराच्या एका एका सूत्रामध्ये एक एक उपनिषद आहे.

'करत विचार मन ही मन उपजी...'

कबीर ज्याला विचार म्हणतात तो तुमचा विचार नाही आहे. तुम्ही तर कधी विचार केलेलाच नाही. तुमच्या आत विचार तर पुष्कळ असतात पण तुम्ही विचार कधी केलाच नाहीत. हा फरक नीट समजावून घ्या. थॉटस् - विचारांची तर तुमच्या आत गर्दी आहे पण थिंकिंग - विचारांची अजिबात शक्यता नाही. विचार तुमच्या आत खूप आहेत पण तुमचा त्यात कोणता विचार आहे? सगळे उधार घेतलेले आहेत. तुम्ही कसला विचार केला आहे? बाहेरून आलेला आहे. जो बाहेरून आला आहे त्याला काय विचार म्हणायचं! दुसऱ्याचा आहे, शिळा आहे, उष्टा आहे, त्याज्य आहे. तुमचा स्वत:चा एखादा विचार आहे?

ज्याला तुम्ही स्वत:चा म्हणता, थोडा नीट विचार केलात तर लक्षात येईल दुसऱ्या कुणाकडून तरी, दुसरीकडून कुठून तरी मिळवला आहात. जास्तीत जास्त तुम्ही काय करू शकला आहात - तर कोणा एकाच्या विचाराचा पाय, कोणा दुसऱ्याच्या विचाराचं डोकं आणि तिसऱ्याच्या विचाराचे हात एकमेकांना जोडून तुम्ही एक प्रतिमा बनवून घेतली आहे. ती नवी वाटते पण नवी नाही आहे. तीही दुसऱ्यांच्या विचारांची जुळवाजुळव आहे. संयोग नवीन असेल पण विचार जुना आहे. त्यात काहीच नवीन नाही.

जेव्हा ध्यान लागू शकेल तेव्हाच तुमच्या मनात मौलिक विचार निर्माण होऊ शकतील. ध्यान याचा अर्थ आहे विचारांची गर्दी निघून जाणं. जेव्हा विचारांची गर्दी निघून जाते तेव्हाच खरे विचार करण्याची क्षमता निर्माण होते. जेव्हा आतमध्ये मनाचं मोकळं आकाश शिल्लक राहतं, एकही विचाराचा ढग नाही, तेव्हाच विचार करण्याची क्षमता निर्माण होते. तेव्हा तुम्ही विचार करत नाही, तुम्हाला तो दिसतो. तेव्हा विचार तत्त्वज्ञान होतात.

'करत विचार मन ही मन उपजी ।'

कबीर त्या विचाराबद्दल बोलत आहेत. असं शांत बसावं ध्यानात - विचारांची गर्दी नाही, शून्याकडे वृत्ती लागली आहे, जीवनाची ज्योत शून्याच्या दिशेनं धावते आहे, अशा विचाराच्या क्षणात 'मन ही मन उपजी ।' आत हा भाव उमटला. आत ही भावना प्रकट झाली. ही धारणा जन्मली.

'ना कहीं गया न आया ।'

आजवर ना कुठे गेला आहे आणि ना कुठे आला आहे. आजवर ना जन्म झाला ना मृत्यू झाला.

सगळं स्वप्नच होतं. जन्म, मरण आणि या दोहोंच्या मधल्या काळातला सारा व्यवहार - सगळं स्वप्न होतं. म्हणून हिंदू या जगाला माया म्हणतात. मायाचा अर्थ आहे - जे खरोखर जागे झाले आहेत त्यांनाच दिसून येतं की ज्याला आपण जीवन म्हणतो तेही स्वप्नच होतं. ना कुठे गेला ना आला. सदा तिथेच आहे जिथे होतो. शाश्वत सनातन नित्य. थोडाही फरक पडला नाही.

तुम्ही येता आणि जाता. थोडं समजून घ्या - घरातून तुम्ही निघालात, इकडे आलात. इथून निघाल, घरी जाल, दुकानात, कचेरीत जाल. पण जो तुमच्या आत आहे तो आला कुठे? गेला कुठे? तो तर जिथे आहे तिथेच आहे. शरीरानं हालचाल केली, उठून इथे आलात, शरीरानं हालचाल केली, उठून परत गेलात. पण तुमच्या अंतरात जे चित्स्वरूप आहे तुमचं, तो कुठे आला? कुठे गेला? तो तर तिथल्या तिथेच आहे.

तुम्ही हवं तर लंडनला जा, कलकत्त्याला जा, मॉस्कोला जा, नाही तर पेकिंगला जा. शरीरच जाणार आणि येणार. मन जाईल आणि येईल. तुम्ही तर आहात तिथेच राहणार. तुम्ही कुठे जाणार? कसे जाणार? त्या परमचित, त्या परम चेतनेचं काही येण-जाणं नाही.

म्हणून कबीर मोठी विलक्षण गोष्ट सांगत आहेत,

'करत विचार मन ही मन उपजी ।'

अशा शांत शून्य क्षणी ही गोष्ट जन्मली.

'ना कहीं गया न आया ।' आणि जसं हे प्रतीत झालं की कुठेच गेला नाही

आणि आला नाही.

'कहै कबीर संसा सब छूटा ।'

त्या क्षणी ती संपत्ती प्राप्त झाली - जी परमात्म्याची आहे, ब्रह्माची आहे, पाइबो रे पाइबो रे ब्रह्मज्ञान.

'राम रतन धन पाया ।'

आणि जोवर हे राम रतनाचं धन मिळत नाही तोवर समजून चाला की तुम्ही मूर्च्छित आहात. तोच निकष आहे. तीच परीक्षा आहे.

सोनं जसं घासतात निकषावर, कसोटीवर, तसेच अमूर्च्छेवर तुम्ही घासले जाल, पारखले जाल. मूर्च्छित असाल तर माती आहात. अमूर्च्छित असाल तर तुम्ही परतात्मा आहात. मूर्च्छित तर तुम्ही मृण्मय. अमूर्च्छित तर तुम्ही चिन्मय. तुमच्या आयुष्यातली मूर्च्छा संपली की मग दुसरं काही संपवायचं नसतंच.

ज्ञानी लोकांनी असं नाही सांगितलं की चोरी करू नका, बेइमानी करू नका, हिंसा करू नका. नाही, ज्ञानी लोकांनी तर फक्त एवढंच सांगितलं आहे की मूर्च्छेत राहू नका आणि ज्यानं मूर्च्छेत राहणं सोडलं तो बेइमानी करणारच नाही. करू शकतच नाही. चोरी करणार नाही. चोरी होऊच शकत नाही. हिंसा अशक्य आहे.

महावीराला कोणीतरी विचारलं, साधू कोण? असाधू कोण? तेव्हा महावीराने मोठं महत्त्वाचं सूत्र सांगितलं आहे. महावीरानं सांगितलं, जो झोपला आहे तो असाधू. जो जागा आहे तो साधू. 'असुत्ता मुनि । सुत्ता अमुनि ।'

जैन साधूही विचारात पडतील कारण महावीरांनी खरं तर असं सांगायला हवं होतं, जो अहिंसेचं पालन करतो तो साधू. जो रात्री भोजन करत नाही तो साधू. जो पाणी गाळून पितो तो साधू. पण महावीरानं अहिंसेची गोष्टच काढली नाही. महावीरानं रात्र आणि दिवसाची चर्चाच केली नाही. पाणी गाळणं, न गाळणं याची चर्चा केलीच नाही.

महावीरानं ही चर्चा केली असती तर ते सामान्य साधूच राहिले असते. महावीर जागृत पुरुष आहेत. त्यांना बुद्धत्व, जिनत्व प्राप्त झालेलं आहे. त्यांनी किल्लीची चर्चा केली. सारसूत्र सांगितलं, सुत्ता अमुनि. दोन लहानसे शब्द.

झोपला आहे तो असाधू. असुत्ता मुनि. जागा आहे तो साधू. तेच कबीर सांगताहेत,

'मन रे जागत रहिये भाई ।'

आज इतकंच.

♦

अवधू, गगन मंडल घर कीजै ।
अमृत झरै, सदा सुख उपजै, बंकनालि रस पीजै ।
मूल बांधि सर गगन समाना, सुखमनि यों तन लागी ।
काम क्रोध दोऊ भया पलीता, तहां जोगणी जागी ॥
मनवा आई दरीबै बैठा, मगन भया रसि लागा ।
कहै कबीर जिय संसा नाही, सबद अनाहद बागा ॥

प्रवचन ५ वे
गगन मंडल घर कीजै

मी पाहतो आहे तुमच्या आत, तुम्ही आणि सत्य यांच्यामध्ये काही फार मोठा पहाड उभा नाही आहे. धुक्याची एक धूसरशी रेषा आहे. वाटलं तर क्षणभरात नाहीशी होईल, नाही वाटलं तर जन्मापर्यंत तशीच राहील. तुम्ही आणि तुमचं स्वरूप यांच्यामध्ये विचाराच्या एका अरुंदशा भिंतीखेरीज दुसरं काहीही नाही. आणि विचार म्हणजे तर पाण्याचे बुडबुडे आहेत. त्यांच्या असण्या-नसण्यामध्ये किती फरक आहे?

पण तेवढीशी भिंत - धुक्याच्या रेषेसारखी - पाण्याच्या बुडबुड्यासारखी - तिनं तुम्हाला खूप फसवलं आहे. आणि तुमच्या या वाट चुकून फिरत राहण्याचा हिशेब केलात तर असं वाटेल की एखादा हिमालयच मध्ये उभा आहे.

डोळ्यांत एक बारीकसा वाळूचा कण गेला आहे. पण डोळा बंद झाला तर अस्तित्व दृष्टीला पडणंच बंद होऊन जातं. डोळ्यांत मोठा पहाड जाण्याची जरूरी नसते. वाळूचा एक अगदी क्षुद्र कण आणि डोळे बंद होऊन जातात. तुमच्या आतल्या डोळ्यांवरही वाळूच्या बारीकशा कणापेक्षा मोठं काही आलेलं नाही. फक्त उभं राहू शकू अशी खात्री हवी. जागं होण्याचं धाडस हवं फक्त. तुमच्या संकल्पानंच ही धुक्याची रेषा तुटून जाईल. कदाचित आणखी काही करण्याची जरूरच भासणार नाही. एवढंच जाणवायला हवं की अडचण अगदी लहान आहे, तुम्ही खूप मोठे आहात. बस, एवढी खात्री पटली की अडचण संपूनच जाते.

पण तुम्ही धरून बसला आहात की अडचण फार मोठी आहे आणि तुम्ही फार लहान आहात. आणि तुमचे तथाकथित धर्मगुरुही तुम्हाला हेच सांगत असतात की तुम्ही फार लहान आहात आणि ही अडचण फार मोठी आहे. ते तुमचा आत्मविश्वास मारून टाकतात. ते तुम्हाला सांगतात की तुम्ही पापी आहात. तुमच्या पायाखालची जमीनच ते काढून घेतात. ते तुम्हाला पटवून देतात की तुम्ही अपराधी आहात. ते तुम्हाला पटवून देतात की, तुम्ही अज्ञानी आहात. ते सांगतात, हे जन्मोजन्मीचं पाप आहे, कर्मांचा बोजा आहे. असं की जणू क्षणभरात काहीतरी होणार आहे.

मोठा कठीण प्रवास आहे असं सांगतात. सगळ्या गोष्टी जवळ जवळ अशक्य आहेत असं सांगतात, की तुमचा धीर सुटूनच जातो. आणि ज्याचा धीर सुटला त्याची भिंत खूप मोठी होऊन बसते. कारण तो स्वतः अगदी लहान होऊन गेलेला असतो.

आणि तुमचं असणं तुमच्या स्वतःच्या समजशक्तीवर अवलंबून असतं. तुम्ही लहान समजलात तर लहान होऊन जाल. तुम्ही मोठे समजलात तर मोठे होऊन जाल. तुमची धारणा हीच तुमची सीमा आहे. तुम्ही अणू मानलंत तर

अणूएवढे होऊन जाल. तुम्ही ब्रह्म मानाल तर तुम्ही ब्रह्मासारखे व्हाल.

खरं म्हणजे ज्यांनी धर्म जाणला आहे ते ओरडून ओरडून सांगताहेत की तुम्ही ब्रह्म आहात. स्वत: ब्रह्म आहात. तत्त्वमसि । ते तर ओरडून सांगताहेत की आत्मा हाच परमात्मा आहे. ते तर सांगताहेत की तुमची काही सीमा नाही, कोणतीही परिभाषा नाही, तुम्ही अनादी, अनंत आहात.

पण पुरोहित आहे, मंदिर-मशीद चालवणारा, शब्दांच्या संग्रहावर जगणारा पंडित आहे, तो तुम्हाला लहान करतो. तो तुम्हाला हीन ठरवतो. तो तुमची निंदा करतो आणि त्यानं इतक्या काळपर्यंत तुमची निंदा केली आहे की जेव्हा तुम्हाला कोणी सांगतं की उठा, जागे व्हा, तुम्ही महान आहात, विराट आहात तेव्हा तुम्हाला ते खरं वाटत नाही.

त्या निंदेच्या मागे कारण आहे. ते तुम्ही समजून घ्या. कारण जर तुम्ही ब्रह्म असाल तर मग ना मंदिराची जरूर आहे, ना मशिदीची. कारण तुम्हीच मंदिर आहात. जर तुम्ही विराट असाल तर ना मूर्तीची जरूर आहे ना पूजेअर्चेची. तुम्ही स्वत:च पूज्य आहात. तुम्हीच पुजारी आहात. तुम्हीच पूजाअर्चा आहात.

तुम्ही जर तुमच्या सत्य स्वरूपात प्रकट झालात तर धर्मगुरू कुठे राहील? त्याच्या व्यवसायाचं काय होईल? तुमच्या निंदेमध्येच त्याच्या व्यवसायाचं गुपित लपलेलं आहे. तुम्ही पापी असाल तर पंडिताची जरूर आहे. तुम्ही पापी असाल तर पुरोहिताची जरूर आहे. तुम्ही पापी असाल तर तुम्ही आणि परमात्मा यांच्यामध्ये मध्यस्थाची जरूर आहे. जर तुम्ही स्वत:च ब्रह्म असाल तर मध्यस्थ कशासाठी? मधले दलाल निरर्थक ठरतात.

म्हणून सगळा संप्रदाय तुमच्या निंदेवरच जगत असतो. प्रथम ते तुम्हाला अपराधी ठरवून टाकतात, महान अपराधी ठरवून टाकतात. प्रथम तुमच्या आतल्या प्राणांना संकुचित करून टाकतात. आणि जेव्हा तुम्ही इतके लहान होऊन जाता की त्राही त्राही म्हणत तुम्ही त्यांना मार्ग दाखवण्याची विनंती करता. तेव्हा मग ते तुम्हाला कर्मकांड सांगायला सुरुवात करतात.

प्रथम ते तुम्हाला रोगी बनवतात आणि मग औषध देतात. रोगच खोटा असल्यामुळे औषधही खरं असू शकतच नाही. मुळात रोगच नाही आहे म्हणून हे सगळे उपाय व्यर्थ आहेत हे कसं कळणार? तुम्ही कसे जागे व्हाल? काय केलंत की जागे व्हाल?

पहिल्या प्रथम हे समजून घेतलं पाहिजे. भिंत असून नसल्यासारखीच आहे. अगदी विरळ विरविरीत आहे. नववधूच्या डोळ्यांवर जसा बुरखा असतो आणि तिला काही दिसत नसतं तसा. थोडं सरकवून घेईल तर सगळं दिसू लागेल. पण तुम्ही असं मानूनच बसला आहात की खूप अवघड आहे. तुम्ही ते

स्वीकारलंच आहे आणि या तुमच्या स्वीकारामागेही कारण आहे. पुजारी, पंडित, पुरोहित, यांच्या मागचं कारण असं की ते तुम्ही ब्रह्म आहात असं मान्य करतील तर ते स्वत: निरर्थक ठरतात. त्यांचा काही उपयोग शिल्लक राहात नाही. तो तुमच्या निंदेवर जगत असतो.

हे तुम्ही मानता याच्यामागेही कारण आहे. तुमचं कारण काय असावं? तुम्ही आपल्या चारही बाजूंना बघता तेव्हा स्वत:सारखे अनेक लोक पाहता. क्षुद्र! छोटे! त्यांना पाहून हे अधिकच खरं वाटू लागतं की माणूस आणि परमात्मा यांच्यामध्ये फार अंतर आहे. कारण माणसामध्ये तुम्हाला परमात्मा दिसतच नाही. सैतान खूप वेळा दिसतो. संत तर फारच क्वचित वेळा दिसतो. आणि संत असला तरी दिसत नाही कारण सैतानावर भरवसा इतका असतो की कोणी संत असू शकेल यावर तुमचा विश्वासच बसत नाही.

आणि तुम्हाला स्वत:च्या अंतरातही रोग, व्याधी, घृणा, ईर्ष्या, मत्सर, लोभ, काम, क्रोध, यांच्याखेरीज दुसरं काहीही दिसत नाही. तुम्ही तर स्वत:च स्वत:ला पाहू शकत नाही. बस, फक्त एवढ्याच गोष्टी तुम्हाला दिसतात.

आणि तुम्ही यांना रोज रोज बघत असता. रोज रोज यांच्या मागून जात असता. म्हणून तुमच्या आतला अनुभवही तुम्हाला सांगत असतो की, पुजारी बरोबरच सांगत असेल. मग तुम्हाला एखादा संत भेटलाच तरीही तुम्हाला खरं वाटत नाही. कारण तुम्ही आपल्या आत जे पाहिलं आहे तेच तुमची दृष्टी पाहू शकते. जो तुमचा अनुभव आहे तोच तुम्ही पाहू शकता. जो तुमचा अनुभव नाही तो तुम्हाला दिसणार नाही. हे सूत्र नीट ध्यानात ठेवा. जर संत सरळ असेल तर तो तुम्हाला मूर्ख वाटेल. सरळपणा नाही दिसणार. तुम्ही समजाल गूढ आहे. कारण तुम्ही मूढता ओळखता, सरळपणा नाही ओळखत.

जर संत तुम्हाला भेटला, शांत, मौन बसला असेल तर तुम्ही समजणार आळशी आहे, सुस्त आहे, कारण तुम्ही स्वत:च्या आत हे पाहिलेलं आहे. जेव्हा तुम्ही रिकामे बसलेले असता तेव्हा तुम्ही आळशी असता, सुस्त असता, तामसी असता, त्यामुळे संत जर तुम्हाला भेटला, रिकामा बसलेला, काही न करता बसलेला तर तुम्ही समजता अकर्मण्य आहे. तुमची भाषा ही तुमचीच राहणार. त्याचं मौन तुम्हाला दिसणार नाही. मौन म्हणजे काय हे तर तुम्हाला माहीतच नाही आहे. तुम्ही कायमच शब्दांनी भरलेले आहात. तोच तुमचा अनुभव तुम्हाला बनवत असतो. तुम्ही स्वत:चाच विस्तार दुसऱ्यामध्ये पाहता. एखाद्या आरशासारखे.

बऱ्याच वर्षांपूर्वीची गोष्ट. मी मुंबईत पहिल्यांदाच आलो होतो. गुजराती भाषेचे एक ख्यातनाम लेखक आले. मोठ्या सुसंस्कृत, प्रतिष्ठित कुटुंबातले.

अतिशय सखोलपणे सुशिक्षित, संस्कारशील व्यक्ती. माझ्या विचारांनी ते प्रभावित झालेले होते. जेवणासाठी मला एका हॉटेलमध्ये घेऊन गेले. त्यांची दृष्टी कमजोर आहे हे मला माहीत नव्हतं. जवळच्या गोष्टी ते चष्म्याशिवाय पाहू शकत नव्हते. वाचू शकत नव्हते. ते चष्मा घरी विसरून आले होते. टेबलावचा मेनू उचलून थोडा वेळ बघत राहिले. मला काहीच माहीत नव्हतं आणि त्यांना कदाचित मला हे सांगायचं नसेल की त्यांची दृष्टी कमजोर आहे, चष्म्याशिवाय वाचू शकत नाहीत. मी समजलो की ते वाचताहेत. तेवढ्यात पाणी घेऊन बेअरा आला. त्यांनी बेअराला सांगितलं की जरा हा मेनू वाचून दाखव. बेअरानं त्यांच्याकडे पाहिलं आणि सांगितलं, 'भाई मीबी तुमच्यागतच अनपढ आहे.'

जी आपली परिस्थिती असते तीच आपण दुसऱ्यांमध्ये पाहू शकतो. दुसऱ्याची परिस्थिती दिसतच नाही, ती बघण्याचा काही मार्गच नाही. म्हणून तुमच्यामध्ये बुद्ध-पुरुष येऊन जातात, पण ते तुमच्या इतिहासाचा भाग नाही बनू शकत. त्यांच्या पुराणकथा बनून जातात. हे लोक खरोखरच कधी होऊन गेले का अशी शंका मनात येऊ लागते.

चंगीजखान होऊन गेला याची शंका येत नाही. नादिरशहा होऊन गेला याबद्दल कधी संशय येत नाही. पण आजपासून हजार वर्षांनी रमण महर्षी होऊन गेले किंवा नाही याबद्दल संदेह निर्माण होईल. ते इतिहासाचा भाग नाही बनत. इतिहास तर तुम्ही बनवता. इतिहास तर तुम्ही लिहिता.

मग बुद्ध, महावीर, कृष्ण, ख्रिस्त, हे खरंच होऊन गेले की फक्त कपोलकल्पना आहेत? तुम्ही नीट विचार केलात तर तुम्हाला या कपोलकल्पनाच वाटतील. अशी माणसं असूच कशी शकतात? कारण माणसाची परिभाषा तर तुम्ही आहात. हे लोक खात्रीचे नाहीत. या सगळ्या कुणाच्या तरी कल्पना आहेत, कुणीतरी कथा रचल्या आहेत. कारण बुद्धासारखा माणूस प्रत्यक्षात होऊच शकत नाही. हे असं घडूच कसं शकतं की, येशूला लोकांनी सुळी दिलं आहे आणि सुळावर लटकणारा येशू परमात्म्याकडे प्रार्थना करतो आहे की, या सगळ्यांना क्षमा कर कारण आपण काय करतो आहोत हे त्यांना कळत नाहीये. हे असं घडूच कसं शकतं? असं कधी तुमच्या मनात आलं आहे - एखादा तुम्हाला दगड मारतो आहे, शिव्या देतो आहे आणि तुम्ही परमात्म्याची प्रार्थना करता आहात की याला क्षमा कर, कारण तो काय करतो आहे हे त्याला कळत नाहीये? हे असं तुमच्या मनात थोडंसं जरी आलं असलं तर तुम्हाला कळेल की येशू, इथं होऊन गेला असणं शक्य आहे. पण दगड मारले तरी हे होऊ शकत नाही तर फासावर दिल्यावर कसं होईल?

तुमच्याकडे मातीचं ढेकूळ फेकलं तर तुम्हाला त्याच्यावर एक पहाड

फेकावासा वाटतो. तुम्हाला कोणी एक शिवी दिली तर तुमचा आत्मा त्याच्यासाठी हजार शिव्या तयार करतो. तुम्हाला काटा टोचणाऱ्यासाठी तुमच्या मनात फुलं नाही उमलत. आणि तुम्हीच तर तुमचा अर्थ आहात. तर येशू अस्पष्ट आहेत. होऊ शकत नाहीत. कहाणी असणार. पुराणकथा आहे.

पुराण आणि इतिहास यांमध्ये हाच फरक आहे. ज्यांच्या ज्यांच्यावर तुम्ही भरवसा करू शकत नाही त्यांच्याबद्दल तुम्ही पुराणकथा लिहिल्या आहेत. ज्यांच्यावर तुम्ही विश्वास ठेवू शकता त्यांचा तुम्ही इतिहास लिहिला आहे. इतिहासामुळे हे सिद्ध होत नाही की हे लोक खरोखर होऊन गेले. इतिहासानं एवढंच सिद्ध होतं की हे तुमच्यासारखेच लोक ओत. आणि पुराणानं हे सिद्ध नाही होत की हे लोक झालेच नाहीत. पुराणानं एवढंच सिद्ध होतं की या लोकांशी तुमचा काही ताळमेळ लागत नाही. हे तुमच्या भाषेत येत नाहीत. हे तुमच्या सीमेच्या बाहेर राहून जातात. तुम्ही हे मानायचं ठरवलंत तरी खूप सखोलपणे नाही. तुम्हाला तर एवढंच ठाऊक असतं की हे होऊच शकत नाही.

म्हणून जेव्हा एखादा ज्ञानी तुम्हाला सांगतो की तुम्ही परमात्मा आहात तेव्हा तुम्हाला कसं खरं वाटणार? तुम्हाला सैतान दिसू शकतो, परमात्मा नाही दिसत, आणि मग एखादा मन्सूरसारखा ज्ञानी घोषणा करतो की मी स्वत: परमात्मा आहे, तेव्हा तर तुम्ही रागानं फणफणून जाता की, हा माणूस तर आता संस्कारांच्या मर्यादा ओलांडून चालला आहे. तो तुम्हाला सांगतो की तुम्ही परमात्मा आहात, इथपर्यंत तुम्ही त्याला माफ करू शकता, पण आता हा माणूस म्हणतो आहे की मी परमात्मा आहे. आता तुम्ही त्याला माफ नाही करू शकत.

जेव्हा मन्सूर किंवा उपनिषदातले ऋषी म्हणतात की, मी परमात्मा आहे तेव्हा तुम्हाला वाटतं आणि खोल मनात जाणवतंही की हा माणूस अहंकारी आहे. कारण तुम्ही फक्त अहंकारालाच ओळखता. आणि हा तर कमालीचा अहंकार आहे. तुम्हीही अहंकाराच्या घोषणा केल्या आहेत की माझ्यापासून अधिक जाणता कोणी नाही. पण एक माणूस घोषणा करतो आहे की मी परमात्मा आहे, तेव्हा तुमचे सगळे अहंकार कवडीमोलाचे वाटू लागतात. यात तर अगदी टोकाचीच घोषणा करून टाकली. एवढी हिंमत तर तुम्हीही करू शकला नाहीत. हा माणूस महाअहंकारी असणारच. जेव्हा येशूनं म्हटलं की मी परमात्म्याचा पुत्र आहे तेव्हा साहजिकच पंचाईत झाली. मन्सूरला तर मुसलमानांनी मारूनच टाकलं. कारण यानं तर पाखंडीपणाचं बोलायला सुरुवात केली - मी परमात्मा आहे. 'अनलहक'-'मी ब्रह्म आहे' तो तर हेच सांगत होता. उपनिषदांत ऋषींनी जे सांगितलं आहे तेच - अहं ब्रह्मास्मि. थोडासाही फरक नाही आहे.

ज्ञानी माणसाला तुम्ही समजून घेऊ शकणार नाही. तर मग तुम्ही दोन गोष्टी करणं जरूरीचं आहे. तुम्हाला पुरोहितापासून मुक्त व्हायला हवं आणि स्वत:पासून मुक्त व्हायला हवं. पुरोहितापासून मुक्त होणं फारसं कठीण नाही पण स्वत:पासून मुक्त होणं फार कठीण आहे. त्या दोन्ही एकाच नाण्याच्या दोन बाजू आहेत. तुम्हाला संप्रदायातून मुक्त व्हायचं आहे. कारण तोच तुमचं शोषण करतो आहे. आणि तुम्हाला स्वत:पासून मुक्त व्हायचं आहे कारण तो तुम्हाला संप्रदायाकडून शोषण होण्यायोग्य बनवतो आहे. एकाच नाण्याच्या दोन बाजू आहेत या.

कुठून सुरुवात कराल? तुम्ही संप्रदायातून मुक्त होण्याचा प्रयत्न कराल आणि स्वत:पासून मुक्त होऊ शकला नाहीत तर एका संप्रदायातून मुक्त होत आहात तेवढ्यात दुसऱ्या संप्रदायात गुंतून जाल. कारण मूळ बीज तर आत कायमच राहील. त्यातून नवीन फांद्या फुटतील. मग हिंदू ख्रिश्चन होतो, ख्रिश्चन हिंदू होतो. जैन बौद्ध होतो, बौद्ध जैन होतो. काही फरक नाही पडत. रोगांची नावं बदलली जातात. त्यानं काय फरक पडतो? तुम्ही रोगाला क्षय म्हणता की ट्यूबरक्यूलोसिस म्हणता, यानं काय फरक पडतो?

तुम्ही रोगाला हिंदू म्हणा की मुसलमान, किंवा जैन म्हणा, काही फरक पडत नाही. सगळे रोग मूलत: तुमच्या या समजावर आधारलेले आहेत की तुम्ही सैतान आहात. आणि चित्ताची सर्वांत अधार्मिक अवस्था हीच आहे. आणि याच्यासाठी तुम्हाला बळ मिळतं कारण तुम्ही पाहात असता राग, घृणा, वैमनस्य, कठोरता, हिंसा. अंतरामध्ये रोगच तर दिसतात. या सगळ्यांना पाठिंबा देत असतो सैतान.

पण मी तुम्हाला सांगतो आहे, तुम्ही या सगळ्याचे जोडीदार नाही आहात. खरं म्हणजे यांपैकी काहीच तुमचा भाग नाही. क्रोध, लोभ, माया, मत्सर, हे तुमच्या चारी बाजूंना असतील पण ते म्हणजे तुम्ही नाही.

तुम्ही तर तो आहात, जो जाणतो. जो जाणतो की राग आला. जो जाणतो की राग गेला. जो जाणतो की माया जागृत झाली. जो जाणतो की माया नष्ट झाली. जो जाणतो की कामवासना जागृत झाली आणि कामवासना आता गेली. भूक लागली, तृप्ती झाली. तहान लागली, तहान भागली. तो जो जाणवणारा आहे तो तुम्ही आहात. आणि तुम्ही स्वत:ला, तुमच्या जो अगदी जवळ आहे. पण तुम्ही नाही, जो तुमचं स्वरूप किंवा स्वभाव नाही तो समजून चालला आहात. खूप जवळ असल्यानं गोंधळ होतो.

ऋषींनी नेहमी एक दृष्टांत दिला आहे. काचेचा तुकडा नीलमण्याजवळ ठेवला तर तो काचेचा तुकडाही निळ्या रंगाचा दिसू लागतो. परावर्तित होऊ

लागतो. कोणता नीलमणी आहे आणि कोणता काचेचा तुकडा आहे हे ठरवणं कठीण होऊन बसतं. जवळ असल्यानं झाक पडू लागते.

हे सगळे तुमच्या फार जवळ आहेत. हे तुम्हाला अगदी खेटून उभे आहेत. क्रोध, मोह, काम, इतक्या जवळ आहेत की त्यामुळे त्यांची छाया, त्यांची झाक तुमच्यावर पडू लागते. आणि तुम्ही नीलमणी आहात. यांची छाया तुमच्यावर पडते. तुमची छाया यांच्यावर पडते. निकटतेमुळे एक प्रकारचे तादात्म्य निर्माण होते. एक ओळख पैदा होते आणि तीच तुम्हाला चुकीच्या मार्गाने नेते आहे.

फक्त त्या लहानशा तादात्म्याचा नाश करण्याची जरूर आहे आणि ते तादात्म्य झोपेसारखं आहे. एका झटक्यात ते मोडू शकतं. अंधारासारखं आहे. प्रकाशाच्या एका किरणानंही अंधार नष्ट होऊन जातो. तुम्ही कधीही परमात्म्यापासून इंचभरही दूर नव्हतात. हे होऊच शकत नाही. याला काही उपाय नाही. तुम्ही प्रयत्न खूप केलेत. आपण जनावर व्हावं असे खूप प्रयत्न केलेत तुम्ही, पण नाही होऊ शकलात. आपण सैतान व्हावं असे खूप प्रयत्न केलेत, पण नाही होऊ शकलात.

बुद्धानं एका खुन्याला दीक्षा दिली होती. शिष्यांना ते मान्य नव्हतं कारण खुनी भयंकर होता. त्यानं हजारो लोकांना ठार मारलं होतं. त्याला एकच गोष्ट आवडत होती - लोकांना मारणं. आणि बुद्धानं जेव्हा त्याला दीक्षा दिली तेव्हा बुद्धाच्या अगदी जवळच्या शिष्यांनाही वाटलं की बुद्ध थोडी चूक करताहेत. हा माणूस योग्य नाही. याच्याहून मोठा सैतान सापडणं कठीण आहे.

तेव्हा आनंदानं बुद्धांना सांगितलं की थांबावं. थोडे दिवस याची ओळख करून घेऊ. घाई करू नये. हा माणूस भयंकर मोठा खुनी आहे. याचं नाव ऐकून सम्राट देखील थरथरा कापतात. बुद्धांनी सांगितलं, पण मला ठाऊक आहे की हा ब्राह्मण आहे. खुनी असण्यानं फरक पडत नाही. त्याच्या आतल्या ब्रह्माला थोडाच स्पर्श झाला आहे? ते तर सदा शुद्ध आहे. यानं काय केलं, ते तर स्वप्न आहे. तो जो आहे ते सत्य आहे.

तुम्हालाही मी हेच सांगतो आहे. तुम्ही जे काही केलंत ते स्वप्न आहे. तुम्ही जो विचार केला आहे ते तर स्वप्नातलं स्वप्न आहे. तुमचं ब्रह्मत्व कणभरही कलुषित होत नाही. ते कलुषित होईल हे शक्यच नाही. त्याचं कुंवारपण भ्रष्ट होत नाही. कारण कुंवारपण ही काही बाह्य घटना नाही आहे. कुंवारपण हे त्याचं स्वरूप आहे. तुम्ही कितीही पापं केली असू द्यात - असंख्य.

बुद्ध खरं सांगताहेत - की हा ब्राह्मण आहे. आणि बुद्धांनी ब्राह्मणाची व्याख्या काय केली आहे? तुम्ही सर्व ब्राह्मण आहात. बुद्धांची व्याख्या अशी

आहे, ज्याच्या अंतरात ब्रह्म आहे तो ब्राह्मण. झाडं, पशू, पक्षी सगळे ब्राह्मण आहेत.

परमात्म्यामध्ये शूद्र निर्माणच कसे होऊ शकतील? आणि जर परमात्म्यामध्ये शूद्र निर्माण होतो तर परमात्म्यामध्ये शूद्र असला पाहिजे. कारण - कारणाशिवाय फळ कसं लागेल? सैतान हे स्वप्न आहे, ब्रह्म हे अस्तित्व आहे. एक संभ्रमाची रेषा आहे.

बुद्धांनी त्याला दीक्षा दिलीच. बातमी सम्राटापर्यंत पोहोचली. त्या काळात बुद्ध जिथे राहात होते त्या राज्याचा सम्राट होता प्रसेनजित. या खुन्यासमोर त्यानंही हात टेकले होते. त्या खुन्याचं नाव अंगुलिमाल... त्याचं नाव अंगुलिमाल होतं कारण तो माणसांना मारून त्यांच्या बोटांची माळ गळ्यात घालत असे. एका माणसाला मारलं की तो त्याचं एक बोट आपल्या माळेत घालत असे. त्यानं एक हजार माणसांना मारण्याचं व्रत घेतलं होतं. बुद्धांनी त्याला दीक्षा दिली तेव्हा फक्त एक बोट कमी होतं. नऊशे नव्याण्णव बोटांची माळ होती. प्रसेनजितही थकला होता. या माणसापुढे कोणाचंही काही चालत नव्हतं. सैन्य थकून गेलं होतं. सैनिक घाबरायचे त्या भागात जायला - अंगुलिमाल तिथे आहे अशी बातमी आली तर.

प्रसेनजिताला बातमी मिळाली की अंगुलिमालला दीक्षा दिली गेली. बुद्धाचा भिक्षू झाला. संन्यासी झाला. तेव्हा तो या भयंकर माणसाला पाहण्यासाठी आला की हा माणूस आहे तरी कसा. त्याच्या आईलाही भीती वाटायची त्याच्याजवळ जायला कारण त्याचा भरवसा नव्हता. तिलाही मारून टाकलं असतं.

प्रसेनजित आला. त्यानं चारही बाजूंना नजर टाकली. तिथे तर हजारो भिक्षू होते. त्याला ओळखताच येईना आणि ओळखता आलंही नसतं. कारण अंगुलिमाल बुद्धाच्या अगदी जवळ बसला होता. त्यानं म्हटलं की, 'अंगुलिमालनं दीक्षा घेतली आणि तो संन्यासी झाला असं मी ऐकलंय. हा माणूस आणि संन्यासी होणार. खरंच वाटत नाहीये. मला त्याला बघायचं आहे. आहे कुठे तो?' बुद्धानं सांगितलं, 'तू आता त्याला ओळखू शकणार नाहीस.' तरी प्रसेनजित म्हणाला, 'मला त्याची ओळख करून घ्यायची आहे.' त्याला माहीतच नव्हतं की, अंगुलिमाल शेजारी बसून सगळं ऐकतो आहे. बुद्धानं सांगितलं, 'तुला ओळखच करून घ्यायची असेल तर हा जो माझ्या शेजारी बसला आहे, तो अंगुलिमाल आहे.'

नाव ऐकताच प्रसेनजितला कापरं भरलं. इतक्या जवळ! अंगावर उडी घेईल, गळा कापेल, काय सांगावं? अशी कथा आहे की प्रसेनजितचे हातपाय कापू लागले. घाम फुटला. त्यानं विचारलं, हाच तो माणूस आहे? बुद्ध

म्हणाले, 'घाबरू नकोस. यानं पुन्हा स्वतःचं ब्राह्मणत्व प्राप्त करून घेतलं आहे. ते स्वप्न भंगलं आहे.'

दुसऱ्या दिवशी साऱ्या नगरामध्ये बातमी पसरली. अंगुलिमाल भिक्षा मागण्यासाठी गावात गेला तेव्हा लोकांनी दारं-खिडक्या बंद करून घेतल्या. लोक घाबरून घराच्या छपरांवर चढून बसले. आणि छपरांवरून त्यांनी अंगुलिमालवर दगड मारायला सुरुवात केली. अंगुलिमाल जखमी होऊन जमिनीवर कोसळला - सबंध शरीर रक्तबंबाळ.

कथा अशी आहे की बुद्ध आले आणि त्यांनी अंगुलिमालला सांगितलं की 'अंगुलिमाल, तू ब्राह्मण आहेस हे तू सिद्ध करून दाखवलं आहेस. जेव्हा लोक तुला दगड मारत होते तेव्हा तुझ्या मनात काय विचार आले?'

अंगुलिमालनं सांगितलं, 'जेव्हा तुम्ही मला सांगितलंत की तू जे काही केलंस ते स्वप्न आहे, तेव्हापासून इतर लोक जे काही करत आहेत तेही सगळं स्वप्नच आहे.'

ज्याला तुम्ही जीवन समजत आहात, त्याला जेव्हा स्वप्न समजू लागाल, तेव्हाच तुम्हाला कळेल, सत्य काय आहे आणि काय स्वप्न होऊन गेलं आहे. दृष्टी बदलण्याची खोटी आहे.

आपली कृत्यं आणि आपले विचार यांच्यापासून थोडे मागे हटा. नीलमणी तुमच्या अगदी जवळ आहे. मागे जाण्याची प्रक्रियाही अगदी सरळ साधी आहे. त्यात काही गुंतागुंत नाही. साक्षीमध्ये रमा. पाहणाऱ्यामध्ये रमा. जे दिसतं आहे ते परकं आहे, विजातीय आहे, बाहेर आहे, तुम्ही द्रष्टा आहात. जे दिसतं आहे त्यात अडकून पडू नका. जो पाहतो आहे त्याच्यामध्ये पोचा, तो द्रष्टा आहे, साथी आहे.

एक क्षणभर जरी तुम्ही द्रष्ट्यामध्ये सामावून गेलात तरी रूपांतरण घडून येतं. क्रांती होते. आणि क्रांती एकच असते दृश्याकडून द्रष्ट्याकडे परत जाणं. बस् एवढी एकच क्रांती आहे. आणि अंतर अगदीच क्षुल्लक आहे. दृश्यापासून एक पाऊल मागे जायचं आणि द्रष्ट्यामध्ये थांबायचं.

तुम्ही माझं बोलणं ऐकता आहात. मला तुम्ही पाहता आहात. मी जे काही सांगतो आहे त्यावर तुमचं लक्ष केंद्रित झालेलं आहे. हे लक्ष थोडं मागे खेचून घेऊन जो ऐकतो आहे त्याच्यावर केंद्रित करायचं आहे. तुम्ही मला पाहात आहात. माझ्या आकृतीवर तुमचं लक्ष केंद्रित झालेलं आहे. हे लक्ष थोडं मागे घेऊन जो बघतो आहे त्याच्याकडे न्यायचं आहे. कणभराचं अंतर आहे. धुक्याची विरळशी रेषा आहे. पारदर्शक बुरखा आहे.

म्हणूनच तर कबीर म्हणतात, घूंघट के पट खोल, तोहे पिया मिलेंगे.

थोडासा बुरखा दूर करायचा आहे. बस्, बुरख्याच्या आडोशानंच तर प्रियकर लपलेला आहे.

कबीरांचं हे बोलणं खूप महत्त्वाचं आहे.

'अवधू, गगन मंडल घर कीजै ।'

हे समजून घ्या.

हे आकाश आहे पसरलेलं. या आकाशात सगळं काही आहे. याच आकाशात अनेक पृथ्वी निर्माण होतात आणि विलीन होऊन जातात. सूर्य निर्माण होतात आणि विसर्जित होऊन जातात. चंद्र-तारे जन्म घेतात आणि हरवून जातात. सगळी सृष्टी आकाशामध्ये निर्माण होते आणि नष्ट होते. पण आकाश ना कधी निर्माण होत ना कधी नष्ट होत.

सगळी दृश्यं निर्माण होतात आकाशात, सगळे रंग पाहतं आकाश पण स्वत: कोणत्याच रंगानं रंगत नाही. इंद्रधनुष्यंही उमटतात, ढगही येतात, विजाही चमकतात पण आकाश अस्पर्शच राहतं. वीज चमकून गेल्यानंतर एखादी जळकी काळी रेषा नाही राहून जात आकाशावर. ढग येतात, जातात. आकाश जसं असतं तसंच राहतं - निर्मळ. ढग असतील तरी तसंच, नसतील तरी तसंच.

ही सगळी सृष्टी नष्ट होईल, हे सगळे वृक्ष-झाडं, पशू, पक्षी विलीन होऊन जातील. असं घडतं प्रलयामध्ये! सर्व काही बीजामध्ये सामावून जातं. फक्त आकाश शिल्लक राहतं. आकाश नेहमीच शिल्लक राहतं. आकाशातच सर्व घडत असतं. तरीही आकाशाला मात्र काही घडून येत नाही. म्हणून आकाश हे साक्षीचं प्रतीक आहे. सगळं काही साक्षीच्या समोर घडतं. पण साक्षीमध्ये काही घडत नाही. दृश्यं उमटतात, विरून जातात. नाटक होतं, संपून जातं.

तुम्ही चित्रपट पाहायला जाता. क्षणभर विसरून जाता स्वत:ला. रिकाम्या पडद्यावर छाया-प्रकाशाचा खेळ चालू असतो. त्यात रमून जाता. पडद्यावर काय चाललं आहे याखेरीज बाकी सगळं विसरून जाता. स्वत:ची आठवण राहात नाही. समोरचं दृश्यच सारं काही होऊन जातं. इतकं की लोक फक्त पडद्याला ओळखतात - जेव्हा आले तेव्हा रिकामा होता त्याला. क्षणभरानंतर विसरून जातात. हेही त्यांना चांगलंच ठाऊक असतं की हा सगळा छाया-प्रकाशाचा खेळ आहे, तिथे काहीही नाही आहे.

पण कोणाचा खून होत असेल तर तुमच्या अंगावर काटा उभा राहतो. कोणी दीन दु:खी पीडित मरतो आहे तर तुमच्या डोळ्यात पाणी येतं. विसरूनच जाता. जे नाहीच आहे त्याचा प्रभाव पडू लागतो. नीलमणी अगदी जवळ आला आहे. दृश्यं खरी वाटू लागली आहेत. चित्रपटामध्ये एखाद्या पर्वताच्या धोकादायक रस्त्यावरून मोटार वेगानं जाते आहे आणि पोलीस पाठलाग करत आहेत तर

तुम्हीही सावरून बसता, पाठ ताठ होते. कठीण परिस्थिती आहे. श्वास थांबतो. पापण्यांची उघडझाप बंद होते.

मग पडदा, पडदा होऊन जातो. खेळ संपला. 'समाप्त' आलं. तुम्ही उठून उभे राहता. घरी परत येता.

साक्षी तिथं होता जेव्हा तुम्ही प्रवेश केला होता. तुम्ही घरी परत निघाल तेव्हा साक्षीच परत येईल. मधल्या काळात छाया-प्रकाशाचा खेळ झाला. ते जे चित्रपटाच्या पडद्यावर चाललं आहे त्याहून काही वेगळं नसतं संसारात. चित्रपट मोठा आहे, पडदा विराट आहे. तुम्हाला त्याचा आरंभ आणि शेवट दिसणारही नाहीत. दृश्यंही खूप आहेत, असंख्य आहेत. संख्येला उपाय नाही. पण आहे सारा छाया-प्रकाशाचाच खेळ. त्याहून वेगळं असं काहीही घडत नाही आहे.

एकच गोष्ट सत्य आहे. ते म्हणजे तुमचं पाहणारं तत्त्व. ते आहे आकाश. 'अवधू, गगन मंडल घर कीजै ।' त्या आकाशालाच आपलं घर बनवा.

त्याहून कमी-मध्ये तुम्ही दु:खी राहाल. त्याहून कमी-मध्ये तुम्ही पीडित राहाल. त्याहून कमी-मध्ये म्हणजे नरकातच राहाल. कारण आपल्या स्वभावापेक्षा कमी-मध्ये कोणीही आनंदित राहू शकत नाही. स्वभाव आनंद आहे. गगन मंडल घर कीजै — तेव्हा तुम्ही स्वत:च्या घरी याल.

आणखी कुठेही घर करू नका. बाकीची सगळी घरं सराई ठरतील, धर्मशाळा ठरतील. रात्रभराचा मुक्काम होऊ शकतो. सकाळी उठून निघून जावं लागेल. आणि कोणत्याही नात्याला घर समजू नका. पत्नी असू दे, पती असू दे, मुलगा असू दे, मुलगी असू दे, मित्र असू दे, सगळे जण क्षणभरासाठीच भेटलेले आहेत. प्रवासात अचानक भेटावेत योगायोगाने तसे. नदी आणि नावेचा योगायोग. ते संबंध तुटून जाणार आहेत. अनंताच्या प्रवासामध्ये तुम्ही, कोण जाणे, किती घरं किती वेळा बनवलीत. त्यांचा हिशोब करणं अवघड आहे. कोण जाणे, किती प्रेमाचे संबंध प्रस्थापित केलेत. त्यांचा आकडा नाही. किती रडलात, किती हसलात पण सगळं पाण्यावरच्या बुडबुड्यांसारखं हरवून गेलं. सगळं हरवून जातं. फक्त एक शिल्लक राहतं. त्या एकालाच कबीर म्हणतात, अवधू - त्या एकालाच घर बनव.

'गगन मंडल घर कीजै ।'

आणि गगन कसं आहे? शून्य आहे. गगनाचा अर्थ आहे परम शून्यता. म्हणूनच तर सगळं नष्ट होऊन जातं. गगन नाही नष्ट होत. शून्य कसं नष्ट होणार? जे नष्ट झालेलंच आहे, जे अस्तित्वातच नाही, ते नष्ट कसं होणार? शून्याला नष्ट करण्याचा कोणताच उपाय नाही. म्हणून शून्य हे अस्तित्वाचं सार आहे. ते शाश्वत आहे. शून्य ही एकमात्र शाश्वतता आहे. सगळं निर्माण होईल

आणि सगळं नष्ट होईल. नाव, रूप येतं आणि जातं. शून्य तसंच राहतं.

म्हणून ज्ञानी लोकांनी ब्रह्माची व्याख्या शून्यानं केली आहे. त्याचं रूप शून्य आहे. म्हणून उपनिषदं म्हणतात 'नेति नेति.' ते म्हणतात, हाही त्याचा आकार नाही, तोही त्याचा आकार नाही. जास्तीत जास्त आम्ही एवढंच म्हणू शकतो की त्याचा कोणताच आकार नाही. निराकार! निराकार म्हणजे शून्य!

बुद्धांनी तर परमात्मा हा शब्द वापरलाच नाही. कारण त्यामुळे तुम्ही संभ्रमात पडू शकला असतात. परमात्मा हा शब्द ऐकल्याबरोबर तुम्हांला धनुष्यबाण घेतलेले राम किंवा बासरी वाजवणारे कृष्ण आठवतात. परमात्म्याचं नाव घेताच तुमच्या मनात कुठेतरी एक रूप आकार घेऊ लागतं. तो आकार भरीव होऊ लागतो. लाख सांगितलं की परमात्मा निराकार आहे, तरीही परमात्मा हा शब्दच व्यक्तिवादी असल्यामुळे रूप घेऊ लागतो. म्हणून बुद्धांनी परमात्मा या शब्दाचा वापरच केला नाही. बुद्धांनी तर म्हटलं - फक्त शून्य, निर्वाण!

निर्वाण शब्द फार गोड आहे. निर्वाण या शब्दाचा अर्थ आहे दिव्याचं विझून जाणं. दिवा विझून जातो तेव्हा मागे काय राहतं? ज्योती कुठे जाते? कुठे हरवून जाते. ज्योती? आता नाही शोधू शकणार तुम्ही. ज्योती शून्यात विलीन होऊन गेली. तुमचा दिवा ज्या दिवशी विझून जाईल - तुमचा दिवा याचा अर्थ आहे संभ्रमाचा दिवा. तुमचा दिवा याचा अर्थ आहे अहंकाराचा दिवा. तुमचा दिवा याचा अर्थ आहे अंधकाराचा दिवा. ज्या दिवशी विझून जाईल त्या दिवशी मागे शून्य शिल्लक राहील. या शून्यतेचंच नाव आहे आकाश.

'अवधू, गगन मंडल घर कीजै ।'

याचा अर्थ होतो की शून्यात राहा. शून्यात रमा. शून्य रमण हे एकमेव ध्यान आहे. जिथे जिथे रूप दिसेल तिथून स्वतःला दूर न्या. जिथे जिथे आकार दिसेल, समजून घ्या की ढग आले आहेत, निघून जातील. मी तर तो आहे, जो पाहतो आहे. इतके शब्दही आत उच्चारू नका की 'मी तर तो आहे, जो पाहतो आहे.' कारण हाही आकार आहे. तुम्ही फक्त पाहणारे राहा.

हळूहळू कसलाच आवाज येणार नाही. कोणताही विचार तयार होणार नाही. बुरखा दूर झाला. विचारांचाच तर तो एक थर आहे. तेवढीच तर धुक्याची रेषा आहे. तेवढीच तर आडकाठी आहे. डोळ्यात गेलेला कण निघून गेला आहे.

'घूंघटके पट खोल, तोहे पिया मिलेंगे ।'

पण 'पिया' शब्दानं पुन्हा संभ्रम होऊ शकतो. जणू तुमच्या आत कुणीतरी प्रतीक्षा करत बसला आहे. नाही, ते शून्यच प्रिय आहे. कारण शून्याखेरीज दुसऱ्या प्रत्येक गोष्टीपासून दुःखच मिळतं. म्हणून त्या शून्यालाच 'पिया' म्हटलं

आहे. तोच एकमेव प्रियकर आहे. कारण शून्यातूनच सुख झिरपतं. शून्याशिवाय दुःखच दुःख आहे.

'अमृत झरै, सदा सुख उपजै, बंकनालि रस पीजै ।'

एकदा का शून्यामध्ये घर झालं....

अमृत झरै, सदा सुख उपजै, बंकनालि रस पीजै। मग सुषुम्नेतून त्याची अमृतधार पीत राहा अनंतकाळपर्यंत. ती तर संपतच नाही. वेळाची काही अडचण नाही. जेव्हा तुम्ही शून्य होऊन जाल तेव्हा अचानक तुम्हाला जाणवेल की आत काहीतरी वाहू लागलं आहे. कोणतातरी झरा वाहू लागला. आत्तापर्यंत जणू दगडधोंड्यांनी बंद केला गेला होता. दगडधोंडे निघाले. झरा वाहू लागला. निघाली नदी समुद्राकडे. सिंधूमध्ये मिसळून जाण्याचा बिंदूचा प्रवास सुरू झाला. त्या क्षणी अमृत झरणं सुरू होईल.

आताही नकळतच कधी कधी तुम्हाला सुखाचा लहानसा झंकार ऐकू येतो, सुखाची घुंगरं वाजतात तुमच्या आत. तुम्हाला कधी ते कळतं, कधी कळत नाही. हे घडून येतं जेव्हा तुम्ही काही कारणानं योगायोगानं शून्यवत होऊन जाता.

सकाळी तुम्ही उभे आहात, सूर्य उगवतो आणि धक्! तुमचं हृदय ते सौंदर्य बघून क्षणभर थांबलंच. क्षणभर विचारांची साखळी तुटली. क्षणभर विचार राहिलेच नाहीत. शून्याला थोडीशी संधी मिळाली. रस वाहू लागला.

तुम्ही म्हणाल सूर्याला पाहून आनंद मिळाला हा तुमचा भ्रम आहे. पुन्हा तुम्ही विसरून गेलात. तुम्ही मूळ कारण समजू शकला नाहीत. सूर्यामुळे सुख नाही मिळालं, सूर्यामुळे योग जुळून आला. क्षणभर तुम्ही थबकलात याला कारण झाला सूर्य. अवाक् झालात अशी विलक्षण सौंदर्यप्रतीती होती त्या उगवत्या सूर्यामध्ये, जाग्या होणाऱ्या प्रकाशामध्ये, नाहीशा होणाऱ्या रात्रीमध्ये, पक्ष्यांच्या किलबिलाटामध्ये क्षणभर तुम्ही हरवून गेलात. तुमचा अहंकार नष्ट होऊन गेला. दार थोडं किलकिलं झालं, पडदा किंचितसा सरकला, घूंघट थोडासा हलला, आतलं शून्य क्षणभर झळकलं. त्या शून्यामुळे सुख झालं. पण तुम्ही म्हणणार, सूर्याला पाहिल्यानं सुख मिळालं.

तुम्ही गेलात पर्वतावर, पहाडावर हिमशिखरं पाहिलीत. अनंत काळापासूनच्या बर्फानं झाकली गेलेली. त्यांच्यावर चमकणारी सूर्याची किरणं. जणू काही सारा पर्वत सोन्याचा होऊन गेला. एक क्षणभर सगळ स्तब्ध होऊन गेलं. असं कधी अनुभवलं नव्हतं. असं कधी पाहिलं नव्हतं. न पाहिलेलं पाहिलं. अनोळखीशी परिचय झाला. अपरिचित भेटतं तेव्हा क्षणभर सगळंच थांबतं. कारण मन स्थिर व्हायला वेळ लागतो. परिचित असलेलं बघून मन थांबत नाही. माहीत असतं

कोण आहे!.... अपरिचित पाहिल्यावर....

मी काश्मीरमध्ये होतो. माझ्याबरोबर माझे मित्र होते. माझ्याबरोबर काश्मीरला जाण्याची त्यांनी खूप दिवस वाट पाहिली होती. थांबले होते, जाऊन आले नव्हते. ते खूप आनंदात होते. दल तलावामध्ये आम्ही राहिलो होतो. ज्या हाऊसबोटीत राहिलो होतो त्याच्या मालकाशी थोडी ओळख झाल्यावर तो सांगू लागला - शेवटच्या दिवशी जेव्हा आम्ही परत यायला निघालो तेव्हा माझे पाय धरून म्हणू लागला - माझी एकच इच्छा आहे, मुंबई पाहायची आहे. आपण कृपा केलीत तर - मला बरोबर घेऊन चला. बस्, दोन-चार दिवसांत माझी हौस फिटेल. पण मुंबई बघितल्याशिवाय मला मरायचं नाहीये. दल तलाव अगदी रुक्ष आहे.

मुंबईचे मित्र माझ्या बरोबर होते. ते मुंबईहून आले होते दल तलाव पाहण्यासाठी. तो नवा होता. तो तलाव त्यांना हलवून सोडत होता. दल तलावावर वर्षानुवर्षं हाऊसबोट चालवणारा माणूस. त्याच्यासाठी दल तलावात काहीच रस उरला नव्हता. परिचित होऊन गेला होता तो तलाव. जो परिचित होऊन जातो तो हलवून सोडत नाही. म्हणून तर ज्या स्त्रीवर तुम्ही पहिल्या दिवशी मोहित झाला होतात त्या दिवशी स्वर्गच उतरून आला असं वाटलं होतं. तिलाच पत्नी म्हणून घरी घेऊन येता, नरक घरी येतो. स्वर्ग कोण जाणे कुठे हरवून गेला.

अपरिचितानं माणूस आश्चर्यानं स्तब्ध होतो. नव्याला पाहून माणूस अवाक् होऊन जातो. तुमचं जुनं मन त्याचा ताळमेळ लावू शकत नाही. म्हणून थबकून जातं. त्याला पूर्वी कधीच जाणलं नव्हतं. पहिल्या प्रथमच पाहतो आहोत. पुढच्या वेळी पाहाल तेव्हा मनाकडे त्याचा हिशोब मांडलेला असेल की हा तोच आहे. आधी पाहिलं होतं. दुसऱ्या वेळी दल तलाव पाहाल तेव्हा काही विशेष वाटणार नाही. तिसऱ्या वेळी पाहाल तेव्हा पाहणारच नाही. मन म्हणेल, पाहिलं आहे सगळं, परिचित आहे.

अपरिचित क्षणांमध्ये कधी कधी शून्य डोकावतं. म्हणून कोणताही अपरिचित क्षण सुखाचा वर्षाव करून जातो. पण असं अपरिचितामध्ये पकडलं गेलं पाहिजे. कधी संगीत ऐकताना एक चाल बांधली जाते. चाल अशी बांधली जाते की विचार स्तब्ध होतात. कारण जर विचार राहिले तर चाल बांधली जाणार नाही.

मी असं ऐकलं आहे की एक मोठा संगीतज्ञ होता. एका नबाबानं त्याला लखनौमध्ये आमंत्रित केलं. त्या संगीतज्ञाच्या अटी मोठ्या विलक्षण होत्या. त्याची एक अट तर अशी होती की मी जेव्हा वीणा वाजवीन, गीत गाईन तेव्हा कोणीही डोकं हलवायचं नाही. जर कोणी डोकं हलवलं तर त्याचं डोकं उडवलं

गेलं पाहिजे. त्यानं मला त्रास होतो.

लखनौचे नबाब! तेही तसेच वेडे! तो कबूल झाला. म्हणाला, यात कसली चिंता? यात कसली अडचण? आम्ही नेहमीच तर डोकी उडवत असतो.

नगरामध्ये दवंडी पिटण्यात आली की, पूर्ण विचार करूनच या. नंतर पश्चात्ताप करण्याची वेळ यायला नको. डोकं हलवण्यास सक्त मनाई आहे. जो डोकं हलवेल त्याचं डोकं उडवलं जाईल.

सम्राटानं नंग्या तलवारी घेतलेले शिपाई उभे केले. खरं तर लाखो लोक ऐकायला आले असते, नाही आले. थोडेसे निवडक लोक आले. स्वत:ला अडवू न शकलेले लोक. जे प्राणांची बाजी लावायला तयार होते ते. हजार पाचशे लोक आले ऐकायला. तेही अगदी सावधपणे बसले होते - योग्यांसारखे. सिद्धासन घालून बसले - उगाच चुकून हलायला नको. संगीत ऐकून हलणार नाहीत. माशी बसली म्हणून डोकं हलवलं - हा नबाब तर वेडाच आहे. मग सिद्ध करणं कठीण होईल की माशी बसली म्हणून डोकं हलवलं, दुसऱ्या कोणत्या कारणानं नाही हलवलं. तर सावरून बसले. श्वास रोखून बसले. दालनामध्ये नबाबानं नंग्या घेऊन शिपाई उभे केले होते. चारही बाजूंनी कोणाचंही डोकं हललं, नोंद करून घ्या, मग नंतर उडवू डोकं.

सम्राटही आश्चर्यचकित झाला. संगीत सुरू झालं आणि थोड्याच वेळात काही डोकी हलू लागली. त्याला वाटलं होतं एकही डोकं हलणार नाही. दहा-पंधरा डोकी हलू लागली. त्यांचा नाईलाजच होता. कोणत्यातरी मोठ्या असहाय्यतेनं त्यांची डोकी हलत होती. संगीत संपलं. ती बारा माणसं पकडली गेली. नबाब त्यांची डोकी उडवायला सांगणार तेवढ्यात संगीतकार म्हणाला, 'थांबा. मी यांनाच शोधत होतो. बाकीच्यांना जायला सांगा. आता फक्त यांच्यासाठीच वाजवणार आहे.'

सम्राट म्हणाला, 'आम्हाला कळलं नाही.' आणि त्यानं त्या वेड्यांना विचारलं, 'तुम्ही डोकी का हलवलीत?' त्यांनी उत्तर दिलं, 'आम्ही डोकी हलवली असे म्हणणं बरोबर नाही. आम्ही नव्हतोच. डोकं कधी हलू लागलं ते आम्हाला कळलंच नाही. संगीत सुरू झालं. विचार हरवून गेले आणि विचारांबरोबर तुमची सूचना - डोकं उडवण्याबद्दलची - तीही हरवून गेली. आम्ही नव्हतोच इथे. एक क्षण असा आला की आम्ही संपूनच गेलो.'

आणि तो संगीतकार म्हणाला, 'आता यांच्यासाठीच वाजवीन मी. कारण जे संपून जाऊ शकत नाहीत ते संगीत समजू शकणार नाहीत. कारण खरं रहस्य संगीतात थोडंच आहे? ते तर संपून जाण्यात, हरवून जाण्यात, शून्य होऊन जाण्यात आहे. संगीत तर केवळ एक निमित्त आहे.'

धर्माची सगळी कर्मं फक्त निमित्त आहेत. त्यामध्ये धर्म नाही आहे. जर निमित्तानं काम होणार असेल तर ते तुमच्या शून्यामध्ये लपलेलं आहे.

तर कधी अकस्मात भेटणाऱ्या प्रेमाच्या रूपामध्ये - अनेक वर्षांपूर्वी दुरावलेला मित्र रस्त्यात भेटला आणि विचार स्तब्ध झाले तर केवढा आनंद भरून येतो हृदयामध्ये. ओतप्रोत! अकस्मात असो की नियोजनपूर्वक असो, पण कधीही तुमच्या आतला झरोका थोडा जरी उघडला गेला आणि शून्य बाहेर डोकावतं तेव्हा अमृताची धारा वाहू लागते.

म्हणूनच मी म्हणतो की संभोगाच्या क्षणामध्येही कधी कधी अमृताची धारा वाहू लागते. कारण संभोग म्हणजे एक विजेचा धक्का आहे. साऱ्या शरीर रचनेला बसणारा एक भयंकर धक्का आहे. तो धक्का जर एवढा असेल की तुम्ही क्षणभर त्या धक्क्यांमध्ये हरवून जाल तर संभोगही समाधीची चुणूक घेऊन येतो.

मृत्यूमध्येही कधी कधी झलक दिसून येते शून्याची. जणू काही तुम्ही डोंगरकड्यावरून कोसळता आहात. कोसळतानाच तुमच्या मनात विचार येतो की आता मेलो. हा विचार मनात येताक्षणी विचार बंद होऊन जातात. कारण विचार हीच तर आयुष्यातली गुंतागुंतीची गोष्ट आहे. मेल्यावर आता विचार कसला? वेळ कुठे आहे विचार करायला? कोणासाठी विचार करायचा? व्यवहारच संपून जातो. या जगाशी संबंधच संपला. जगाशी संबंध होता विचारांचा. डोंगरावरून तुम्ही पडलात. तुम्ही मानलंत की तुम्ही मेलात. क्षणभराचाच वेळ आहे. खाली मोठे दगड दिसताहेत. त्यावर आपटलो की संपलं. त्या एका क्षणात जर तुम्ही वाचलात.

असं कितीतरी वेळा झालं आहे की लोक डोंगरावरून पडूनही वाचले आहेत, सुदैवानं. तेव्हा त्यांनी सांगितलं आहे की जीवनातलं सर्वांत मोठं सुख आम्हाला जाणवलं आहे. कारण त्या क्षणात एकच क्षण आहे लहानसा. डोंगरावरून खाली पडणं आणि दरीत आपटणं यामध्ये कितीसा वेळ जाणार आहे? पण त्या एका क्षणामध्ये विचार बंद झाले, शून्याचा झरोका उघडला गेला. अमृताचा वर्षाव झाला.

मृत्यूमध्येही अमृताचा वर्षाव होऊ शकतो, संगीतातही, संभोगातही, अकस्मात दिसणाऱ्या सौंदर्यातही, आकस्मिक घटनेमध्येही. पण कधीही आनंदाचा अनुभव आला तर वरवरची कारणं कोणतीही असोत, मूळ कारण एकच असतं - शून्याची प्रतीती होते.

ज्याला हे समजलं तो मग योगायोगांना शोधत बसत नाही. तो सरळ शून्याचाच शोध करू लागतो. तो कशाला डोंगरावरून पडायला जाईल? तो

तर बसल्या बसल्या शून्यामध्ये बुडून जाऊ शकतो. एकदा हे समजून चुकलं की शून्यातूनच रसधारा येते की मग छोट्या छोट्या निमित्तांची कशाला वाट बघायची? मग सरळ शून्यातच बुडून जातो तो. तोच तर योग आहे.

म्हणून मी म्हणतो. योग हे सर्व भोगी लोकांचं सार आहे. हे तुम्हाला कठीण वाटेल. पण भोग्यांनी जे कणाकणानं प्राप्त केलं आहे, कधी कधी ज्याची झलक पाहिली आहे, वर्षानुवर्षं ज्यासाठी तडफडले आहेत आणि कधीतरी कणभर त्याचा स्वाद चाखला आहे.

भोग्यांच्या सर्व भोगानुभवाचं सार योग हे आहे. तेव्हा योग्यांनी परीक्षा केली, पारख केली आणि संपूर्ण विज्ञानाची निर्मिती करून म्हटलं की खरी गोष्ट शून्य ही आहे. आणि शून्यामध्ये तर सरळ जाता येतं. हे व्हाया मीडिया, ही माध्यमं यांची काहीच गरज नाही. यांच्यामध्ये उगाचच वेळ फुकट घालवावा लागतो. म्हणून मग योगी सरळ शून्याचा शोध घेऊ लागले.

'अवधू, गगन मंडल घर कीजै ।
अमृत झरै, सदा सुख उपजै ।'

'सदा!' तीच खऱ्या सुखाची व्याख्या आहे. जे कधीकधी ते सुख नाही. जी कधीकधी, ती शांती नाही. जे कधीकधी, तो तर रोग आहे. त्यामध्ये एक प्रकारचा ज्वर असतो.

तुम्ही बघा - लोक सुखामध्येही उत्तेजित झालेले तुम्हाला दिसतील. उत्तेजन हा ज्वर आहे. उत्तेजित असणं ही सुखद अवस्था नाही आहे. म्हणूनच खूप वेळा असं घडतं की एखाद्याला लॉटरी लागते आणि तो मरून जातो. इतका उत्तेजित होतो तो सुखामध्ये. लॉटरी लागण्याची वाट वर्षानुवर्षं पाहात होता. ती मिळाली. कधी मिळेल असं वाटलंही नव्हतं. इच्छा होती की मिळावी. पण ठाऊक होतं की मिळणार नाही आहे. हे आपल्या नशीबात नाही.

पण मिळाली. एवढं सुख पेलू शकला नाही. इतका उत्तेजित झाला की हृदयाचं धडधडणंच बंद पडलं. विचारच बंद झाले तर ठीक होतं. पण हृदयच बंद झालं. रक्ताचा वेग वाढला. रक्तदाब इतका वाढला की शिराच फाटल्या.

सुख मारूनच टाकतं. म्हणजे तुमचं सुख फारसं सुखद आहे असं वाटत नाही. ते तुम्हाला कणाकणानं मिळतं म्हणून तुम्ही ते पेलू शकता. रोज कण कण विष खात राहिलात तर तुम्ही मरणार नाही. मेलात तरी कणाकणानं तीस-चाळीस वर्षं लागतील.

माणूस सिगरेट ओढतो. वैज्ञानिक म्हणतात जर वीस वर्षांत माणूस जितक्या सिगरेटी ओढतो, रोज सहा सिगरेटी याप्रमाणे, वीस वर्षांत जितक्या सिगरेटी ओढेल तेवढं सगळं निकोटिन त्याला एकदम दिलं तर तो माणूस मरून

जाईल. पण सहा सिगरेटी ओढून नाही मरत. कणकण! उलट त्याला सराव होतो. सरावानं इम्यून होऊन जातो. एखादा शुद्ध माणूस, ज्यानं कधीही सिगरेट ओढलेली नाही, त्याला निकोटिन द्या - लौकर मरून जाईल. ज्याला सराव झालेला आहे - सिगरेट ओढणं हा एक हठयोगच आहे; धूर आत घेणं, बाहेर सोडणं - धुराचा प्राणायाम. ज्याला सवय झाली आहे तो असा नाही मरणार.

तुमचं सुख हे कणकण असलेलं विष आहे आणि तुमच्या प्रत्येक सुखाच्या मागे दु:ख लपलेलं आहे. तुमचं प्रत्येक सुख स्वत:बरोबरच दु:ख घेऊन येतं. कधी ना कधीतरी सुख जाईल, दु:ख प्रकट होईल. तुमचं सुख कायमचं नाही आहे. जे सुख कायमचं आहे त्याला आपण आनंद म्हणतो. 'सदा सुख उपजै.' दोन सुखांच्या मध्ये जेव्हा दु:ख निर्माण होत नाही तेव्हा सुख सदाचं होतं. तेव्हा तर तुम्हाला कळतही नाही सुख केव्हा आलं ते. एकदा आल्याचं कळतं - जाण्याचा पत्ताच लागत नाही. हळूहळू सदासुखी व्यक्तीची अशी स्थिती होऊन जाते की त्याला स्वत:लाच ठाऊक नसतं की आपण सुखी आहोत.

तुम्ही जर बुद्धांना विचारलंत की तुम्ही सुखी आहात का तर ते असं नाही सांगू शकणार की मी सुखी आहे. कारण मी सुखी आहे असं म्हणण्यामध्ये मी दु:खीही असू शकतो असा अर्थ असतो. जसं नेहमीच निरोगी असणाऱ्या माणसाला ठाऊकच नसतं की तो निरोगी आहे. तसंच सदा सुखी असणाऱ्या माणसाला सुखाचाही पत्ताच नसतो. ते तर आजारी माणसाला कळतं. जो नेहमीच निरोगी असतो त्याला स्वत:च्या निरोगीपणाचा पत्ताच नसतो. जो नेहमीच सुखी असतो त्याला सुखाचाही पत्ता नसतो.

म्हणूनच बुद्ध नाचताना दिसत नाहीत. सुख इतकं कायमचं आहे की आता त्याच्यासाठी नाचणं कसलं? ते तर श्वास घेण्यासारखं आहे. वाहतोच आहे. ते तर नैसर्गिक आहे. वर्षतच राहिलं आहे. त्याच्यासाठी काय नाचायचं? त्याच्यासाठी काय हसायचं? त्यात एवढी गडबड कसली करायची की मी सुखी आहे?

जेव्हा सुख सदाचं होतं तेव्हा ते शांतीमध्ये रूपांतरित होतं. आनंद जेव्हा परिपूर्ण होतो तेव्हा शून्यवत् होतो. जसा भरलेला घडा आवाज करत नाही तसंच सुख जेव्हा पूर्ण होतं तेव्हा कसलाही आवाज होत नाही.

'अमृत झरै, सदा सुख उपजै, बंकनालि रस पीजै ।'

आणि प्या रस त्याचा, जेवढा हवा तेवढा. रस कधी संपत नाही. पिणारा थकून जाईल, पाजणारा नाही थकत.

'मूल बांधि सर गगन समाना, सुखमनि यों तन लागी।'

ही जी महासुखाची घटना घडते ती योगी कशी घडवून आणतो? तो आपल्या आतमध्ये काय करतो? तो कशा रीतीनं स्वत:ला आकाशामध्ये बुडवून

घेतो? 'मूल बांधि सर गगन समाना' ही त्याची प्रक्रिया आहे.

जीवन ऊर्जा आहे. शक्ती आहे. पण सर्वसाधारणपणे तुमची जीवन ऊर्जा खालच्या बाजूला वाहात असते. म्हणून तुमची सारी जीवन ऊर्जा न संपणारी कामवासना बनून जाते. कामवासना तुमचं सर्वांत खालच्या पातळीवरचं चक्र आहे. तुमची ऊर्जा खाली वाहात असते. आणि हळूहळू सारी ऊर्जा कामकेंद्रावर एकत्रित होते म्हणून तुमची सारी शक्ती कामवासना होऊन जाते. तुम्ही जेवढे शक्तिशाली व्हाल तेवढी तुमची कामवासनाही प्रबळ होत जाईल.

म्हणून तर साधू घाबरतात. मग जेवण कमी करतात. कारण जेवले नाहीत तर शक्ती निर्माणच होणार नाही. शक्ती निर्माणच झाली नाही तर कामवासनाही पैदा होणार नाही. साधू आपलं शरीर सुकवण्याच्या मागे लागतात. हळूहळू ते असा प्रयत्न करू लागतात की रोजचं शरीराचं काम करता येईल एवढंच अन्न घ्यायचं. ऊर्जा शिल्लकच राहता कामा नये.

पण हे काय साधुत्व झालं? ही तर नपुंसकता झाली. ही काय साधना झाली? शक्ती उरलीच नाही तर तुमच्या ब्रह्मचर्याचा काय अर्थ आहे? काय किंमत? काही अर्थ नाही. निर्बळाच्या ब्रह्मचर्याचा काय अर्थ?

लाखो लोक निर्बळतेला ब्रह्मचर्य मानतात. आजारीपणाला आरोग्य समजतात. शरीर सुकवून घेतात. ऊर्जा निर्माण होत नाही म्हणून कामकेंद्र सुकून जातं. तर त्यांना वाटू लागतं की आपण सिद्धावस्थेला पोचलो.

त्यांना नीट जेवण द्या, एका आठवड्याच्या आत त्यांची काम-ऊर्जा आतमध्ये वाहू लागेल. मग वासना जागी होईल. ही काही सुटका नाही आहे. हे तर फसवणं झालं. ही आत्मवंचना झाली. कबीरासारखे ज्ञानी लोक अशा साधूपणाला कवडीचीही किंमत देत नाहीत.

साधुत्वाचा अर्थ ऊर्जा संपवून टाकणं हा नाही, ऊर्जेचं रूपांतर करणं हा आहे. ऊर्जेला नष्ट करायचं नाही, सुकवून टाकायचं नाही आहे, तिची दिशा बदलायची आहे. ती खालच्या बाजूला वाहते आहे, तिला वरच्या बाजूला वाहायला लावायचं आहे. अधोगामी शक्ती ऊर्ध्वगमनाच्या दिशेनं जायला हवी. जी आता जमिनीकडे जाते आहे तिला आकाशाकडे जायला लावायचं आहे. जी आता पाण्यासारखी आहे तिला अग्नीसारखं बनावायचं आहे. पाणी खालच्या बाजूला वाहतं. अग्नी नेहमीच वर जात असतो. ज्या दिवशी तुमची ऊर्जा आग्नेय होईल त्या दिवशी एका वेगळ्याच ब्रह्मचर्याचा जन्म होईल. जे निर्बळतेतून नाही तर परम-वीर्यातून निर्माण होतं.

'मूल बांधि' ते जे मूलाधार चक्र आहे, जिथे ऊर्जा कामऊर्जा बनते, त्याला बांधून टाकायचं आहे. त्याला गोळा करून घ्यायचं आहे. म्हणून योगाने, पतंजलीने,

हठयोगाने खूपशा प्रक्रिया शोधल्या आहेत मूलचक्राला बांधण्यासाठी. मूलचक्र बांधलं गेलं की ऊर्जा आपली आपण वर चढू लागते. कारण खाली दार बंद होतं. दार अवरुद्ध होतं.

जेव्हा तुमच्या मनात कामवासना निर्माण होईल तेव्हा एक लहानसा प्रयोग करून पाहा. हळूहळू मार्ग स्वच्छ दिसू लागेल.

जेव्हा कधी तुम्हाला वाटेल की कामवासना आपल्यावर पकड घेते आहे तेव्हा घाबरू नका. शांत होऊन बसा. जोरानं श्वास बाहेर फेका - उच्छ्वास. श्वास आत घेऊ नका. कारण तुम्ही खोल श्वास आत घेतलात की आत जाणारा श्वास कामऊर्जेला खाली ढकलतो. जेव्हा कामवासना जागृत होईल तेव्हा एक्सेल करा. बाहेर टाका श्वास. नाभी आत खेचा, पोट आत घ्या आणि जेवढा श्वास बाहेर फेकता येईल तेवढा फेका.

हळूहळू सवयीनं तुम्ही संपूर्ण श्वास बाहेर फेकण्यात सफल व्हाल. जेव्हा सारा श्वास बाहेर फेकला जातो तेव्हा तुमची नाभी आणि पोट व्हॅक्यूम होऊन जातात. शून्य होऊन जातात आणि जेव्हा एखाद्या ठिकाणी शून्य होतं तेव्हा आसपासची ऊर्जा त्या शून्याच्या दिशेनं वाहू लागते. शून्य खेचून घेतं. कारण निसर्गाला शून्य चालत नाही. निसर्ग ते शून्य भरून काढण्याचा प्रयत्न करत असतो.

तुम्ही नदीवर पाणी भरून घेता घड्यामध्ये. घडा भरून तुम्ही उचललात की पाण्यात खड्डा तयार होतो. जितकं पाणी तुम्ही घड्यात भरून घेतलंत तेवढा खड्डा पडला. पाणी चारी बाजूंनी धावत येऊन तो खड्डा भरून टाकतं.

तुमच्या नाभीजवळ शून्य तयार झालं तर त्याच क्षणी मूलाधार चक्रामधून ऊर्जा नाभीच्या दिशेनं उठू लागते. आणि तुम्हाला खूप बरं वाटेल. एक गहन ऊर्जा बाणासारखी येऊन नाभीमध्ये उतरली हा अनुभव पहिल्या वेळी घ्याल तेव्हा वेगळाच आनंद मिळेल. तुम्हाला जाणवेल की सारं शरीर एका अनोख्या आरोग्यानं भरून गेलं आहे. एक ताजेपणा. संभोगानंतर उदासपणाचा अनुभव येतो, अगदी तसाच तुम्हाला हा ताजेपणाचा अनुभव येईल. ऊर्जेच्या स्खलनानंतर जशी एक शिथिलता ग्रासून टाकते, एक आजारी भावना, एक विषाद, एक हरल्याची भावना, एक थकावट. तुम्हाला झोपून जावंसं वाटतं.

पुष्कळ लोक संभोगाचा उपयोग फक्त झोप येण्यासाठी करतात. कारण थकून जातात. पाश्चात्य देशांमध्ये तर ज्यांना झोप येत नसेल अशा लोकासाठी संभोग करणं योग्य ठरेल असा सल्ला डॉक्टर देतात. संभोग केलात की थकून जाल, मोडून जाल. आपोआप झोप येईल. पण ती झोप काही शांत झोप नाही. ती तर थकल्यानंतरची झोप आहे. ती विश्रांती नाही, ती थकावट आहे. थकणं

आणि विश्राम करणं यांत मोठा फरक आहे. विश्रामात ऊर्जा पूर्ण आराम करते. थकण्यामध्ये ऊर्जा नसतेच. हरलेले, थकलेले, तुटून गेलेले तुम्ही पडून राहता.

संभोगानंतर जसा विषादाचा अनुभव येतो तसा ऊर्जा जर नाभीच्या दिशेनं वर चढू लागली तर हर्षाचा अनुभव येतो. एक प्रफुल्लता व्यापून टाकते. ऊर्जेचं रूपांतर होणं सुरू झालं. तुम्ही अधिक शक्तिशाली, अधिक प्रसन्न, अधिक उत्फुल्ल, सक्रिय, न थकलेले, विश्राम केलेले असे होऊन जाल. जणू काही गाढ झोपेतून उठला आहात. ताजेतवाने झाला आहात.

म्हणून जे लोक मूलाधार चक्रातून शक्तीला सक्रिय करून घेतात त्यांची झोप कमी होते. जरूरच राहात नाही. थोडा वेळच झोपून उठले तरी ताजेतवाने होऊन जातात. दोन तास झोप मिळाली तरी तुम्ही आठ तास झोपून उठल्यावर जितके ताजेतवाने होणार नाही इतके ताजेतवाने असता कारण तुम्हाला तर ऊर्जा निर्माण करावी लागते, भरून घ्यावी लागते. आणखी एक वेडेपणा आहे. रोज शरीर भरतं, तुम्ही रोज ते खर्च करून टाकता. असंच आयुष्य संपून जातं. रोज जेवण घ्या, शरीरात ऊर्जा भरा आणि मग ती ऊर्जा उडवून टाका.

ऊर्जेचं ऊर्ध्वगमन हा एक विलक्षण अनुभव आहे आणि पहिला अनुभव येतो मूलाधार चक्रापासून नाभीपर्यंत जेव्हा संक्रमण होते तेव्हा.

ही मूलबंधाची अतिशय नैसर्गिक प्रक्रिया आहे. तुम्ही श्वास बाहेर फेका, नाभी शून्य होऊन जाईल. ऊर्जा उठेल नाभीच्या दिशेनं, मूलबंधाचं द्वार बंद होऊन जाईल.

'मूल बांधि सर गगन समाना ।'

तुम्ही एवढी एक गोष्ट शिकून घेतलीत की ऊर्जेला नाभीपर्यंत कसं घेऊन यायचं की बस. बाकीची चिंता करायचं तुम्हाला कारण नाही. जेव्हा कामवासना जागृत होईल तेव्हा तेव्हा तुम्ही ऊर्जेला नाभीमध्ये एकत्रित करू लागा. जसजशी ऊर्जा नाभीमध्ये वाढत जाईल, तसतशी आपली आपण वरच्या दिशेनं जाऊ लागेल. जसं भांड्यात पाणी वाढू लागलं की पाण्याची पातळी वाढत जाते.

खरी महत्त्वाची गोष्ट आहे मूलाधार चक्राचं बंद होणं. घड्याचं खालचं छिद्र बंद झालं, आता ऊर्जा एकत्र होत राहील. घडा आपोआप भरत राहील.

एक दिवस तुम्हाला अचानक जाणवेल की हळूहळू ऊर्जा नाभीच्या वर येऊ लागली आहे. तुमच्या हृदयात एक नवी संवेदना पल्लवित होऊ लागली आहे. तुम्ही म्हणता की तुम्ही प्रेम करता. पण तुम्ही प्रेम करूच शकत नाही कारण तुमच्या हृदयात ऊर्जाच नाही आहे. तुम्ही लाख म्हणा की तुम्ही प्रेम करता. तुम्ही प्रेम करूच शकत नाही. कारण जेव्हा हृदय-चक्रात ऊर्जा येते तेव्हाच प्रेम घडतं. त्याआधी नाही. तर तुम्ही स्वतःलाच सांगत राहता की तुम्ही

प्रेम करता. पण तुम्ही कोणावरच प्रेम केलेलं नाही. ना आपल्या पत्नीवर, ना मुलावर. फार फार तर तुम्ही स्वतःवर प्रेम करता. इतर कोणावरही तुम्ही प्रेम करत नाही. आणि तेही अगदी कमजोर आहे. खूप गाढ, गहिरं असं नाही.

ज्या दिवशी हृदय-चक्रावर येईल तुमची ऊर्जा, तेव्हा तुम्हाला जाणवेल की तुम्ही प्रेमानं भरून गेला आहात. तुम्ही ज्या ठिकाणी बसाल, उठाल तिथे तुमच्या सर्व बाजूंनी एक प्रेमाची हवा वाहू लागेल. दुसऱ्या लोकांनाही जाणवेल की तुमच्यात काहीतरी बदल झाला आहे. तुम्ही आता तेच राहिले नाही आहात. तुम्ही काही वेगळेच तरंग घेऊन येत आहात. तुमच्याबरोबर काही वेगळीच लहर येते आहे, ज्यामुळे उदास व्यक्ती प्रसन्न होते आहे, दुःखी थोडा वेळ दुःख विसरतो आहे, अशांत माणूस शांत होतो आहे. तुम्ही ज्याला स्पर्श करता, जिथे स्पर्श करता तिथे प्रेमाचा एक लहानसा शिडकावा होतो आहे. पण जेव्हा हृदयात ऊर्जा येईल तेव्हाच हे घडेल.

ऊर्जा जेव्हा वाढेल, हृदयातून कंठापर्यंत येईल तेव्हा तुमच्या वाणीमध्ये एक माधुर्य येईल, तेव्हा तुमच्या वाणीमध्ये एक संगीत, एक सौंदर्य येईल, तुम्ही साधेसे शब्द वापराल आणि त्या शब्दांमध्ये काव्य असेल. तुम्ही गप्प राहिलात तरी तुमच्या मौनातही संदेश लपलेले आहेत. तुम्ही बोलला नाहीत तरी तुमचं अस्तित्व बोलेल. ऊर्जा कंठापर्यंत आली आहे.

उपनिषदांतली गीतंही तेव्हाच उमटली असतील जेव्हा ऊर्जा कंठापर्यंत आली असेल. कुराणातली वचनं सामान्य आहेत. पण जेव्हा मुहम्मदानं ती उच्चारली तेव्हा त्या वचनांमध्ये काहीतरी विलक्षण गोष्ट होती. तेव्हा ती कोणत्यातरी वेगळ्याच जगातून येत होती.

तुम्हीही ती पुन्हा म्हणू शकता. पण तुमची ऊर्जा ज्या ठिकाणी असेल, त्या ठिकाणचे गुणधर्मच तुमच्या शब्दांमध्ये प्रवीष्ट होतील. कामवासनेनं भरलेल्या माणसानं कुराणातली वचनं कितीही सुरावर गायली तरी ती कव्वालीच वाटेल. ते कुराण होऊच शकत नाही. कारण कुराणाचा संबंध शब्दांशी थोडाच आहे? तुमच्या जीवन ऊर्जेशी आहे. आणि मुहम्मदानं कव्वाली गायली तरी ते कुराण होऊन जाईल. त्या शब्दांमध्येही नवे भाव निर्माण होतील. नवे अंकुर फुटतील, नवी फुलं उमलतील.

कृष्णानं गीता सांगितली. ती कंठातून आलेल्या ऊर्जेची अभिव्यक्ती आहे, प्रकटीकरण आहे. कितीतरी लोकांनी गीता तोंडपाठ केली आहे. आणि कितीतरी लोक रोज गीतेचा पाठ करत आले आहेत. किती हजारो माणसांनी आजवर गीतेचा पाठ केला असेल. पण जर कामऊर्जा मूलाधारावरून खाली जात असेल तर तुम्ही गीता म्हणत राहा. ती तुमची गीता असेल, भगवद्गीता होऊ शकत

नाही. भगवद्गीता होण्यासाठी चेतनेचं भागवत होण्याची जरूरी आहे.

ऊर्जा वर चढत जाते. एक क्षण असा येतो की तुमच्या तिसऱ्या नेत्रावर ऊर्जेचा परिणाम होतो. तेव्हा तुम्हाला प्रथम दिसू लागतं. तुम्ही आंधळे राहात नाही. याआधी तुम्ही आंधळे असता. कारण याआधी तुम्हाला आकार दिसत असतात. निराकार दिसत नसतो. आणि तो तर वास्तव आहे. सर्व आकारांमध्ये निराकार लपलेला असतो. मूलाधारात अडकून पडलेल्या ऊर्जेमुळे आकार दिसत असतात. नाही तर कोणताही आकार नसतोच.

तुम्ही कुठे संपता? तुमची सीमा कुठे आहे? तुमची सुरुवात कुठे होते? कोणी कुठे सुरूही होत नाही आणि कोणी कुठे संपतही नाही. सारं जग एकमेकांशी जोडलेलं आहे. तुम्ही झाडांशी जोडलेले आहात. डोंगर-पर्वतांशी जोडलेले आहात, चंद्र-ताऱ्यांशी जोडलेले आहात. लहानसं कोळ्याचं जाळं हलवा, अनंत आकाशातले तारेही कंप पावतात. कारण सारं अस्तित्व एक आहे. यामध्ये दोन तर नसतातच कुठे. पण तुम्हाला अनेक दिसतं. आंधळे आहात. मूलाधार आंधळं चक्र आहे. म्हणून तर आपण कामवासनेला आंधळी म्हणतो. तिला डोळे नाहीतच.

डोळे उघडतात - तुमचा खरा डोळा, जेव्हा तिसऱ्या नेत्रावर ऊर्जा येऊन प्रकट होते, जेव्हा लहरी तिसऱ्या नेत्राला स्पर्श करू लागतात. तिसऱ्या नेत्राच्या किनाऱ्यावर जेव्हा तुमच्या ऊर्जेच्या लाटा येऊन आदळू लागतात तेव्हा पहिल्या प्रथम तुमच्यामध्ये दर्शनाची क्षमता जागी होते.

म्हणून आपण या देशात विचारांच्या प्रक्रियेला फिलॉसॉफी म्हटलेलं नाही. आपण विचारप्रक्रियेला 'दर्शन' म्हटलं आहे. पाश्चात्य देशांमध्ये दर्शनशास्त्राला फिलॉसॉफी हे नाव आहे. आपल्याला ते नाव आवडलं नाही. कारण फिलॉसॉफी तर निर्माण होतेच - मूलाधारात ऊर्जा असते तेव्हाही. पण दर्शन नाही निर्माण होत. आणि मूलाधारामध्ये वाट चुकलेल्या आंधळ्यांनी कितीही विचार केला, तरी त्यांच्या विचार करण्याची काय किंमत असणार? विचार करून करून कितीसा करणार ते?

आंधळ्या माणसानं प्रकाशाच्या संबंधात कितीही विचार केला, कितीही माथेफोड केली, गणितं मांडली, विश्लेषण केलं, मीमांसा केली तरी उत्तर काय येणार? आंधळ्यानं प्रकाशासंबंधी काहीही सांगितलं तरी ते चुकीचंच असणार. आंधळ्याला तर अंधारसुद्धा दिसत नाही, प्रकाश दिसणं दूरची गोष्ट आहे.

तुम्ही जर असा विचार करत असाल की आंधळ्याला अंधार दिसतो तर तुम्ही चुकता आहात. अंधार पाहण्यासाठी सुद्धा डोळे हवेत. अंधार हाही डोळ्यांचाच अनुभव आहे. तुम्ही डोळे बंद करता, तुम्हाला अंधार दिसतो कारण डोळे

उघडल्यावर तुम्ही प्रकाशाचा अनुभव घेतला आहे. आंधळ्याला तर अंधारही दिसत नाही. अंधार आणि प्रकाश हे तर डोळ्यांचे अनुभव आहेत.

पण आंधळे विचार करू शकतात. मोठीमोठी दर्शनशास्त्रं उभी करू शकतात. ॲरिस्टॉटल, कांट, हेगेल, बर्ट्रंड रसेल - मोठ्यात मोठा पाश्चात्य विचारवंतही दार्शनिक नाही आहे.

दर्शन ही एक विलक्षण प्रक्रिया आहे. तिचा संबंध विचाराशी नाही, ऊर्जेशी आहे. कपिल, कणाद, बुद्ध, महावीर, शंकर, नागार्जुन दार्शनिक आहेत, विचारवंत नाहीत. कारण दार्शनिक असणे याचा अर्थ ज्याच्या ऊर्जेच्या लाटा तिसऱ्या नेत्राच्या किनाऱ्यावर आपटू लागल्या आहेत तो. आता त्याला दिसू लागलं आहे. हा कोणताही सिद्धांत मांडत नाही आहे. त्याला जे दिसतं आहे ते सिद्धांतामध्ये बांधतो. हा अंधारात चाचपडत नाही. याला जे दिसतं आहे ते शब्दांमध्ये उतरवतो आहे म्हणजे आंधळ्यांपर्यंत शब्द पोचवता येतील.

आणि जेव्हा तुमच्या आयुष्यात दृष्टी येते तेव्हा परमात्म्याखेरीज दुसरं काहीही दिसत नाही. सारं जग माया होऊन जातं. फक्त परमात्मा सत्य असतो. आत्ता माया सत्य आहे. परमात्मा एकटाच असत्य आहे. तुम्ही लाख म्हणा की आम्ही मानतो. पण तुम्हाला ठाऊक आहे की परमात्मा नाहीच आहे. मानणार कसे तुम्ही? ज्याची ओळखच झाली नाही त्याला मानणार कसे? ज्याला कधी पाहिलं नाही त्याला मानणार कसे? मनामध्ये संशय, शंका तशीच राहते.

पूजा करता मंदिरात जाऊन. हात जोडून मूर्तीच्या समोर उभे राहता. थोडा विचार करा. मनामध्ये संदेहाचा किडा वळवळतो आहे असं तुम्हाला दिसेल. पण वाकता भीतीपोटी. काय ठाऊक - असेलही! नंतर पश्चात्ताप नको.

मुल्ला नसरुद्दीनचा एक मित्र मरणाच्या दारी होता. मित्र मोठा मौलवी होता, मोठा पंडित होता. पण मरणाच्या वेळी तोही घाबरून गेला. कारण पांडित्य मृत्यूच्या वेळी साथ देत नाही. तो घाबरून गेला. आत्तापर्यंत म्हणत आला होता की ईश्वर आहे, हे आहे, ते आहे - सगळे सिद्धांत. पण आत्ता त्याला काय करावं हे कळत नव्हतं. मृत्यू जवळ आला. क्षणभराचा अवकाश आहे. काय होईल? काय होणार नाही?

कोणीतरी म्हटलं तुम्ही मुल्ला नसरुद्दीनला का नाही बोलावून घेत? तो मोठा ज्ञानी आहे. मरणाच्या दारी असलेला काय करणारं दुसरं? बुडती माणसं काटकीचा आधार घेतात. त्यानं म्हटलं हो - घ्या बोलावून. नसरुद्दीनलाही संदेह होताच. भरवसा नव्हताच. पण काही हरकत नाही. नसरुद्दीन आला आणि म्हणाला, 'ठीक आहे. तू प्रार्थना कर - हे परमात्मा, हे सैतान, मला सांभाळ!' मित्र म्हणाला, 'ही कोणत्या प्रकारची प्रार्थना आहे? परमात्मा समजलं, पण!'

नसरुद्दीन म्हणाला, 'मरताना धोका पत्करणं योग्य नाही. परमात्मा आहे की नाही कोणास ठाऊक आणि काय सांगावं, सैतानच असेल. तू दोघांचीही प्रार्थना करून टाक. जो असेल तो मदत करेल. या वेळी कुणाला नाराज करणं योग्य नाही.'

पूजा होते भीतीपोटी, श्रद्धेमुळे नव्हे. परमात्म्यावर विश्वास तर तेव्हा बसतो जेव्हा ऊर्जा तिसऱ्या नेत्रामध्ये प्रवेश करते. तुम्ही बघण्यास समर्थ होता. तोपर्यंत परमात्मा एक असत्य आणि माया एक सत्य आहे. मग सारंच बदलून जातं. परमात्मा सत्य होतो आणि संसार खोटा होतो.

दर्शनाची क्षमता म्हणजे विचारक्षमता नाही. दर्शनक्षमता म्हणजे पाहण्याची क्षमता आहे. तो साक्षात्कार आहे. जेव्हा बुद्ध काही सांगतात तेव्हा ते पाहून सांगतात. त्यांचा स्वत:चा अनुभव असतो. अनुभव न घेता उच्चारलेल्या शब्दांचा काय अर्थ असणार? फक्त अनुभवाच्या शब्दांमध्येच अर्थ असतो.

मी ऐकलं आहे, एका लहानशा गावात मी उतरलो होतो. शहरातून एक डॉक्टर आला होता, गावातल्या लोकांना परिवार नियोजनासंबंधी सांगायला. ज्या घरात मी उतरलो होतो त्या घरासमोरच्या अंगणातच गावकरी जमले होते आणि डॉक्टर त्यांना माहिती देत होता. मीही बसून ऐकत होतो. परिवार नियोजनासंबंधीच्या सगळ्या गोष्टी डॉक्टरनं समजावून दिल्या. एका गावकऱ्यानं उभं राहून विचारलं, 'तुम्ही विवाहित आहात का?' डॉक्टरनं उत्तर दिलं, 'नाही, मी अविवाहित आहे.' गावकरी हसू लागला. इतर गावकरीही हसू लागले. डॉक्टरनं विचारलं, 'काय झालं?' गावकऱ्यानं उत्तर दिलं, 'गाढवाला गुळाची काय चव?'

पण जीवनात तुम्हाला ज्या गोष्टींची चव मिळाली नाही आहे, त्याही तुम्ही कबूल करून टाकल्या आहेत. आणि कबूल करता करता तुम्हाला वाटू लागलं आहे की आपण या गोष्टींची चव घेतलेलीच आहे. गूळ हा शब्द ऐकला आहे, गूळ चाखलेला मात्र कधीच नाही. परमात्मा हा शब्द ऐकला आहे. परमात्मा चाखलेला मात्र कधीच नाही. पाणी कधी प्यालं नाही, पाणी हा शब्द मात्र ऐकलेला आहे. परमात्मा कधी प्यालो नाही, परमात्मा हा शब्द ऐकलेला मात्र आहे.

ऊर्जा जेव्हा तिसऱ्या डोळ्यावर प्रवेश करते तेव्हा अनुभवाला सुरुवात होते आणि अशा व्यक्तीच्या बोलण्यामध्ये तर्काचं बळ नसतं, तर सत्याचं बळ असतं. अशा व्यक्तीच्या बोलण्यामध्ये एक प्रामाणिकपणा असतो, जो आतून आलेला असतो. कोणत्याही बाह्य प्रमाणांवर आधारलेला नसतो. अशा व्यक्तीच्या बोलण्यालाच आपण शास्त्र म्हणतो. अशा व्यक्तीची वचनं वेद बनून जातात. ज्यानं जाणलं आहे, जो जगला आहे, ज्यानं परमात्म्याचा स्वाद घेतला आहे,

जो प्याला आहे, ज्यानं परमात्म्याला पचवलं आहे, जो परमात्म्याशी एकरूप झाला आहे.

मग ऊर्जा आणखी वर जाते. सहस्राराला स्पर्श करते.

'मूल बांधि सर गगन समाना'

सर म्हणजे सहस्रार, मस्तक. पहिलं चक्र सर्वांत खाली आहे मूलबंध - मूलाधार आणि सर्वांत शेवटचं चक्र आहे, सहस्रार.

आपण त्या शेवटच्या चक्राला सहस्रार म्हणतो. कारण ते चक्र सहस्रदल असलेल्या कमळाप्रमाणे सुंदर आहे. आणि जेव्हा ते उमलतं तेव्हा अंतरात असं जाणवू लागतं की जणू सारं व्यक्तिमत्त्वच हजार पाकळ्यांचं कमळ झालं आहे. सारं व्यक्तिमत्त्व उमलून येतं. जेव्हा ऊर्जा सहस्रा वर येऊन आदळते तेव्हा त्याच्या पाकळ्या उमलायला लागतात. सहस्राराच्या उमलण्याबरोबरच व्यक्तित्वातून आनंदाचा झरा वाहू लागतो. मीरा त्याच क्षणी नाचू लागते. 'पग घुंघरू बांध मीरा नाची रे।' त्याच क्षणी चैतन्य महाप्रभू वेड्यासारखे उन्मुक्त होऊन नाचू लागतात.

'मूल बांधि सर गगन समाना, सुखमनि यों तन लागी ।'

मोठी विलक्षण गोष्ट आहे ही - 'सुखमनि यों तन लागी ।'

असं सुख निर्माण होतं की आत्मा तर नाचतोच - आत्मा नाचणारच - पण नाच इतका गहन होतो की शरीरही त्या नाचात नाच करू लागतं. जड शरीरही आनंदित होऊन जातं.

कबीर हेच सांगत आहेत की त्या क्षणी चेतना तर नाचतेच. त्यात सांगण्यासारखं काही नाही. पण हे जड शरीरही चेतनेच्या बरोबर चैतन्यासारखं होऊन नाचू लागतं. चेतना तर प्रसन्न होतेच पण शरीराचा रोमरोम आनंदित होऊन जातो. आनंदाची अशी लाट येते की मेलेलासुद्धा - शरीर मेलेलंच असतं - नाचू लागतो.

तुम्ही आता शरीराशी बांधले जाऊन स्वतःच मेलेले झाला आहात. तेव्हा तेव्हा प्रवाह उलटा वाहतो. तुमच्या चैतन्याच्या क्षमतेबरोबर मेलेलं शरीरही नाचू लागतं. तुम्ही ऐकलं असेल की त्याच्या कृपेनं आंधळे पाहू लागतात, लंगडे चालू लागतात, मुके बोलू लागतात, पण त्याचा अर्थ तुम्हाला समजला नसेल. त्याचा अर्थ हा आहे.

त्या क्षणी जो माणूस कायमचा मुका होता तोही बोलू लागेल. इतकी मोठी घटना घडते, एवढा मोठा उत्सव होतो की जो माणूस कायमचा बहिरा होता तोही ऐकू लागतो. सारं शरीर जागं होतं. सारी झोप उडून जाते. फक्त आत्म्यामध्येच नव्हे तर जड शरीरातही कंपन ऐकू येऊ लागतं. संगीत तेथपर्यंत

घुमू लागतं. प्रतिध्वनी तिथेही ऐकू येऊ लागतो.

'मूल बांधि सर गगन समाना, सुखमनि यों तन लागी ।

काम क्रोध दोऊ भया पलीता, तहां जोगणी जागी !'

आणि अशा क्षणी काम-क्रोधामध्ये कोणीतरी बॉंब लावून ठेवतो. त्यात पलिता लावतो. पलित्यात आग लावली की थोड्याच वेळात बॉंब फुटतो.

'काम क्रोध दोऊ भया पलीता, जहां जोगणी जागी ।'

त्या आनंदाच्या क्षणी कुठला काम, कुठला क्रोध? आता ज्यांना शत्रू समजत होतो ते मित्र ठरतात. काम आणि क्रोध दोन्ही त्या परम विस्फोटामध्ये पलिता बनतात. त्या दोघांचाही उपयोग होतो. त्यांची आगटी उपयोगी ठरते आणि एक विस्फोट घडून येतो, एक एक्स्प्लोजन.

'मनवा आई दरीबै बैठा, मगन भया रसि लागा ।

कहै कबीर जिय संसा नही, सबद अनाहद बागा ।'

आणि आता - आता मनाला मंदिरात बसवण्याची काही गरजच नाही. आता बाजारात बसवलं तरी काही हरकत नाही.

'मनवा आई दरीबै बैठा...'

आता काही चिंता राहिलीच नाही. हिमालयात जाण्याची जरूर नाही. बाजारात दरीबात बसलं तरी चालेल आता सर्व ठिकाणी हिमालयच आहे. आता बाजारातही कैलास आहे. आता घरातच काबा आहे. आता तर शरीरातच वैकुंठ आहे.

'मनवा आई दरीबै बैठा, मगन भया रसि लागा ।'

आणि मनही असं रमून गेलं, रसाशी असा संबंध जुळला की आता मनातच संदेह राहिला नाही - मन, ज्याचा मूळ स्वभाव संदेह हाच आहे.

जेव्हा ऊर्जा सातव्या आणि शेवटच्या चक्राला स्पर्श करते तेव्हा जे कालपर्यंत तुमचे शत्रू होते तेही मित्र होऊन जातात. काम-क्रोध उपयोगी पडतात. त्यांची ऊर्जा, त्यांचा अग्नी पलिता बनतो. त्या परम विस्फोटामध्ये, तेव्हा तुम्हाला कळतं की जीवनात काहीही व्यर्थ, निरर्थक नाही आहे. सर्वांना अर्थ आहे. आज नाही तर उद्या पण प्रत्येक वस्तूचा उपयोग आहे. इथला कोणताही दगड फेकून देण्यासारखा नाही आहे. सगळे दगड मंदिर बनवण्यासाठी उपयोगात येतील. म्हणून फेकण्याची घाई करू नका. आणि शत्रुत्वही करू नका.

ज्याचा सदुपयोग होणार नाही असं परमात्म्यानं काही बनवलेलंच नाही. हे शक्य आहे की आज तुम्हाला त्याचा उपयोग काय करावा हे सुचत नाही आहे. आज तुम्ही एक दगड फेकून द्याल आणि उद्या पस्तावाल. उद्या तुम्हाला कळेल की तो दगड तर मंदिरातली मूर्ती बनण्यासाठी होता. किंवा तो दगड मंदिराचा कळस होता.

काहीच फेकू नका. सगळं संभाळून ठेवा. तुमच्यामध्ये वाईट असा एक कणही नाही आहे. सगळ्याचा उपयोग होईल. आज ते चुकीचं वाटतं आहे हे शक्य आहे. कारण तुमची ऊर्जा अजून खूप खाली आहे. तिथे काही उपयोग नसेल. जेव्हा ऊर्जा वर येईल, दृष्टीचा विस्तार होईल, डोळे उघडतील तेव्हा हजार उपयोग सापडतील. मनातून तर आताही संदेह संदेहच वाटतो आहे. पण कबीर म्हणतात, मग मनही अशा रसानं भरून बुडून जातं, अशा रसामध्ये बुडून जातं. 'कहै कबीर जिय संसा नाही' की आता त्यात शंका, संदेह उठतच नाही. जोवर तुम्हाला प्राप्ती झाली नव्हती तोवरच संदेह उठत होता.

म्हणजे याचा अर्थ असा झाला की मनातला संदेहही या मार्गावरचा साथी आहे, सहयोगी आहे. कारण तोच तुम्हाला जागं ठेवतो. तो म्हणतो, मान्य करण्याची वेळ अजून आली नाही. अजून श्रद्धेची वेळ आली नाही. अजून अनुभव आला नाही. ध्येय अजून थोडे दूर आहे. तो तुमच्या संदेहाला जागं ठेवतो आणि प्रवास चालू ठेवतो. पण जेव्हा ध्येयाशी पोचतो तेव्हा मात्र संदेह गळून जातो. मन सांगतं आता श्रद्धा ठेव. मनही साथीदारच आहे, शत्रू तर कोणी नाहीच आहे.

'कहै कबीर जिय संसा नाही, सबद अनाहद बागा ।'

आता मन संदेह कसा करणार? आता तर अनाहताचा ध्वनी आत बांग देऊ लागला आहे. आता तर स्वत: सत्य हाक मारू लागलं आहे. मध्यरात्र होती तेव्हा मनात संशय होता की सकाळ होईल की नाही? आता कोंबडा आरवला आहे.

'.... सबद अनाहद बागा ।'

कबीर म्हणतात आता अंतरात सत्याच्या आवाजानंच बांग द्यायला सुरुवात केली आहे. स्वत: सत्य बांग देतं आहे. स्वत: परमात्मा बांग देऊ लागला. आता मनाची काय टाप? आता मनाचं शंकेचं काय सामर्थ्य?

श्रद्धा जागृत होते. दोन प्रकारच्या श्रद्धा आहेत. एक आहे साधकाची श्रद्धा - जी तो सांभाळून, जपून कशावर ठेवतो म्हणजे यात्रा होऊ शकेल. संदेह तसाच राहतो पण तरीही तो प्रवास करतो. कारण संदेह फार वाढला तरी प्रवास बंद पडेल. यात्रा थांबवण्याइतका संदेह वाढला तर संदेह तर राहीलच. साधकाची श्रद्धा अशी असते की तो म्हणत असतो ठीक आहे, तूही राहा पण मी यात्रा मी करणारच. श्रद्धा मी ठेवणारच. प्रयत्न करणार. अर्धवट राहील, अर्धीमुर्धी होईल. पण जेवढी होईल तेवढी चांगली.

एक साधकाची श्रद्धा आहे आणि दुसरी आहे सिद्धाची श्रद्धा. सिद्धाची श्रद्धा काही वेगळीच आहे. सिद्धाच्या श्रद्धेचा अर्थ आहे संदेह निघून गेला.

'... मगन भया रसि लागा ।'
कहै कबीर जिय संसा नाही, सबद अनाहद बागा ।'
आतमध्ये परमात्मा साद घालू लागला. सकाळ झाली.

ही सकाळ फार दूर नसते. तुमची रात्र कितीही अंधारी असली तरी सकाळ दूर नाही. खरी गोष्ट तर ही आहे की रात्र जेवढी अधिक अंधारी तेवढी सकाळ अधिक जवळ. पडदा अगदी विरळ. घुंघट उचलण्याचीच खोटी आहे. भरवशाला जागृत करा. आपल्या पायांवर उभे राहा आणि वेळ घालवू नका. आधीच खूप वेळ फुकट गेला आहे. आणि ध्येय अगदी जवळ आलं आहे. एक पाऊल- ध्येय जवळ आहे. आणि तुम्ही निष्कारण दु:खात त्रासला आहात.

एखादा माणूस वाईट स्वप्नामध्ये बुडला असावा तशी तुमची दशा आहे. स्वत:चेच हात छातीवर ठेवले आहात आणि स्वप्न पडतं आहे की पहाड कोसळला आहे. स्वत:चीच उशी छातीवर घेतली आहात आणि वाटतंय की छातीवर कुणी पैलवान, दारासिंग बसला आहे. आरडाओरडा करतो, किंचाळतो. जेवढा घाबरतो तेवढीच आतली बेचैनी वाढत जाते. आणि बेचैनीमध्ये डोळे नाही उघडत, हात नाही हलत. वाटतं - मेलो, मारून टाकलं.

मग ते दु:स्वप्न संपतं. माणूस डोळे उघडतो. मग स्वत:लाच हसतो की उशी स्वत:चीच ठेवली आहे आणि दोष दारासिंगला देतो आहे. आपलेच हात छातीवर बांधले आहेत आणि समजतो आहे की पहाडाखाली दबतो आहे.

कोणी घाबरवत नव्हतं. कोणी नव्हतंच. एकटेच होतात. आपलंच स्वप्न आपल्यालाच खाऊन टाकत होतं. बस, तुमचंच स्वप्न तुमची माया आहे. जागे व्हा. दृश्यातून द्रष्ट्यामध्ये, साक्षीमध्ये.

'अवधू, गगन मंडल घर कीजै ।'

आज एवढंच.

♦

ओशो – एक परिचय

ओशो हे कोणत्याच अवकाशात मावणारे नाहीत. माणसाच्या व्यक्तिगत शोधापासून ते समाजातल्या सर्व सामाजिक तसंच राजकीय प्रश्नांवर प्रकाश टाकणारी अशी त्यांची प्रवचनं आहेत. ओशोंनी स्वत:ही पुस्तकं लिहिलेली नाहीत. जागतिक स्तरावर सर्व श्रोत्यांसमोर दिलेल्या प्रवचनांच्या ऑडिओ व्हिडीओच्या वार्तांकनांचं संकलन म्हणजे त्यांची पुस्तकं आहेत. ते म्हणतात ''मी जे काही सांगतो ते केवळ तुमच्यासाठीच नसून भविष्यातल्या पिढींसाठी सांगत असतो.

लंडनच्या 'संडे टाइम्स'नं विसाव्या शतकातल्या जग बदलून टाकणाऱ्या एक हजार व्यक्तींमध्ये त्यांची गणना केलेली आहे. टॉम रॉबिन्स या अमेरिकन लेखकानं तर त्यांना 'जिझस ख्राईस्ट' नंतरचं सर्वांत 'खतरनाक' व्यक्तिमत्त्व असं बिरुद त्यांना बहाल केलंय. भारताचं भाग्य बदलवणाऱ्या गांधी, नेहरू आणि बुद्ध यांच्या बरोबरीनं भारतातील 'संडे-मिडडे'नं त्यांचा गौरव केला आहे.

आपल्या कार्याविषयी ते म्हणतात, 'नवीन आधुनिक मनुष्याच्या जन्मासाठी मी

'भूमी' तयार करतो आहे.' या नवीन मनुष्याला ते 'झोरबा द बुद्ध' म्हणतात. झोरबा अशा की, ज्यामध्ये पृथ्वीवरची सर्व सुखं उपभोगण्याची क्षमता असेल, तसंच बुद्धांची शांत, सौम्य अशी प्रवृत्ती असेल. ओशोंच्या सर्वांगीण विचारांमध्ये जीवन-दर्शनाचा एक झुळझुळता प्रवाह आहे. त्यामध्ये पूर्वेकडची कालातीत असलेली प्रज्ञा आणि पश्चिमेकडचं विज्ञान, तसंच तंत्रज्ञानाच्या सर्वोच्च शक्यतांचा समावेश आहे.

आंतरिक परिवर्तनाच्या शास्त्रात 'ओशो' म्हणजे क्रांतिकारी उपदेशासाठी उत्तम पर्याय आहेत. तसंच ध्यानाच्या विविध पद्धतीचे प्रसारक आहेत. आत्ताच्या आधुनिक वेगवान जीवनशैलीला अनुसरून या पद्धती त्यांनी निर्माण केल्या आहेत.

सक्रिय ध्यानपद्धती अशापद्धतीनं तयार केलीय की, त्यामध्ये शरीर आणि मन या दोन्हीमध्ये एकत्रितपणे ताणतणावांचा निचरा होऊ शकेल आणि रोजच्या जीवनात सहज स्थिर मनोवृत्ती प्राप्त होऊ शकेल आणि गाढ शांतीचा अनुभव येईल.

ओशोंची दोन आत्मकथात्मक पुस्तकं याप्रमाणे.

१) 'ऑटोबायोग्राफी ऑफ ए स्पिरिच्युअली इनकरेक्ट मिस्टीक', सेंट मार्टिंस प्रेस, यूएसए.

२) 'ग्लिम्प्सेस ऑफ ए गोल्डन चाइल्डहूड', ओशो मीडिया इंटरनॅशनल, पुणे, भारत.

♦

ओशो इंटरनॅशनल मेडिटेशन रिझॉर्ट

ठिकाण : मुंबईपासून शंभर मैलावर दक्षिणपूर्वेला असलेल्या संपन्न अशा आधुनिक पुणे शहरात सुट्टी घालवण्याचं एक सुरेख असं स्थान म्हणजे, 'ओशो इंटरनॅशनल मेडिटेशन रिसॉर्ट!'' घनदाट झाडीमध्ये लपलेलं हे रिसॉर्ट सर्वांपेक्षा वेगळं असून अठ्ठावीस एकराच्या बगिचामध्ये पसरलेलं आहे.

वेगळेपण : शंभरपेक्षाही जास्त अशा निरनिराळ्या देशांमधून हजारो पर्यटक दरवर्षी या रिसॉर्टला भेट देतात. इथला अनुपम असा परिसर उत्साहानं परिपूर्ण, शांत-निवांत असा असून काहीतरी सर्जनात्मक असं नवीन जीवन जगण्याविषयी प्रेरणा देणारा आहे. संपूर्ण वर्षभर चोवीस तास चालणारे निरनिराळे उपक्रम इथे आहेत. अर्थात काहीही न करता नुसतं शांत बसणं, हाही त्यातलाच एक भाग!

इथल्या सर्व कार्यक्रमांच्या रचनेत ओशोंच्या 'झोरबा द बुद्ध'ची आंतरदृष्टी समाविष्ट आहे. यामध्ये एका नवीन मनुष्याचा नवीन ढंग आहे. जो माणूस रोजचं दैनंदिन जीवन सर्जनात्मक पद्धतीनं जगूनसुद्धा मौन तसंच ध्यानामध्ये मग्न होण्याची क्षमता राखतो.

इथली कार्यक्रमपद्धती :

ध्यान : दिवसभर चालणाऱ्या ध्यान कार्यक्रमांमध्ये सक्रिय तसंच निष्क्रिय, परंपरागत तसंच क्रांतिकारक, खासकरून 'ओशो डायनॅमिक मेडिटेशन'पद्धतीनुसार, प्रत्येक व्यक्तीनुसार अनेक ध्यानपद्धती उपलब्ध आहेत. या सर्व ध्यानपद्धती जगातल्या सर्वांत भव्य अशा 'ओशो ऑडिटोरियम' ध्यान सभामंडपात पार पाडल्या जातात.

विविधता : इथल्या विविध व्यक्तिगत सेशन्समध्ये, शिबिरात सर्जनशील अशा कलांपासून ते संपूर्ण स्वास्थ्यापर्यंत, तसंच व्यक्तिगत परिवर्तन, व्यक्तिगत

संबंध, जीवनातील अग्रक्रम, कार्यध्यान, गुह्यविज्ञान, खेळ, मनोरंजन या सर्व गोष्टीत अगदी 'झेन पद्धती'चा सुद्धा समावेश आहे. इथल्या (मल्टिव्हर्सिटी) विविध गोष्टींच्या यशाचं रहस्य म्हणजे इथले सर्वप्रकार पूर्णपणे ध्यानाशी जोडलेले आहेत. त्यामुळे इथल्या माणसांमध्ये हा विचार घट्टपणे रुजवला जातो की, 'मनुष्य म्हणजे फक्त शरीराशी निगडीत नसून त्यापलीकडेही खूप आहे.'

बाशो स्पा : हिरव्यागार झाडांच्या सान्निध्यात, मोकळ्या हवेत असलेला भव्य असा, पाण्यात मनसोक्त तरंगण्याचा आनंद देणारा जलतरण तलाव म्हणजे मोठं आकर्षण आहे. वैशिष्ट्यपूर्ण तयार केलेली मोठी झकूझी, सौना, जीम, टेनिसकोर्ट या सर्वांचा समावेश इथे केलेला आहे.

भोजन : निरनिराळ्या पद्धतींनी बनवलं जाणारं इथलं स्वादिष्ट भोजन पूर्णपणे शाकाहारी असून ते पाश्चात्त्य तसंच आशियाई ढंगामध्ये उपलब्ध आहे. मेडिटेशन रिसॉर्टसाठी विशेषत्वानं लागवड केलेल्या सेंद्रिय भाज्याच इथं वापरल्या जातात. ब्रेड आणि केक रिसॉर्टच्या स्वत:च्याच बेकरीत बनवले जातात.

संध्याकाळचे कार्यक्रम : या कार्यक्रमांची यादी तर खूप मोठी आहे. पण सर्वांत पहिल्या स्थानावर आहे नृत्य! इतर कार्यक्रमात चांदण्यारात्रीतलं ध्यान, विविध मनोरंजक कार्यक्रम, संगीताचे कार्यक्रम तसंच रोजच्या जीवनासाठी ध्यान हे सम्मिलित आहे.

याव्यतिरीक्त प्लाझा कॅफेमध्ये मित्र-परिवारा बरोबर गाठीभेटी तसंच रात्रीच्या शांतवेळी या परिकथेसारख्या वाटणाऱ्या वातावरणात भटकण्याचा आनंदही घेऊ शकतो.

सोयी : रोजच्या उपयोगाच्या वस्तू आपण रिसॉर्टच्या दुकानांमधून खरेदी करू शकता. मल्टिमीडिया सभागृहात ओशोंची सर्व 'मीडिया' सामुग्री मिळू शकते. बँक ट्रॅव्हल एजन्सी तसंच सायबरकॅफेची सोयही इथे आहे. खरेदीची आवड असणाऱ्यांना पुण्यामध्ये भरपूर गोष्टी उपलब्ध आहेत. अगदी पारंपरिक भारतीय वस्तुंपासून ते आंतरराष्ट्रीय बँडपर्यंतची सर्व दुकाने आहेत.

राहाण्यासाठी : ओशो गेस्टहाउसमध्ये एखादी छानशी खोली मिळू शकते. खूप दिवस राहायचं असेल, तर 'लिव्हिंग-इन'चं पॅकेज घेऊ शकता. याव्यतिरिक्त आसपास बरीच चांगली हॉटेल्स आणि सर्व्हिस्ड अपार्टमेंट सुद्धा आहेत.

अधिक माहितीसाठी

सध्या सोशल नेटवर्किंगद्वारा संपूर्ण माहिती मिळू शकते. हे माध्यम फक्त तरुण वर्गच वापरतो असं नाही. काळ बदलतोय तसंच आम्हीही बदलतोय.

* विविध वेबसाइट – www.OSHO.com

* हिंदीसाठी – www.OSHO.com/hindi

* ओशो लायब्ररीमध्ये आपल्या आवडत्या विषयांसाठी
  www.OSHO.com/library
  www.OSHO.com/library-hindi

* संपूर्ण ओशो ध्यानपद्धती आणि संबंधित संगीतासाठी
  www.OSHO.com/Meditation

* ओशोंचं संपूर्ण हिंदी-इंग्रजी साहित्य आणि इ-बुक्ससाठी
  www.OSHO.com/shop
  www.OSHO.com/shop-hindi
  www.OSHO.com/ebooks

* ऑडिओ प्रवचनांसाठी MP3 व इतर
  www.OSHO.com/hindiAudiobooks

* रिसॉर्टला येण्यासाठी माहितीखातर
  www.OSHO.com/MeditationResort

* ओशो इंटरनॅशनल न्यूजलेटरच्या मोफत सदस्यत्वासाठी
  www.OSHO.com/newsletters
  www.OSHO.com/hindinewsletters

* ओशो टॅराकार्ड ऑनलाइन वाचनासाठी
  www.OSHO.com/tarot

* ओशो हिंदी रेडिओसाठी पाहा.
  www.OSHOtalks.info
  radiohindi.OSHO.com

* इथल्या कार्यक्रमांसाठी, उत्सवांसाठी माहिती घेण्यासाठी
  www.facebook.com/OSHO.International

* विविध उपक्रम, कार्यक्रमांसाठी माहिती
www.facebook.com/OSHO.International.Meditation.Resort
* ओशो व्हिडीओ चॅनल, कुठेही केव्हाही
www.youtube.com/OSHO.International
* दिवसाची सुरुवात ओशोंच्या संदेशानं
www.twitter.com/OSHOtimes

* या साइट्सवर रजिस्ट्रेशन तसंच ब्राउज करण्यासाठी थोडा वेळ काढा. ओशोंबद्दल भरपूर माहिती मिळेल.

* या व्यतिरिक्त आणखीनही निरनिराळ्या रोचक पद्धतीनं आपण शोधू शकता ज्यायोगे 'ओशोंना जगभरात' प्राप्त करता येईल.

♦

ओशो का हिंदी साहित्य

उपनिषद
सर्वसार उपनिषद
कैवल्य उपनिषद
अध्यात्म उपनिषद
कठोपनिषद
ईशावास्य उपनिषद
निर्वाण उपनिषद
आत्म-पूजा उपनिषद
केनोपनिषद

बुद्ध
एस धम्मो सनंतनो (बारह भागों में)

महावीर
महावीर-वाणी (दो भागों में)
जिन-सूत्र (दो भागों में)
महावीर या महाविनाश
महावीर : मेरी दृष्टि में
ज्यों की त्यों धरि दीन्हीं चदरिया

कबीर
सुनो भई साधो
    सुनो भई साधो
    कस्तूरी कुंडल बसै
कहै कबीर दीवाना
    कहै कबीर दीवाना
    मेरा मुझमे कुछ नही
कहै कबीर मैं पूरा पाया
    गुंगे केरी सरकारा
    कहै कबीर मैं पूरा पाया

न कानों सुना न आंखों देखा
    होनी होय सो होय (कबीर)
    अकथ कहानी प्रेम का (फरीद)

कृष्ण
गीता-दर्शन
(आठ भागों में अठारह अध्याय)
कृष्ण-स्मृति

अष्टावक्र
अष्टावक्र महागीता (नौ भागों में)

लाओत्से
ताओ उपनिषद (छह भागों में)

अन्य रहस्यदर्शी
अथातो भक्ति जिज्ञासा (शांडिल्य)
(दो भागों में)
भक्ति-सूत्र (नारद)
शिव-सूत्र (शिव)
भजगोविन्दम् मूढ़मते (आदिशंकराचार्य)
एक ओंकार सतनाम (नानक)
जगत तरैया भोर की (दयाबाई)
बिन घन परत फुहार (सहजोबाई)
मैने राम रतन धन पायो (मीरा)
झुक आई बदरिया सावन की (मीरा)
नहीं सांझ नहीं भोर (चरणदास)
संतो, मगन भया मन मेरा (रज्जब)
कहै वाजिद पुकार (वाजिद)
मरौ हे जोगी मरौ (गोरख)
सहज-योग (सरहपा-तिलोपा)

बिरहिनी मंदिर दियना बार (यारी)
प्रेम-रंग-रस ओढ़ चदरिया (दूलन)
दरिया कहै सब्द निरबाना (दरियादास बिहारवाले)
हंसा तो मोती चुगैं (लाल)
गुरु-परताप साध की संगति (भीखा)
मन ही पूजा मन ही धूप (रैदास)
झरत दसहुं दिस मोती (गुलाल)
नाम सुमिर मन बावरे (जगजीवन)
अरी, मै तो नामके रंग छकी (जगजीवन)
कानों सुनी सो झूठ सब (दरिया)
अमी झरत बिगसत कंवल (दरिया)
हरि बोलौ हरि बोल (सुंदरदास)
ज्योति से ज्योति जले (सुंदरदास)
जस पनिहार धरे सिर गागर (धरमदास)
का सोवै दिन रैन (धरमदास)
सबै सयाने एक मत (दादू)
पिव पिव लागी प्यास (दादू)
अजहूं चेत गंवार (पलटू)
सपना यह संसार (पलटू)
काहे होत अधीर (पलटू)
कन थोरे कांकर घने (मलूकदास)
रामदुवारे जो मरे (मलूकदास)
जरथुस्त्र: नाचता-गाता मसीहा (जरथुस्त्र)
संसार और मार्ग (च्यांगत्सु)
सत्य असत् (च्यांगत्सु)

प्रश्नोत्तर

नहिं राम बिन ठांव
प्रेम-पंथ ऐसो कठिन
उत्सव आमार जाति, आनंद आमार गोत्र
मृत्योर्मा अमृतं गमय
प्रीतम छवि नैनन बसी
रहिमन धागा प्रेम का
उड़ियो पंख पसार
सुमिरन मेरा हरि करैं
पिय को खोजन मैं चली
साहेब मिल साहेब भये
जो बोलैं तो हरिकथा
बहुरि न ऐसा दांव
ज्यूं था त्यूं ठहराया
ज्यूं मछली बिन नीर
दीपक बारा नाम का
अनहद में बिसराम
लगन महूरत झूठ सब
सहज आसिकी नाहिं
पीवत रामरस लगी खुमारी
रामनाम जान्यो नहीं
सांच सांच सो सांच
आपुई गई हिराय
बहुतेरे हैं घाट
कोंपलें फिर फूट आईं
क्या सोवै तू बावरी
कहा कहूं उस देस की
पंथ प्रेम को अटपटो
फिर पत्तों की पांजेब बजी
मैं धार्मिकता सिखाता हूं,
धर्म नहीं
फिर अमरित की बूंद पड़ी
एक एक कदम
नये समाज की खोज
नये भारत की खोज
नये भारत का जन्म
भारत का भविष्य
देख कबीरा रोया
देख कबीरा रोया
अस्वीकृति में उठा हाथ

भारत के जलते प्रश्न
  भारत के जलते प्रश्न
  सामजवाद से सावधान
  समाजवाद अर्थात आत्मघात
  स्वर्ण पाखी था जो कभी
ओशो उपनिषद
एक नई मनुष्यता का जन्म
भविष्य की आधारशिलाएं

अंतरंग वार्ताएं
संबोधि के क्षण
प्रेम नदी के तीरा
सहज मिले अविनाशी
उपासना के क्षण
अनंत की पुकार

झेन, सूफी और
  ## उपनिषद की कहानियां
बिन बाती बिन तेल
सहज समाधि भली
दीया तले अंधेरा
मनुष्य होने की कला
सदगुरु समर्पण
उस पथ के पथिक
अंतर्यात्रा के पथ पर

योग
पतंजलि : योग-सूत्र (पांच भागों में)
योग : नये आयाम

तंत्र
संभोग से समाधि की ओर
  संभोग से समाधि की ओर

युवक और यौन
  क्रांती सूत्र
तंत्र-सूत्र (पांच भागों में)

विचार-पत्र
क्रांति-बीज
पथ के प्रदीप

पत्र-संकलन
अंतर्वीणा
प्रेम की झील में अनुग्रह के फूल
ढाई आखर प्रेम का
पद घुंघरू बांध
प्रेम के फूल
प्रेम के स्वर
पाथेय

बोध-कथा
मिट्टी के दीये

साधना-शिविर
साधना-पथ
  साधना-पथ
अंतर्यात्रा
प्रभूकी पगडंडियां
मैं मृत्यु सिखाता हूं
जिन खोजा तिन पाइयां
समाधि के सप्त द्वार (ब्लावट्स्की)
साधना-सूत्र (मेबिल कॉलिन्स)
ध्यान-सूत्र
जीवन ही है प्रभु
असंभव क्रांति
रोम-रोम रस पीजिए

नेति नेति

शून्य की नाव

शून्य के पार

सत्य की खोज

संभावनाओं की आहट

गिरह हमारा सुन्न में

साक्षी की साधना

साक्षी की साधना

साक्षी का बोध

समाधि कमल

अपने माहिं टटोल

ध्यान दर्शन

ध्यान के कमल

जीवन संगीत

जो घर बारे आपना

प्रेम दर्शन

ध्यान, साधना

ध्यान विज्ञान

ध्यानयोग : प्रथम और अंतिम मुक्ति

मैं कोन हूं

समाधिके द्वार पर

तृषा गई एक बूंद से

तृषा गई एक बूंद से

जीवन सत्यकी खोज

माटी कहै कुम्हार सूं

माटी कहै कुम्हार सूं

जीवन रस गंगा

अमृत की दिशा

अमृत की दिशा

समाधि के तीन चरण

चित चकमक लागे नाहिं

विविध

अमृत-कण

अमृत वाणी

कुछ ज्योर्तिमय क्षण

नये संकेत

चेति सकै तो चेति

हसिबा, खेलिबा, धरिबा ध्यानम्

धर्म साधना के सूत्र

मैं कहता आंखन देखी

जीवन क्रांति के सूत्र

जीवन रहस्य

करुणा और क्रांति

विज्ञान, धर्म और कला

प्रभु मंदिर के द्वार पर

तमसो मा ज्योतिर्गमय

प्रेम है द्वार प्रभु का

अंतर की खोज

अमृत वर्षा

अमृत द्वार

एक नया द्वार

प्रेम गंगा

समुंद समाना बुंद में

सत्य की प्यास

शून्य समाधि

व्यस्त जीवन में ईश्वर की खोज

अज्ञात की ओर

धर्म और आनंद

जीवन-दर्शन

जीवन की खोज

क्या ईश्वर मर गया है

क्या मनुष्य एक यंत्र है

नानक दुखिया सब संसार

नये मुनष्य का धर्म

धर्म की यात्रा

स्वयं की सत्ता

सुख और शांति

नारी और क्रांति

सम्यक शिक्षा

शिक्षा में क्रांति

गहरे पानी पैठ

ज्योतिष विज्ञान

नव संन्यास क्या

सत्य का अन्वेषण

सत्य का दर्शन

घाट भुलाना बाट बिनु

पथ की खोज

जीवन अलोक

जीवन की कला

जीवन क्रांती की दिशा

जीवन गीत

मन का दर्पण

आंखों देखी सांच

आनंद की खोज

स्वर्णिम बचपन

ओशोंच्या साहित्यासंबंधी माहितीसाठी तसेच मागणीकरिता संपर्क :

ओशो मिडिया इंटरनॅशनल

१७ कोरेगाव पार्क, पुणे ४११००१ (महाराष्ट्र-भारत)

फोन नं. +९१ (२०) ६६०१९९८१

Email : distribution@osho.net

**ओशोंच्या ऑडियो व्हिडियो प्रवचनांसंबंधी माहितीसाठी तसेच
मागणीकरिता संपर्क :**

ओशो मल्टिमीडिया ॲन्ड रिसॉर्ट्स प्रा. लि.

१७, कोरेगाव पार्क, पुणे ४११००१ (महाराष्ट्र-भारत)

फोन नं. +९१ (२०) ६६०१९९८१

Email : distribution@osho.net

श्रोत्यांसमोर प्रत्यक्ष दिलेल्या तत्कालीन प्रवचनांचा समावेश असणारी ही ओशोंची पुस्तकं आहेत. ओशोंची सर्व प्रवचनं, पुस्तकरूपात तसंच ऑडिओ रेकॉर्डिंगच्यारूपात उपलब्ध आहेत. ही रेकॉर्डिंग्ज तसंच पुस्तकं यांच्यासाठी www.OSHO.com/library या संकेतस्थळावर संपर्क साधता येईल.

www.ingramcontent.com/pod-product-compliance
Lightning Source LLC
Chambersburg PA
CBHW070038030726
47506CB00003B/791
* 9 7 8 8 1 7 7 6 6 3 4 9 5 *